மைத்ரேயி
மற்றும்
பல கதைகள்

மைத்ரேயி
மற்றும்
பல கதைகள்

எம்.டி. முத்துக்குமாரசாமி

அடையாளம்

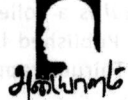

முதல் பதிப்பு 2014

© எம்.டி. முத்துக்குமாரசாமி

வெளியீடு: அடையாளம், 1205/1 கருப்பூர் சாலை, புத்தாநத்தம் 621310, திருச்சி மாவட்டம், இந்தியா. தொலைபேசி: 04332 273444

நூல் வடிவம்: த பாபிரஸ், அச்சாக்கம்: அடையாளம் பிரஸ், இந்தியா

ISBN 978 81 7720 224 3

விலை: ₹ 170

> *Maitreyi matrum pala kathaikal* is a collection of short stories in Tamil by M.D. Muthukumaraswamy, Published by Adaiyaalam, 1205/1 Karupur Road, Puthanatham 621 310. Thiruchirappalli District, Tamilnadu, India, email: info@adaiyaalam.net

பொருளடக்கம்

	முன்னுரை	vii
1	மைத்ரேயி	1
2	தமிழ் மறமகளிர்க்கு அசரீரீ சொன்ன புராணக்கதை	12
3	ஒரு துண்டு வானம்	22
4	இரவு மணி 11:59	35
5	நாங்கள் கோபியை மிரட்டினோம்	47
6	நுனி	55
7	மீனாள் அழுகிறாள், ரகுநந்த	65
8	மதுக்கூடத்தில் ஒரு கண்ணாடி	73
9	பெண் வேடமிட்ட பெண்	82
10	சில்வியா எழுதாத கதை அல்லது மு என்ற இராமதாசு	93
11	கல்யாணி ஆச்சியின் கடைசி தினங்கள்	98
12	மர்ம நாவல்	107
13	நாடகத்திற்கான குறிப்புகள்	116
14	மு குட்டிக் கதைகள்	128
15	டிவிட்டர் கதைகள் 1-20	130
16	மக்கா! இருக்கியா?	133
17	மாமா	136
18	பழைய காதலியின் புது நண்பன்	139
19	ஆட்டோ	141
20	நட்பின் அரசியல்	143
21	மின்தூக்கி இயக்குநர்	145
22	செய்தி அறிவிப்பாளன்	147
23	இரவல் மயில்பீலி	149
24	மைய நரம்பு முறிவு	151
25	உங்களுக்கு ஒரு மாதிரி இருக்கிறதா?	155

26	ஜிக்மெ லிங்பாவின் இரகசிய சுயசரிதை	157
27	ராம் லீலா மைதானத்தில் கேட்ட வாய்மொழிக்கதை	161
28	ஸ்வப்ன ஸ்நேகிதா!	163
29	பாறைகள்	171
30	செப்பிடு வித்தை	177
31	பிரம்மனைத் தேடி...	184
32	என்ன நடந்தது?	189
33	வெள்ளைச் சுவர்	195
34	சூரபத்மன்	201

முன்னுரை

உயிர் விசையெனும் பந்தினைப் போல்

என் சிறுகதைகளுக்கு முன்னுரை எழுதுவது போன்ற சிரமமான காரியத்தை நான் எதிர்கொண்டதில்லை. அதற்கு முக்கியக் காரணம் நான் என்னுடைய எழுத்துக்குப் பொறுப்பற்றவனாக அலட்சியமாக இருந்துவந்திருப்பதுதான் என இப்போது தோன்றுகிறது. 1984ஆம் ஆண்டு நான் எழுத ஆரம்பித்ததிலிருந்து 2014 வரை சுமார் இருநூறு கதைகள் எழுதியிருக்கிறேன். அவற்றில் முப்பது மட்டுமே வெவ்வேறு பத்திரிகைகளில் பிரசுரம் கண்டிருக்கின்றன. ஆனால் அந்த முப்பதைக் கூட இந்தத் தொகுப்புக்காக என்னால் சேகரிக்க முடியவில்லை. விடுபட்டுப்போன கதைகளும் கைப்பிரதியில் தொலைந்துபோன கதைகளும் மனத்தை ஆக்கிரமித்திருக்கும்போது இந்தத் தொகுப்புக்கு என்று என்ன முன்னுரையை எழுத முடியும்?

இதிலுள்ள கதைகள் என்னிடத்தில் மீண்டும் எப்படி வந்துசேர்ந்தன என்பதற்கான அடிக்குறிப்புகளை ஆங்காங்கே தந்திருக்கிறேன். பெரும்பாலும் நண்பர்களும் முகம் தெரியாதவர்களும் என்னிடத்தில் கொண்டிருக்கும் அன்பின் காரணமாகவும் அவர்களுக்கு என் கதை களின் மேல் இருக்கக்கூடிய அதீதப் பற்றின் காரணமாகவுமே இந்தத் தொகுப்பு சாத்தியப்பட்டிருக்கிறது. அந்த நண்பர்கள் அனைவருக்கும் நான் நன்றியுடையவன் ஆவேன்.

டென்னிசே வில்லியம்ஸின், A street car named desire நாடகத்தில் சகோதரியின் கணவனால் கற்பழிக்கப்படும் மையப் பெண் கதாபாத்திரம் சொல்லும்: I believed in the kindness of strangers என்று. அவள் சொல்லும் வாக்கியம்தான் என் வாழ்க்கையையும் எழுத்தையும் பொறுத்தவரை எவ்வளவு உண்மையானதாக இருக்கிறது!

கடந்த இரண்டு ஆண்டுகளில் நான் பல புதிய சிறுகதைகளை யும் குட்டிக்கதைகளையும் எழுதியிருக்கிறேன். இவற்றுடன் நான் பதின்பருவத்தில் எழுதிய பிரம்மனைத் தேடி என்னும் சிறுகதைத் தொகுப்பாக வெளிவந்தவற்றையும் இதில் சேர்த்திருக்கிறேன். இவை அனைத்தையும் நான் கால வரிசைப்படி அடுக்கவில்லை. அவை இங்கே

vii

எனக்கு மட்டுமே தெரிந்த விளையாட்டுத்தனமான அந்தரங்க வரிசையைக் கொண்டிருக்கின்றன. அதன் தர்க்கத்தையே நான் இந்தத் தொகுதிக்கான முன்னுரையாகப் பகிர்ந்துகொள்ள விழைகிறேன்.

இருபது ஆண்டுகளுக்கு முன் எழுதிய கதையிலும் இரண்டே மாதங் களுக்கு முன் எழுதிய கதையிலும் தத்துவார்த்தமான தொடர்ச்சியும் உள்தர்க்கமும் இருப்பதைக் காலவரிசைப்படி அடுக்கப்படாத இந்தக் கதைகள் எனக்கு உணர்த்தின. தமிழ் நாகரிகத்தின் அறியப்படாத ஏதோ அழிவு ஒன்றையும் அதற்கான புலம்பலையும் கேவல், அழுகை, வெறி கொண்ட நகைப்பு, தன்னிலையின் சிதறல், அதீத வடிவ ஒழுங்கு, முற்றிலும் சிதைந்த வடிவம் எனப் பல வெளிப்பாடுகளை இக்கதைகள் ஏந்தி அமைதிபெறுகின்றன. கால ஓட்டத்திற்கு ஏற்ப ஒரு பயணம் இக்கதைகளூடே நிகழ்ந்திருக்குமானால் அது எளிமையையும் படித்த வுடனேயே தொற்றி அக உலகோடு உரையாடக்கூடிய வசீகரத்தையும் நோக்கியதாகவே இருந்திருக்கிறது. கூடவே நடுக்கடலில் கப்பல் மூழ்கிவிடத் தப்பியவனின் அநாதை அகம் கொள்ளும் பாவனை களையே என் கதைகளும் கொண்டிருக்கின்றன. நானே ஆச்சரியப்படும் விதத்தில் அவற்றில் தனிப்பட்ட புகார்கள் ஏதுமில்லை, வெறுப்பில்லை, சுயசரிதைக் குறிப்புகள் இல்லை. மாறாக இலக்கிய வடிவங்களை அக வடிவங்களாகக் கண்டு அவற்றோடு வாசக மனமாக உருமாறும் யத்தனிப்புகளாகக் கதைகள் வடிவம் பெற்றிருக்கின்றன.

இலக்கிய வடிவங்கள் பற்றிய கதைகள் *(மெடாஃபிக்ஷன்)* என்று என் கதைகளுக்குப் பல சக எழுத்தாளர்களும் விமர்சகர்களும் பலமுறை பெயரிட்டிருக்கிறார்கள். *மைத்ரேயி* கதை கட்டுரை வடிவத்தையும் *மர்ம நாவல்* நாவலையும் *நாடகத்திற்கான குறிப்புகள்* நாடகத்தையும் *தமிழ் மற மகளிர்க்கு அசரீர் சொன்ன புராணக்கதை* விமர்சனத்தையும் முறையே மையக் கருப்பொருள்களாகக் கொள்வதும் இதேபோலப் பல கதை களும் இலக்கிய வடிவங்களுக்கு நேரடியான அல்லது மறைமுகமான சுட்டுதலைக் கொண்டிருக்கின்றன என்பதால் என் கதைகளை *மெடாஃபிக்ஷன்* என அழைப்பது பொருத்த மானதுதான். ஆனால் இவை இலக்கிய வடிவங்களைப் பற்றி மட்டும் பேசுவதில்லை. எழுத் தாளனாக என் அக்கறை வடிவங்களைப் பற்றியது மட்டுமல்ல. என் அக்கறைகளை நேர்கோடற்ற முறையில் சொல்வது, என் கதைகளை வாசக அனுபவத்திற்கு அணுக்கமானதாக மாற்றக்கூடும்.

1984ஆம் ஆண்டில் கல்லூரி மாணவனாக நான் எழுதத் தொடங்கிய போது தமிழகத்தின் கல்லூரி வளாகங்கள் மிகுந்த அரசியல் எழுச்சி பெற்றவையாக இருந்தன. எழுபதுகளின் இறுதியில் இந்தியாவில் அறிவிக்கப்பட்ட நெருக்கடி நிலைப் பிரகடனத்தை அடுத்து வன்மை யான அடக்குமுறைகளிலிருந்து மீண்டு வந்த நினைவுகள் கல்லூரி

வளாகங்களை நிறைத்திருந்தன; ஈழத் தமிழர் போராட்டம் 1983இல் தமிழகமெங்கும் மிகப் பெரிய மாணவர் எழுச்சியை ஏற்படுத்தி யிருந்தது. இருத்தலியல் தத்துவங்களை – குறிப்பாக சார்த்தரையும் காம்யூவையும் சிமோன் தி பூவாவையும் – ஆங்கில இலக்கிய முதுகலை மாணவர்களாகிய நாங்கள் கற்பதும் விவாதிப்பதுமாய் இருந்தோம். தேசத்தின் சரித்திரத்திற்கும் தனிமனித வாழ்வுக்கும் உள்ள உறவுகள் எங்களுடைய விவாதப் பொருளாய் இருந்தன. ரமேஷ் குமார், செந்தில் குமார், ஃபிரான்சிஸ் மனோகர் ஆகிய நண்பர்கள் நடத்திய கல்லூரி வளாக இலக்கியப் பத்திரிகையான *ராகம்* இதழின் ஆசிரியர் குழுவில் நானும் சேர்ந்துகொண்டேன். மாதமொருமுறை வந்த அவ்விதழில் ஸில்வியா என்ற புனைபெயரில் சிறுகதைகளும் இயற்பெயரில் கட்டுரை களும் எழுதினேன்; பல முக்கிய மொழிபெயர்ப்புகளும் செய்தேன்.

ஸில்வியா ப்ளாத்தின் கவிதைகளின் மேலும் அவருடைய தற்கொலை யின் மீதும் பதின்பருவத்தின் கற்பனா வாத ஈடுபாட்டின் காரணமாகவே நான் என் புனைபெயரை ஸில்வியா எனத் தேர்ந்துகொண்டேன். ஆனால் கடந்த சில ஆண்டுகளில் 'ஸில்வியா' துரதிருஷ்டத்தின் குறியீடு என்னும் எண்ணம் என்னிடத்தில் முழுமையாகப் பதிந்துவிட நான் அப்பெயரைத் துறந்துவிட்டேன். ஆனால் கதைகளைத் துறக்க மனம் வரவில்லை. இது ஏன் என்று யோசித்துப் பார்க்கும்போது நான் பரந்துபட்ட தேசமொன்றின் பிரக்ஞையின் அக வரலாற்றுத் தருணங் களையே கதைகளாக்கியுள்ளேன்; என் தனிப்பட்ட சுயசரிதையின் எந்தச் சுவடும் அவற்றில் இல்லை என்பது எனக்குத் திட்டவட்டமாகத் தெரியவந்தது. *ராகம்* இதழில் ஸில்வியாவாக எழுதிய முதல் கதையான 'ஸ்வப்ன ஸ்னேகிதா'வின் நாயகி இந்தியா சுதந்திரம் பெற்ற நாளன்று வயதுக்கு வருகிறாள்; மகாத்மா காந்தி சுட்டுக் கொல்லப்பட்ட நாளன்று தான் தேர்ந்தெடுக்காத கணவனுடன் அவளுக்கு முதலிரவு நடக்கிறது. அவள் தான் விரும்பிய காதலனுடன் வாழ நினைத்தது கனவாகவே ஆகிட்டதை அசைபோடுகிறாள். நனவோடை உத்தியில் இந்தக் கதையை எழுதியபோது நான் என்னுடைய ஆங்கில இலக்கிய முதுகலை ஆய்வேட்டிற்காக ஜேம்ஸ் ஜாய்ஸின் நாவலான *யுலிசஸைப்* பற்றி வாசித்துக்கொண்டிருந்தது தற்செயலான தொடர்பாக இப்போது தோன்றவில்லை. Why do Molly Bloom menstruate in the last chapter of James Joyce's *Ulysses?* என்னும் என்னுடைய ஆய்வேடு பெண்ணுடல்கள் பரந்துபட்ட தேச சரித்திரத்தோடு தொடர்புடையவையாக விவரித்தது எனச் சொல்லவும் வேண்டுமோ? *ராகம்* இதழ் இரண்டோ மூன்றோ வெளிவந்தபோது கவிஞர் ஆத்மாநாமின் தற்கொலைச் செய்தி என்னை மிகவும் நிலைகுலையச் செய்தது. பிரம்மனைத் தேடி சிறுகதையில் நாயகனின் பெயரை ஆத்மாநாமின் இயற்பெயரான மதுசூதனன்

என்று வைத்தேன். கதையில் அதிநுண்ணுணர்வு வாய்ந்த மதுசூதனன் தன் அம்மாவின் ஒரு சொல் பொறுக்க முடியாமல் தற்கொலை செய்துகொள்கிறான். தாயன்பு, பெண்களின் பெருங்கருணை ஆகியன என்னுடைய கதைகளில் தொடர்ந்து வருகின்றன. 2013ஆம் ஆண்டு எழுதிய *மீனாள் அழுகிறாள், ரகு நந்த* கதையில் பதின்பருவச் சிறுமி தன்னுடைய ஏழ்மை காரணமாகச் சுரண்டப்படும் நிலையில் இருந்தாலும் தாய்ப்பாலால் முலை விம்மும் கருணையை வெளிப் படுத்துகிறாள்.

தமிழ்ச் சமூகத்தின் வரலாற்று நெருக்கடிகளால் சுய உடல் அழிவிற்கும் அக அழிவிற்கும் ஆளாகும் நபர்களின் – குறிப்பாகப் பெண்களின் அல்லது பெண் அக உலகங்களைக் கொண்ட ஆணுடல்களின் – கதை களையே நான் தொடர்ந்து எழுதிவந்திருக்கிறேன். கணவன்-மனைவி உறவின் பொய்மையில் அந்நியமாகிப்போன மனைவியின் மன ஓட்டத்தைப் *பாறைகள்* கதையில் வாசிக்கிறோமென்றால், முற்றிலு மாகச் சிதைந்துவிட்ட சுயத்தின் சித்திரிப்புகள் *செப்பிடு வித்தை, மர்ம நாவல்* ஆகிய கதைகளில் வாசிக்கக் கிடைக்கின்றன. *மர்ம நாவல்* சிறுகதையில் வந்த கதாபாத்திரமான 'மு' சமீபத்திய ஆண்டுகளில் என் குட்டிக் கதைகளில் மீண்டும் வருபவனாகிவிட்டான். அவனுக்கு காஃப்காவின் 'கே' கதாபாத்திரத்தின் சாயலும் முல்லா நஸ்ருதீனின் சாயலும் காலப்போக்கில் சேர்ந்துகொண்டன.

மர்ம நாவல் சிறுகதையில் போர்ஹெஸின் பாதிப்பில் உருவான விளையாட்டுத்தனமான பட்டியலும் அந்தப் பட்டியல் கேள்விக்கு உள்ளாக்குகின்ற epistemologyயும் சுயத்தின் அழிவால் உண்டாகிற nihilismமும் புனைவு வடிவத்தை ஏற்படுத்திக்கொடுக்கின்றன. அந்தப் புனைவு வடிவத்தில் நான் முழுமையாகச் சிக்கிக்கொண்டிருக்கிறேன் என்றுதான் சொல்ல வேண்டும். அதிலிருந்து முட்டி மோதி வெளியே வர நான் செய்திருக்கும் பிரயத் தனங்கள்தான் என்னுடைய இதர கதைகள் என்பதை நான் ஓரளவு தீர்மானமாகவே சொல்ல முடியும். *மர்ம நாவல்* சிறுகதை 'பிற' என்னும் ஒற்றைச் சொல்லில் முடிவது இத்தகைய இதர யத்தனங்களைச் சுட்டுவதற்கே.

சூன்யவாதம் உருவாக்கும் வெறுமையிலிருந்து தப்பிப்பதற்கு இரு வழிகள்: ஒன்று நீட்ஷேவிய அதிமனிதனாகுதல். *ஒரு துண்டு வானம்* கதையில் வரும் நீட்ஷேவிய அதிமனித நாயகன் அரசியல் சிறைக்கைதி. அவன் அடைக்கப்பட்டிருக்கும் சிறைச்சாலை தனது வெற்றியைச் சதா நிரூபித்துக்கொண்டிருக்க வேண்டிய நிர்ப்பந்தத்தில் இருக்கக்கூடிய ஒரு கார்ப்பரேட் நிறுவனம். சிறைச்சாலை கார்ப்பரேட்டின் பங்குகள் சந்தையில் சரிந்துகொண்டிருக்கின்றன. கதையின் நாயகனை மனமுறிவுக்கும் உடல் தோல்விக்கும் உள்ளாக்குவதன் மூலம் சிறைச்

சாலை தன்னை வெற்றிகரமான நிறுவனமாக விளம்பரப்படுத்திக் கொள்கிறது. நீட்ஷேவிய அதி மனிதனுக்கே இந்தக் கதி என்றால் மற்றவர்கள் என்ன ஆவார்கள்? சூன்யவாதம் உருவாக்கும் வெறுமை யிலிருந்து தப்பிப்பதற்கான இரண்டாம் வழி காருண்யம்.

காருண்யத்தின் மொத்த சொந்தக்காரர்கள் என் புனைவுலகில் பெண்களே. அவர்களாலே நாம் வாழும் பிரபஞ்சம் உணர்ச்சிகரமான ஒருமையைப் பெறுகிறது. அவர்களே இப்பிரபஞ்சத்தின் மூல உயிர் சக்தியின் அடிப்படை விசையாக, பேரழிவிற்குப் பின்னரும் இனங் களைக் காப்பவர்களாகவும் கைவிடப்பட்ட ஆத்மாக்களைக் கரை சேர்ப்பவர்களாகவும் பெண்களே இருக்கிறார்கள். பெண்களே நாம் வாழும் பிரபஞ்சத்தின் இரகசியங்களும் காரணங்களும் ஆவர். *மைத்ரேயி* கதை இப்படிப் பெண்ணை உடலாகவும் பெண்மையைப் பிரபஞ்சமாகவும் கொண்டாடுகிறது. ஆகவேதான் *மைத்ரேயி* இந்தத் தொகுப்பின் முதல் கதை. தொகுப்பின் முதன்மைக் கதையும்கூட.

மைத்ரேயி கதை எனக்கு வேறு பல வகைகளிலும் முக்கியமானது. முழுக்க முழுக்க முன்னிலைக் கதை சொல்லலாக எழுதப்பட்டுள்ளது. நானல்ல பிறன்மையே, நீயே, முக்கியம் என்னும் விழுமியத்தைக் கட்டமைக்கும் கதை. உயிர்சக்தியைச் சத்துவ சக்தியாகப் பார்க்கும் பார்வை என்னிடத்தில் தோற்றம்கொண்ட கதையாக மைத்ரேயியை வாசிக்க வேண்டும். எந்த நிலையிலும் உயிரழிவை மறுத்தல் அதன் முக்கிய அம்சங்களுள் ஒன்று. தத்துவ அறிஞர் ஹென்றி பெர்க்சனின் élan vital *(இலான் விடால்)* என்ற உயிர்சக்தியைப் பற்றிய கருத்தாக்கம் என் மையச் சிந்தனை இழைகளுள் ஒன்றாக எப்போதுமே இருந்து வந்திருக்கிறது. *மர்ம நாவல்* கதையின் cheerful nihilism *(சியர்ஃபுல் நிஹிலிசம்)* என்னால் உயிர்சக்தியின் மேல் வைக்கப்பட்ட நம்பிக்கை யினாலேயே, அதைப் பெண்மையின் வடிவமாகக் கொண்டாடுவதன் மூலமே, அதைப் பிரபஞ்சத்தின் உணர்ச்சிகர வியாபகமாக விரிப்பதன் மூலமே கடந்துசெல்ல முடிந்திருக்கிறது. உயிர்சக்தியின் இயக்கத்தை எழுதி எழுதித் தீராது எனக்கு. *பெண் வேடமிட்ட பெண்* கதை மைத்ரேயி கதையில் தோற்றம் கண்ட கரு வேறுவகைப் பரிமாணம் பெறுவதற்கு நல்ல உதாரணம்.

உயிர்சக்தி பற்றிய என் மையக்கவனம் எனது தேடலை இந்திய தாந்தரீக மரபுகளை நோக்கித் திருப்பியதைப் பதிவுசெய்யும் கதை *பெண் வேடமிட்ட பெண்*. தாந்தரீக மரபுகளைப் பற்றி மேலும் மேலும் கற்க அவை என்னுடைய கதைகளில் தன்னியல்பாக உருவாகி வந்திருக்கும் கருத்துகளோடு மிகவும் ஒத்துப்போவதாக நினைக்க ஆரம்பித்தேன். பெண்ணுடல் இயற்கை, கால மாற்றம், பருவங்கள் ஆகியவற்றுக்குள்ள தொடர்பு உயிர்சக்தியின் இயக்கத்திற்கு வழிவகை

செய்யக்கூடியதாகவும் அதற்கு எதிரானவை ஆதரவானவை என என் புனைவுலகு பலவற்றையும் நனவற்று வகுத்துவைத்திருக்கிறது. உயிர் சக்தியின் இயக்கத்திற்கு எதிரானவற்றைப் பகடிக்கும் கேலிக்கும் என் கதைகள் உள்ளாக்குகின்றன. எது எதிரானது எது ஆதரவானது என்பது என் புனைவின் தர்க்கங்கள் சார்ந்தவை மட்டுமே. *பெண் வேடமிட்ட பெண்* தாந்தரீகத்தையும் புரட்சிகர அரசியலையும் உயிர்சக்தியின் இயக்கத்திற்கு ஆதரவான ஒரே செயலின் இரு பக்கங்கள் எனப் புனைவின்வழி நிறுவுகிறது. கனவு, பிரம்மை, யதார்த்தம் ஆகியவற்றுக்குள் உள்ள வேறுபாடுகளை அந்தப் புனைவு அழிக்கிறது. இந்த வேறுபாடுகள் இல்லாத உலகு எனக்கு அதன் பிறகு எழுதப்பட்ட கதைகளில் இயல்பானதாகிவிட்டது. *தமிழ் மற மகளிர்க்கு அசரீரீ சொன்ன புராணக் கதை* என்னும் கதையோ ஆண் வம்சாவழி மரபு, பெண் வம்சாவழி மரபு என்னும் வேடிக்கைப் பிரிவுகளை உண்டாக்கி ஆண், பெண், இனம், மரபு ஆகியனவற்றை absolute categoriesஆகக் கொண்டு உருவாக்கப்படும் சொல்லாடல்களை மேலோட்டமான வாசிப்பிற்குப் புலனாகாதவாறு பகடிசெய்கிறது. ஆம், தூய, நிலையான சாதி, மதம், தேசம் உள்ளிட்ட வகைமைப்படுத்துதல்கள் வன்முறையானவை; எனவே பகடியால் தகர்க்கப்பட வேண்டியவை. காதலுக்கு எதிராக, கலப்புத் திருமணத்திற்கு எதிராக அறிக்கைவிட்ட அரசியல்வாதியைக் கிண்டல்செய்கிறது *சில்வியா எழுதாத கதை அல்லது மு என்ற இராமதாசு.* தனித்தமிழில் எழுதப்பட்ட இந்தக் கதை தூய வகைமைப்படுத்துதலை மொழியில் அடையாளம் காணுகிறது. அறிவியல் புனைகதையான *நுனி* நம்முடைய 'அறிவியல் சிந்தனைகள்' எப்படிப்பட்ட புராணக் கதையாடல்களுக்குள் சிக்கியிருக்கின்றன எனப் பால்வீதிகளூடே நடக்கும் கதையை வைத்துச் சொல்கிறது.

சமூகவியல், வரலாறு, இலக்கிய விமர்சனம் அல்லது தத்துவம்போல தோற்றம் அளிக்கும் வகையில் எழுதப்பட்ட பத்திகளால் நிரம்பி யிருக்கிறது *தமிழ் மற மகளிர்க்கு அசரீரீ சொன்ன புராணக்கதை.* இவை அனைத்தும் அபத்தங்கள் என்பதை வாசகர்கள் கவனத்தில் கொள்ள வேண்டும். காஃப்காவும் பெக்கெட்டும் சாதாரண தினசரி நிகழ்வு களில் அபத்தத்தை உணர கற்றுத் தந்தார்கள் என்றால் என் கதைகள் தூய்மையான வகையினங்களை உருவாக்குவதிலுள்ள metaphysical absurdityஐ கவனப்படுத்த முயல்கின்றன.

அண்மை காலத்தில் எழுதப்பட்ட என்னுடைய கதைகளில் மிருகங் களும் பிற உயிரினங்களும் அதிகமும் நடமாடுகின்றன. *மதுக்கூடத்தில் ஒரு கண்ணாடி* என்னும் கதையில் குரங்குகள், *மீனாள் அழுகிறாள் ரகுநந்த* கதையில் ஆமைகள், *இரவு மணி: 11:59* கதையில் ஆக்டோபஸ், *நாங்கள் கோபியை மிரட்டினோம்* கதையில் பன்றிகள் எனப் பட்டியலிட்டுக்

கொண்டே போகலாம். என் கதைகளில் மிருகங்களின் வருகை எதனால் என்பது எனக்குப் புரியவில்லை? *மதுக்கூடத்தில் ஒரு கண்ணாடி* கதையில் ஒரு வாசகம் வரும்: 'கண்ணாடிகளின் மேற்புறங்கள் கள்ள மற்றவை அல்ல அவை ஆழ்பிரதிகள் இருப்பதான மாயைகளை உண்டாக்குகின்றன. ஆழ்பிரதிகள் எவற்றுக்குமே இல்லை எல்லாமே மேற்புறங்கள்தான்.' ஒருவேளை இந்த வாசகம் உண்மைதான் போலும். அதே நேரத்தில் *ஒரு துண்டு வானம்* கதையில் வரும் 'இவ்வுலகும் உயிரும் அழகியல் நிகழ்வாக அன்றி வேறு எதுவாகவும் ஜீவித நியாயம் பெறுவதில்லை' என்னும் வாசகமும் உண்மைதானே?

சூன்யவாதத்திலிருந்து முழுமையாக விடுபட்டு மனிதர்களின் மேல் மிகவும் நம்பிக்கை கொண்டவனாக நான் மாறிவிட்டேன் என்பதையே குறுங்கதை வடிவங்களில் எனக்குள்ள ஆர்வம் சொல்கிறது. குறுங்கதைகள், டிவிட்டர் கதைகள், ஃபேஸ்புக் கதைகள் என்றெல்லாம் எழுதிப் பார்ப்பது மிகக் குறைவான வார்த்தைகளிலேயே நாம் நினைப்பதை சகமனிதனுக்கு உணர்த்திவிட முடியாதா என்னும் ஆதங்கத்தில்தான். குறுவடிவங்களிலும் நான் நகைத்துக்கொண்டே இருக்கிறேன் என்பதும் உண்மை.

கைக்குழந்தையாக இருந்தபோது என் அம்மா என்னை 'Brow binkey, eye winkey, nose noppy, cheek cherry, mouth merry' என்று ஒவ்வொரு அவயங்களாகத் தொட்டுக் கொஞ்சுவார்களாம். அப்போதெல்லாம் நான் பெரிதாகச் சத்தமிட்டுச் சிரிப்பேனாம். கைக்குழந்தை இப்படிச் சத்தம்போட்டு சிரிக்குமா என அம்மாவுக்கு ஆச்சரியமாக இருக்குமாம். அந்தக் கொஞ்சலின் குதூகலத்தையே கதைகளின் வழி நான் பகிர்ந்து கொள்ள விழைகிறேன். அதுவே இக்கதைகளின் பின்னணியில் உள்ள உயிர்விசை.

இந்த முன்னுரையை படிக்காமலும் நீங்கள் நேரடியாகக் கதைகளை வாசித்து உங்கள் விருப்பம்போல முடிவுகளுக்கு வரலாம்.

என் கதைகளை மிகவும் அக்கறை எடுத்துப் பதிப்பிக்கும் அடையாளம் பதிப்புக் குழுவினருக்கு என் நெஞ்சார்ந்த நன்றியைத் தெரிவித்துக் கொள்கிறேன்.

எம்.டி. முத்துக்குமாரசாமி

மைத்ரேயி
மற்றும்
பல கதைகள்

போதிக்கவசம்
ஆறுமுகன்
பாரதமுற மயி

1

மைத்ரேயி

பொய்சொல்லியாகிய நீ மைத்ரேயியை உன் கட்டுரையில் சாகக் கிடத்தியபோது மழை பிடித்துக்கொண்டது. சித்தப்பிரமையின்பாற் பட்ட அந்த மழை விடாமல் பெய்துகொண்டே இருந்ததை ஏதேனும் சங்கேத மொழியில் பதிவு செய்ய நீ முடிவு செய்தாய். அரசாங்க அதிகாரிகள், நாய்கள், குடும்பிகள், மந்திரவாதிகள், தேசங்கள், கொரில்லாக் குரங்குகள், பெண்கள், இலக்கிய ஆசிரியர்கள், காமுகர்கள், குற்றவாளிகள், பாம்புகள், தத்துவ அறிஞர்கள், பேய்கள், ஆயுத வியாபாரிகள், அரசியல்வாதிகள், செருப்பு நக்கிகள், உளவியல் அறிஞர்கள் ஆகியோர் விளையாடும் விளையாட்டுக்களைப் பற்றிய கட்டுரை எழுதுமாறு நீ பணிக்கப்பட்டிருந்தாய். தமிழைத் தாய்மொழி யாகக் கொண்டிருக்கும் ஒரே காரணத்தினாலேயே எந்த நேரமும் விசாரணைக்கு அழைத்துச் செல்லப்படலாம் என்ற சமூகச் சூழலில், வரலாற்றின் அவல காலகட்டத்தில், உன் மனநோய் மருத்துவன் அரசாங்க முத்திரை பதித்த பழுப்பு நிற உறையினுள் கட்டுரை எழுது வதற்கான ஆணையைக்கொண்டு வந்தபோது உன் அறை ஜன்னலில் உட்கார்ந்து மழை வருகிறதா என்று வெறித்துப் பார்த்துக்கொண்டிருந்த நீ பயந்து போனாய். உன் நரம்புகளனைத்தும் மின்சாரம் தாக்கியவை போலத் துடிக்க சாவு மின் தூசுகளாய் உன் கண் முன்னால் ஓடி மறைந்தது. காற்றில் முளைத்த பொய்கள் வாழ்வின் ஆதாரங்களாய் உன் நாவைத் தழுவிக்கொண்டன. வார்த்தைகளை வீசி மின் கம்பிக் கூண்டுகளைத் தயாரித்து அதனுள்ளே கவலையின்றி வாழலாம் என்று நீ அந்தக் கணத்தில் அறிந்துகொண்டாய். அதே கணத்தில்தான் மழைக் கான அறிகுறிகளும் தென்படலாயின. நாகமும் கட்டுவிரியனும் விஷம் கக்குவதை மறந்து, வால் நுனிகளில் நின்று, தாபப்பெருமூச்சுக்களுடன் தங்கள் வழவழத்த அடிப்பாகங்கள் தழையத் தழையக் கூடும்போது அப்பாம்புகளின் கண்களில் பட்டுத் தெறித்த பௌர்ணமி நிலவின் ஒளிக்கிரணங்களாலான உடலோடு முழுப்பெண்ணாய் மைத்ரேயி உன் கண்களின் முன் தோன்றியதும் அக்கணத்தில்தான். உன் கவிதை

வரிகளாலான ஏழு பால்வீதிகளுக்கு அப்பால் இருந்து ஒளித்துகளாய் அரை நொடியில் வந்து நீண்ட பொன்னிறக் கூந்தல் காட்டுக்குதிரையின் வெல்வெட்டுத் தினவுடன் திகழ்ந்த பிசிறில்லாத வட்ட வடிவப் பிருஷ்டங்களின் மேலும், பின்னந்தொடைகளின் மேலும் அளைய அளைய, நீல நிற மணற்பரப்பில் அஸ்தமனச் சூரியனை நோக்கி நிர்வாணமாய் சென்றுகொண்டிருந்ததையும் நீ அப்போதுதான் பார்த்தாய். உன் நாபிக்குக் கீழிருந்து தோண்டி எடுத்த எழுத்துக்களை நாவில் கூட்டி 'மைத்ரேயீ', 'மைத்ரேயீ' என்று அலறி மயங்கிச் சரிந்தாய். நீ மீண்டும் விழித்தது உன் விளையாட்டு பற்றிய கட்டுரையின் மையப் பகுதியில்தான். அப்போது மைத்ரேயி உன் தாபக் கூச்சலைக் கேட்டவள் போலவும் கேட்காதவள் போலவும் நின்று, கால்களை அகட்டித் தலையை இடது கால் பெருவிரலை நோக்கிக் கவிழ்த்து கால்களின் இடைவெளியூடே உன்னைப் பார்த்தாள். அஸ்தமனச் சூரிய கிரணங்கள் அவள் யோனியில் பட்டு செந்நிறமாய்ப் பிரகாசித்ததில் அவள் முகம் மறைந்துபோக அவள் முகம் தெரியாத விரகம் தாளமுடியாதவனாய் நாய்களின் விளையாட்டு பற்றிய பகுதியை எழுத ஆரம்பித்தாய். வெறி நாய்களைப் பற்றியும் சொறி நாய்களைப் பற்றியும் விவரித்தபோது உன் மொழி தானாகவே உலகக்கொலை ஆயுத வியாபாரிகளின் உடல்களையும் உருவங்களையும் பற்றி பேச ஆரம்பிக்க அருவெறுப்பு தாளமாட்டாமல் ஆசுவாசம் தேடி, அமைதியையும் அறத்தையும் உலகுக்கு மீண்டும் கொண்டுவரப்போகின்ற மைத்ரேய புத்தனைப் பற்றிச் சிந்தித்தாய். மழைக்கு முந்தைய குளிர்காற்று வீசத் துவங்கும் வரை மைத்ரேய புத்தன் பெண்ணாய் இருக்கக்கூடுமென்ற யூகம்கூட உனக்கு இல்லை. முதலில் மழைக்கு முன் வீசுகின்ற இந்தக் குளிர் காற்றே உனக்குப் புதிது. நீ பிறந்து வளர்ந்த பிரதேசத்தில் மழை ஏழு கோடி வருடங்களுக்கு ஒரு முறையே பெய்யும். அப்படிப் பெய்வதற்கு முன் பாதிப் புணர்ச்சியில் பிரிக்கப்பட்ட உடல்களாய் பூமி வெக்கையை அள்ளி வீசி மனிதர்களின் மூத்திரத்தைக் கடுக்கச் செய்து வியர்வையாய் வழிவதை அனல் நாக்கினால் நக்கும். பொய்க்கின்ற மழையோ தெருவோரங்களில் காய்ந்து கிடக்கும் மலத்தினைக் கரைத்து எழுகின்ற நாற்றத்தோடு நாற்றமாய் சுவாசப்பைகளில் நிறைத்துவிடும். போன தடவை உனக்கு மின் அதிர்ச்சி கொடுக்கப்பட்டபோது உன் சொந்த ஊரில் எல்லோரும் மல நாற்றம் அனுபவித்தார்கள்.

இங்கே மழை வித்தியாசமானதுதான். வைத்தியசாலை மனோகரமான இடத்திலமைய வேண்டும் என்பதற்காக இங்கே அமைத்திருக்கிறார்கள் போலும். சிறு நீல மலர் ஒன்றைத் தோட்டத்தில் உன்னிப்பாய் நீ பார்த்து நிற்கையில் அதன் நிறம் ஆகாசமாய் வெளியாய் மணலாய் விகசிக்க, குளிர் காற்று முலை முலையாய் வீசியது. கோடிக்கணக்கான பால் ததும்பும் முலைக்காம்புகள் உன் உடல் முழுவதும் ஈரப்பத

வெம்மையுடன் உராய நீ மழைக்காக ஆயத்தமானாய். பின்னர் தோட்டத்திலிருந்து உன்னை உள்ளே இழுத்துச் செல்ல உன் எலும்பின் குருத்துக்கள் பொசுங்குமாறு சூடுபோட வேண்டியிருந்தது. ஒரு பெருங்கூட்டமே உன்னை இழுத்துச் சென்று அறையில் அடைத்தது. உன் சதை பொசுங்கிய நாற்றம் விளைவித்த பிரம்மையில் பெய்யாத மழையின் கூரைச் சத்தம் கேட்டு உன் வலது கரத்தில் நரம்பு வெடித்து ரத்தம் வழிந்தது. உன் வலி ஆற்ற மைத்ரேயி வந்தாள். உன் அறையின் கூரை மேல் நோக்கி திறக்க உலோக மத்தளத்தில் வாசிக்கப்பட்ட கொடூர இசையாய் வார்த்தைகள் உன் கட்டுரையில் கொட்டியதும் அப்போதுதான் போலும். வார்த்தைகளைக் கூட்டுவதற்கும், ஊதிப் பெருக்குவதற்கும், அச்சுக்கோர்ப்பதற்கும், காற்றில் ஓதுவதற்கும், விளையாடுவதற்கும் இவ்வளவு பெரிய தண்டனையைத் தருவார்கள் என்று யாரும் உனக்குச் சொல்லவில்லை. அப்படியே தெரிந்திருந்தாலும் வலியை வார்த்தைகளில் முழுங்குவதைத் தவிர வேறெந்த உபாயமும் உனக்குத் தெரியாதே தெரியாதே மைத்ரேயி தெரியாதே. ஒழுங் கமைக்கப்பட்ட கட்டுரைக்குள்ளாக ஓடும் ஒழுங்கமைக்க இயலாத வலியின் கவிதைக் கீற்று உன் அந்தரங்கமல்லவா? அதை எப்படி வெளிச் சொல்வாய்? வலி ஆற்ற வந்தவள் இசைச் சொற்களாய் உன் நரம்பு மண்டலம் முழுவதும் வியாபிக்க அவளின் ஒற்றை விரலசைவில் உன் உடல் முழுவதும் அதிர்ந்தது.

உன் சமிக்ஞைகளுள் சிறந்தவற்றை எல்லாம் உன் லிங்க முனையில் கூட்டி ஆறாத தவிப்புடன் காத்து நின்றாய். காத்து நிற்க வைக்கப் பட்டாய். பரிதவிப்பின் வெறி குத்திட்டு நின்ற லிங்க முனையில் கனன்றபோது கோடிக்கணக்கான வார்த்தைகள் தங்களின் வலி விவரிக்க இயலாத நபும்சகம் உணர்ந்து உலகிலுள்ள அத்தனை நூலகங் களிலிருந்தும் வான் நோக்கி கிளம்பி, புவி ஈர்ப்பு மறந்து, தங்களுக்குள் சண்டையிட்டு ரத்தக் களறியாக்கி, பிரபஞ்சத்தின் இருள் மூலை தேடி இயற்கை எய்தின. கோடிக்கணக்கான மக்களின் நாவசைவுகளுக்கும் அதே கதிதான். மொழிகளற்று விழித்த பொருளுலகு எங்கும் வியாபித்த போது உனக்கு மிஞ்சியது உன் லிங்க முனை வீர்யம் மட்டுமே. அப்போது இப்போது எப்போது என்ற பேதம் மறந்தாய். எல்லாம் முன் கூட்டியே சங்கல்பித்து ஒரே கணத்தில் சங்கமமாக கணமே யுகமாய் நீளுவதாய் இருந்தது. எல்லாம் அப்படியே இருந்தது எல்லாம் அப்படியே இருந்தது எல்லாம் அப்படியே இருந்தது எல்லாம் அப்படியே இருந்தது எல்லாம் அப்படியே இருந்தது எல்லாம் அப்படியே இருந்தது எல்லாம் அப்படியே இருந்தது எல்லாம் அப்படியே இருந்தது எல்லாம் அப்படியே இருந்தது. என் மொழியை மட்டுமாவது எனக்குக் கொடுத்துவிடேன் என் மொழியை மட்டுமாவது எனக்குக் கொடுத்துவிடேன் என்று அரற்றினாய். உயிரின் ஊற்று விறைப்பில் அடங்கி நிற்க முடியாத

தாபத்தில் மைத்ரேயியின் யோனிக்கசிவின் மணம் அறைக்காற்றில் பாறாங்கல்லாய் உறைந்து நிற்பதாய் பிரம்மை கொண்டாய். உன் மனத்தின் அந்தகார இருள் சுவாச இழைகளாய் வெளிப்பட்டு கல்லில் பட்டு மோதி கிளப்பிய வெப்பத்தில் அதிகாரிகளின் விரைகள் வெந்து சாம்பலாயின. எஞ்சிய வெப்பம் மேகங்களின் மோதல்களில் மின்னல் களாயிற்று. காலபேதமற்ற சிந்தனையின் துகள்கள் உன்னிலிருந்து சுருள் சுருளாய் சிதைவுற்ற சுருள்களாய் பல திக்குகள் நோக்கியும் வெளிப்பட உன் கட்டுரையில் நீ தடுக்கி விழுந்தாய். சரிதான் சரிதான் உன் கட்டுரையில் நீ தடுக்கி விழுந்தாய். கிடைத்தது வாய்ப்பு என்று உன்னை இழுத்துச் சென்றார்கள் தற்கொலையா கொலையா என்ற சூழலில் கொலையைத் தேர்ந்தெடுக்கக்கூடிய விளையாட்டு வீரன் நீ இல்லையா இல்லையா என்று கேட்டுக்கொண்டே உன்னை இழுத்துச் சென்றார்கள். துன்புறுத்துவதில் இன்பமா துன்புறுவதில் இன்பமா எங்கே சொல் சொல் பார்க்கலாம் என்றார்கள். இரண்டுமற்றது என் மொழி இரண்டுமற்றது என் ஜீவிதம் என்று நீ கதறக் கதற உன்னை இழுத்துச் சென்றார்கள். அவர்களுக்குப் பிறரின் மூளை வழி எழுதும் தாந்தரீகம் இயல்பாகக் கைவந்தது. தங்களின் இருள் மயக்கச் சுருள் சிதைவுப் பாதைகளில் சதைத் திசுக்கள் பாகாய் உருகிவழியக் காணாமல் போனவர் பலர் என கலகலத்துத் தங்களுக்குள் கதை பேசினர். உலகின் நிர்மாணங்களை உருவாக்கியவர்களின் முகங்கள் அவர்களுக்கு இருந்தன. கட்டுரையில் தடுக்கி விழுந்தாயா என்று நகைத்தார்கள். மனித உயிரின் பெருக்கத்தை அறுதி செய்ய வந்த கடைசீக் கொழுந்தா நீ என்று பற்களை நறநறத்தார்கள். பாவாடையைத் தொடைகளுக்கு மேல் ஏற்றிவிட்டுக் கொண்டு ஓடிய கார்மெனிடம் உன் சமிக்ஞைகள் பத்திரமாய் இருப்பதாய் நீ சமாதானமாய் இருந்தாய். யாவரும் சமாதானமாயிருங்கள் என மெல்லிய குரலில் சொல்லிப் பார்த்தாய். கட்டுரையில் நீ சமாளித்து நின்ற வரி உன்னை இந்த மனநோய் மருத்துவமனையில் கண்டது.

இந்த மருத்துவமனையோ, மாற்றங்களற்ற தமிழ்ச் சமூகமோ, நண்பர்களற்ற கொடூரத் தனிமையோ, பாலுறவு மறுக்கப்பட்ட இறுக்க மான சூழ்நிலையோ உன்னைத் தற்கொலைக்கோ கொலைக்கோ தூண்டமுடியாது என்பதில் உறுதியானவனாய் இருந்தாய். உன் உடலின் தளர்ச்சியில் மேற்சொன்னவற்றின் சுவடுகள் பதியவிடாத அறமொழியைக் கண்டுபிடிப்பாய். அந்த அறியப்படாத மொழித் தளமல்லவா மைத்ரேயி? மொழியுடனும் மொழியற்றும் உள்ள புள்ளியிலிருந்து நீளும் தளத்தில் மொழி பற்றிய மொழி பற்றிய மொழி பற்றிய மொழி பற்றிய மொழி பற்றிய மொழி பற்றிய மொழியில் எழுதப்பட்ட காதல் யதார்த்தத்தின் சிடுக்குகளை உடைக்க எழும்பும் அழகின் உண்மை உயிரை எப்போதும் எப்படியும் காப்பாற்றும்.

கார்மெனைப் போல தூய்மையற்றவள் மைத்ரேயி என்றார்கள். கார்மெனைப் போல கற்பனையானவள் மைத்ரேயி என்றார்கள். கார்மெனைப் போல மைத்ரேயியையும் நீ கடைசியில் கொல்ல நேரிடும் என்றார்கள். மைத்ரேயி ஒரு அருவமே என்று சூளுரைத்தார்கள். அப்போது நீ மைத்ரேயியின் இதழ்களில் உன் நாவினால் துழாவி முத்தமிட்டாய். அவள் உன் நெற்றியில் விழுந்த சுருள் முடிகளை நுனிவிரல்களினால் நீக்கி டான் ஜுவான் டான் ஜுவான் என்று தாபத்துடன் முணுமுணுக்க உன் நகம் அவள் நாபியில் மெலிதாகக் கீறியதால் வெறிகொண்டு மேலெழும்பி ஆக்கிரமித்தாள். மொழி பற்றிய மொழி விளையாட்டாய் உன் கட்டுரை இருக்கவே அவர்கள் குழம்பிப்போனார்கள். குறைந்தபட்ச முயற்சியிலேயே பலரின் அஸ்திவாரங்கள் விழுந்துவிடுவதைக் கண்டு நீ நகைத்தாய். மண்ணில் தூறல்கள் விழ ஆரம்பித்தன. பூக்காத மரங்களெல்லாம் காலம் தப்பிப் பூத்தன. மழை மழை மழை என மனம் கெக்கலித்தது. கட்டுரையின் பாதியில், எல்லோரையும் கூட்டிக்கொண்டு வந்து மழை பெய்வதைக் காட்டினாய். கட்டுரை திசை திரும்பிவிட்டதாய் முணுமுணுத்தார்கள். கற்பனைக்கும் யதார்த்தத்திற்குமுள்ள வேறுபாட்டினை நீ மறந்து விட்டதாய் மனு எழுதி அரசாங்கத்திற்குப் போட்டார்கள். அரசாங்கம் தன் சீடர்களுக்கெல்லாம் தன் மொழியில் ஆணைகள் பிறப்பித்தது. சீடர்கள் அனைவரும் உனக்கு குடும்பக் கட்டுப்பாடு அறுவை சிகிச்சைக்கு ஏற்பாடு செய்ய வேண்டுமென்றும் இல்லையென்றால் உன்னைப்போன்ற மனம் பேதலித்த உயிர்களின் பெருக்கத்தை உறுதி செய்து விடுவாயென்றும் உயிர் பெருக்க இயலாத பிற இனத்தவர் களுக்கு அது பெரும் கேடென்றும் கோட்பாடுகள் இயற்றினர். மால்தூசிற்கு சிலைகள் வடிக்க அரசாங்கம் ஆணையிட்டது. அந்த அரசாங்கத்திற்கு வெளிநாடுகளின் பண உதவி ஏராளமாய்க் கிடைத்தது. சுவருக்குச் சுவர் ஆபாச முக்கோணங்கள் வரையப்பட்டன. ஏழைகள், குற்றவாளிகள், மனநோயாளிகள் ஆகியோர் இனப்பெருக்கத்திற்கு லாயக்கற்றவர்கள் என அரசாங்கம் அறிவித்தது. அந்நிய செலாவணி பெற வேறு வழியில்லை எனத் தொலைக்காட்சியில் வல்லுநர்கள் வாதிட்டனர். கருத்தடை சாதனங்கள் பற்றிய பாசுரங்கள் இயற்றப் பட்டன.

காமசூத்திரங்களுக்குப் புதிய விளக்கவுரைகள் எழுதப்பட்டு பத்திரிகை விளம்பரங்கள் வெளிவந்தன. அரசாங்கத்தோடு ஒத்துழைத்த புரட்சிகரக் குழுக்கள் பிம்பங்களை மணந்து சுய இன்பம் காண்பதே அதீத புரட்சி என்று எடுத்தியம்பின. வரலாற்றில் ஓரினப்புணர்ச்சியாளர் களும், பிரம்மச்சாரிகளும் மட்டுமே ஆட்சியாளர்களாயும் மதத் தலைவர்களாயும் இருந்து வந்திருக்கிறார்கள் என்ற உண்மையை மறைத்து அவர்கள் சமூகத்தின் விளிம்புகளிலுள்ளோர் எனப் பொய்

சொல்ல ஆரம்பித்தனர். இயற்கையை அழித்து மனிதன் பல்கிப் பெருகி வாழ்வதைவிட இனவிருத்தி செய்யாமல் மனித இனம் அழிந்து போவது மேல் என்றார்கள். இயற்கையோடும், மனிதன் மனிதனோடும் இணைந்து வாழ வேறு மாற்று வழியே இல்லையா என்று நீ கேட்ட போது வசவுச் சொற்கள் உன்னை நோக்கி வீசப்பட்டன. தூறல் தொடர்ந்து விழுந்துகொண்டிருந்தது. மைத்ரேயியிடம் சேகரமான உன் சமிக்ஞைகள் மகளாய்த் தோற்றம்கொள்ளும் என உறுதியாய் நீ நம்பியிருந்தாய். மகள்! என்ன அழகான வார்த்தை! மைத்ரேயியே குட்டிப் பெண்ணாய் வந்தது போல உன் மகள் தத்தி தத்தி உன்னிடம் ஓடி வருவதைப் போன்ற கனவுகள் உனக்கு ஏராளம். அக்குட்டிப் பெண்ணை அள்ளி எடுத்துத் தோளில் ஏற்றிக்கொண்டு பசுமையான வயல்வெளிகளூடே நடந்து செல்வது போல வந்த கனவை நீ பலமுறை காண விரும்பினாய். ஆனால் அது ஒரே ஒரு முறைதான் வந்தது. மகளே, மக்ளே, மக்களே என்று பல ஏற்ற இறக்கங்களுடன் சத்தமாகச் சொல்லிப் பார்த்தாய். அவளுக்கு எவ்வளவு சொல்லிக் கொடுக்க வேண்டியிருக்கும் என்று நினைத்து நீ மலைத்துப் போனாய். அவள் நிச்சயமாக பியானோ வாசிப்பாள். சின்னதாக கவுன் அணிந்துகொண்டு கட்டுக்கடங்காத தலைமுடி நெற்றியில் விழ விழ உன்னைப் பார்த்துக் குறும்புத்தனமான புன்னகையுடன் Chopinஐ வாசிக்க நீ சொக்கிப் போனாய். மோளே மோளே மகளே என்ற பின்னணி இசை மனத்தின் அடிநாதமாய் ஒலிக்க, வசவுகள் மறந்து இருந்தபோது உன் கட்டுரை வரிகள் இயல்பான லயத்துடன் ஓடின. விளையாடுவதிலும் ஆனந்த மிருக்கிறது என்று உனக்குள் சொல்லிக்கொண்டாய். கண்ணாடியில் தெரியும் பிம்பத்தைத் தந்திரமாக வெற்றிகொள்ளும் வித்தையை உன் மகளுக்கு கற்றுத் தருவதற்கான பாடத்திட்டமொன்றை நீ உருவாக்கினாய். பிம்பங்கள் அனைத்திலிருந்தும் அவளை விடுபட வைக்கப் போகும் அந்தப் பாடத்திட்டம் பல நூறு புத்தகங்களையும் இசைத் தட்டுகளையும் கொண்டதாக இருந்தது. 'புனித ஜெனெ'யை அதில் சேர்ப்பது குறித்து உன் மனம் ஒரு கணம் ஊசலாடியபோது உன் கட்டுரையில் நீ அடி வாங்கினாய். பலத்த அடி. உன் வார்த்தைகள் உதிர்ந்து விழ ஆரம்பித்தன. மழை வலுத்துப் பெய்தது அப்போதைய நிலையில் உனக்கு எரிச்சலூட்டக்கூடியதாய் இருந்தது. உன் மகளுக்குப் பாடம் சொல்லிக்கொடுக்க நீ யார் என்ற கேள்வியில் நீ உன்னை ஆசுவாசப்படுத்திக்கொண்டாய். சொற்களைப் பொறுக்கி எடுத்துக் கோர்த்தபோது அவளுக்கு வேண்டியதை அவள் தேர்ந்தெடுத்துக் கொள்வாள் என்று புரிந்தது.

உனக்கும் உன் மகளுக்கும் என்ன உறவு? உனக்கும் யாருக்கும்தான் என்ன உறவு? தளைகளற்ற உறவு என்ற பதச் சேர்க்கையை பரிசோதித்துப் பார்த்தாய். அப்பதச்சேர்க்கையின் உள் முரண் புரிந்த மறு கணமே நீ

பிரேதமில்லை என உணர்ந்துகொண்டாய். யாருமே பிரேதமில்லை என்பதும் தெரிய வந்தது. நீ ஒரு அநாதை. எல்லோருமே அநாதைகள். அ-நா-தை. இவ்வுலகம் அநாதைகளின் உலகம். அநாதைத்தன்மையை இயல்பானதாக ஏற்றுக்கொண்டு வாழக் கற்றுக்கொள்ள வேண்டும் நாம். அதுவே அறம் வீரம் ஆண்மை பெண்மை. ஹா ஹா முதலாளித்துவத்தின் அடிப்படையை சுலபத்தில் அடைந்துவிட்டாய் நீ. அநாதைத்தனம் உன் ரோமக் கால்களில் விஷ ஊசிகளாய்த் துளைத்து வெளியே வர என் மகள் எனக்கு வேண்டும் என்று விடாமல் கதறினாய். மைத்ரேயி 'பிறக்காத குழந்தைக்கு ஒரு கடிதம்' நாவலை வாசித்துக் கொண்டி ருந்தது உனக்குத் தெரியாது ஏனெனில் மைத்ரேயியை நீ சந்தித்து இருநூற்றி பன்னிரெண்டு நாட்கள் ஆறு மணிகள் பதினேழு நிமிடங்கள் இருபத்தியிரண்டு விநாடிகள் ஆகின்றன. இந்த நாட்களில் எண்பத் தெட்டாயிரம் கோடி வார்த்தைகள் ஜீவ மூச்சாய் உன்னிடமிருந்து வெளிப்பட்டன. தனியாய்ச் சாப்பிட்டுத் தனியாய்த் தூங்கி, தனியே நடந்துபோய்த் தனியாய்க் குடித்து தனியாய்க் கனவு கண்டு தனியாய் அழுதுத் தனியாய்ப் படித்துத் தனியாய் எழுதித் தனியாய்ச் சிரித்து தனியாகத் தன்னை வெறுத்து தனியாய்த் தனியாய் இருந்து தனியாய் சிந்தித்து தனியாய்ப் புத்தி பேதலித்து இருந்த உனக்கு மைத்ரேயிக்கான அவ்வார்த்தை ஜீவ மூச்சன்றி வேறு என்ன? உன் மகள் தமிழிலேயே சிந்தித்துத் தமிழிலேயே இலக்கியம் படைப்பாள் என்று கனவு வந்தது அந்த வார்த்தைக் கூட்டத்தின் லயம் உனக்கு பிடிபட்ட போதுதானே? மைத்ரேயி எங்கே போனாய் நீ? உன் கட்டுரையில் மஞ்சள் மலர்கள் பெரிது பெரிதாய்ப் பூத்த அக்காலத்தில் எங்கே போனாள் மைத்ரேயி? விடாமல் பெய்யும் இந்த மழை நல்லதுக்குப் பெய்கிறதா என்ன? மைத்ரேயி எங்கே போனாய் நீ? என்ன செய்கிறாய்? புத்தி பேதலித்த உன்னை நினைவில் வைத்துக் கொண்டிருக்கிறாளோ என்னவோ? உன் குழந்தையை அவள் சுமப்பாளா என்ன? கருவிலேயே கொன்று விட்டாளென்றால்? எங்கோ ஒரு வயலினின் தந்தி ஒன்று நாரசமாய் அறுந்துபோகக் குழந்தைப் பருவ நினைவு ஒன்று உன்னைத் தொற்றியது. வெயில் கொடூரமாகத் தாக்கிய மதியப் பொழுதொன்றில் அந்த மருத்துவச்சியின் கொல்லை பிண்டங்களால் நாறியபோது அவள் பகவத் கீதை வாசித்திருக்கக் கண்டாய். காலம் காலமாய் கொலை பாதகத்தைத் தூண்டும் போதனை. உயிரழிக்க, உயிரை நசிவுக்குள்ளாக்க, உயிரை அவலத்திற்குள்ளாக்க மதத்தைத் தவிர வேறெதற்கு சக்தி இருக்கிறது? மதத்தை எதிர்த்த உன் நண்பர்களெல்லாம் மதவாதிகளாய் மாறிப்போன அங்கதத்தை என்னவென்று சொல்ல? அப்படி மாறிப் போனபோதுதான் அவர்கள் உன்னைக் காட்டிக்கொடுத்தார்கள். நீ ஒழிக்கப்பட வேண்டியவன் என்றார்கள். எல்லாம் இழந்த நிலையில் நீ உடைந்து போனபோது மைத்ரேயி வரவில்லை. சரண் புகுந்தேன்

காப்பது உன் தர்மம் என்றாய். மைத்ரேயி வரவில்லை. முன்பு வந்தாளே! எங்கே போனாள் அவள்? சிநேகிதி, குட்டிப்பெண்ணே, எங்கே போனாய் நீ? தொடர்ந்து பெய்யும் மழை எதை உணர்த்து கிறது என்று அறியாமல் போயிற்று. உன் கட்டுரையில் வார்த்தைகள் வெறும் ஓசைகளாக நீ வெறுமையானாய். எதைப் பிடித்துக்கொண்டு தொங்குவாய் இப்போது? அறிகுறிகள் காணும் சக்தியும் உன்னிட மிருந்து இல்லாமல் போயிற்று. மழைக்காலத்தில் பூத்த மாமரம், குலை தள்ள மறுத்த வாழை, இலைகள் உதிர்த்து நின்ற மருதாணி, விரியும் போது இடியோசை எழுப்பிய மல்லிகை, விழுவதற்கு யத்தனித்து அந்தரத்தில் நின்ற பன்னீர்ப்பூக்கள், பிஞ்சிலேயே முற்றிவிட்ட முருங்கை, பூக்காமலேயே காய்த்த கொய்யா என அறிகுறிகள் லயமற்றுக் குதிக்க, அவை வேறெதையும் உணர்த்த மறுத்து அவை யாகவே இருக்க உன் சித்தம் முழுமையாகக் கலங்கியது. சொன்னார் களே ஐயா சொன்னார்களே மனித வேட்கைக்கு ஏற்ப இயற்கை தோற்றம் தருமெனச் சொன்னார்களே ஐயா சொன்னார்களே. நம்பிக்கை வைப்பதற்கான ஒரே ஒரு அறிகுறி தா மைத்ரேயி ஒன்றே ஒன்று கண்ணே கண்ணு மண்ணே மண்ணு. போடாப் போடா பொக்கே எள்ளுக் காட்டுக்குத் தெக்கே, சிறுமை கண்டு அயராது இரு மனமே அயராதிரு. மோகத்தைக் கொன்று விடு. ஆசையைக் கொன்று விடு. மைத்ரேயியைக் கொன்றுவிடு. எளியவாம் எல்லோருக்கும் கொல்லுதல் அரியவாம் கொல்லாதிருத்தல். கொன்றுவிடு கொலையே முழுமையான ஆக்ரமிப்பு. கொன்றுவிடு. ஒரு கன்னத்தில் அறைந்தால் மறு கன்னத்தைக் காட்டு. மழை புயலுடன் கலந்த மழையாயிற்று. உன் கட்டுரையில் புதைகுழிகள் தென்படலாயின. கண்கள் வெடித்துச் சிதறிய கதக்களிக் கலைஞனைத் தெரியுமா உனக்கு?

உணர்ச்சியின் உண்மையில் நம்பிக்கை வைத்தோரே கேளுங்கள்: கொலை மறுத்த உணர்ச்சியின் உண்மை தற்கொலை மட்டுமே. அன்பு, தியாகம் என்ற வார்த்தைகளை எழுத்துக்கூட்டி உச்சரித்துப் பார்த்தாய். கொன்றுவிடு மைத்ரேயியைக் கொன்றுவிடு. எங்கிருந்து கேட்கிறது இந்த அபத்தக் குரல்? உன் புருவங்களுனூடே கொடூரமான வலி ஒன்று ஓட உன் கண்களின் வெள்ளைப்படலத்தில் செந்நிற நரம்புகள் முடிச்சிட்டுக்கொண்டன. உன் விளையாட்டு பற்றிய கட்டுரையில் விளையாட்டுக்குத் தேவையான அக ஒழுக்கத்தைப் பற்றிச் சிந்திப்பதன் மூலம் உன்னை மீட்டெடுக்க முயற்சி செய்தாய். அப்போது மழை உள்ளே பெய்ததா வெளியே பெய்ததா என்று உனக்கு நினைவில்லை. இறையனார் அகப்பொருளுரை களவு கற்பு எண்ணிம் கைகோள் இரண்டனுள் களவு சிறப்புடைத்து. பூப்பின் புறப்பாடு ஈராறு நாளும் நீத்த கன்று உறைதல் அறத்தாறு அன்றே. பூப்பு புறப்பட்ட முந்நாளும் உள்ளிட்ட பன்னிரு நாளும் கூடி உறைய, படுங்குற்றம் என்னோ

எனின், பூப்பு புறப்பட்ட ஞான்று நின்ற கரு வயிற்றிலே அழியும்; இரண்டாம் நாளின் நின்ற கரு வயிற்றிலே சாம்; மூன்றாம் நாள் நிற்கும் கருவுக்கு குறு வாழ்க்கைதாம்; வாழினும் திரு நின்றாம்; அதனால் கூடக்கூடாது என்ப. தமிழ் என்பதற்கே அகப்பொருள் என்றுதான் பொருள். இந்நூல் என் நுதலிற்றோ எனின் தமிழ் நுதலிற்று. விளையாட்டின் வகைகள்: விற்பூட்டு, விதலையாப்பு, வாசிநீக்கு, கொண்டு கூட்டு, ஒரு சிறை நிலை, ஆற்றொழுக்கு முதலிய ஐந்து வகையான சூத்திரக்கிடங்கை விளக்க வேண்டுமா என்ன? இவற்றை யெல்லாம் எப்படி இழந்தோம்? எப்படி திரும்பப் பெறப்போகிறாய் நீ? இயற்கையே ஒத்துழைப்பு தா. தயவு செய்து பேசு. விடாமல் பெய்யும் இம்மழை எதற்காகப் பெய்கிறது மைத்ரேயி? கருணையுடன் நடந்துகொள். வாழ்தலை மரணத்திலிருந்து தப்புதல் என்றிருக்கும் எங்களுக்கு எங்கள் சந்ததிகளே எதிர்காலம். மரபுக் கடத்தியின் துணுக்கு சமிக்ஞைகளுக்குள் ஒட்டிச் செல்லும் நீ பலகோடி சந்ததிகளுக்கு அப்பால் உயிர்ப்படையலாம். யாரே அறிவர் உன் உயிரின் உணர்ச்சியை? யாரே அறிவர் உன் உணர்ச்சியின் உயிரை? மைத்ரேயி தயவு செய்து உன் கர்ப்பத்தைக் காப்பாற்று. மகளே மகளே மகளே என்று மீண்டும் மீண்டும் அரற்றினாய். மெய் வரு போகம் ஒக்க உடன் உண்ட அரவு பை அல்குலாரே தயவு செய்து கர்ப்பம் தாங்குங்கள். மைத்ரேயி உன் மேனி வெப்பத்தால் படுக்கை தீய்ந்து போன அந்த இரவினை நினைத்துப் பார். காம வேதனை ஆற்றமாட்டாது கண்களிலிருந்து நீர் பெருகி வழிய, வழிந்த கண்ணீர் கொங்கையின் நுனியிடத்திலே சிந்த, உலைக்களத்திலே எழுகிற புகைபோல பெருமூச்சு வீசியதால் வறண்டு போன மிதிலைக் காட்சிப் படல சீதையைப் போல விளங்கினாயே அதே இரவுதான். அந்த இரவின் பதிவு உயிர் தரிக்கின்ற உடலாய் வெளிவருவதிலுள்ள இன்பத்தை நினைத்துப் பார். அடி மைத்ரேயி எங்கே போனாயடி நீ? விழி தீ சிந்த நின்றாய் நீ. உன்னோடு ரமிக்கையில் புது மணமதுவின் தேறலை ரசித்தவள் இப்போது எங்கே போனாள்? தண்டுதலின்றி ஒன்றித் தலைத் தலைச் சிறந்த காதல் உண்டபின் மெலிந்து துயின்ற மைத்ரேயி எங்கே? மழை பிரளய வெள்ளமாய் உருமாறியது. உன் கட்டுரையில் நீ பாடை கட்ட ஆரம்பித்தாய். வேறு வழியில்லை. சாகவும் இயலாமல் வாழவும் இயலாமல் உழல்கின்ற வேதனையில் தொடர்ந்து அவலத்துடன் இருப்பதை விட அவளைக் கொன்று விட்டுக் குற்ற உணர்வில் சாவது மேல். உன் உடலெங்கும் விஷ நகங்கள் முளைக்க ஆரம்பித்தன. அந்த நகங்களைக் கூர்மைப் படுத்த அரசியலைக் கையாண்டாய்.

முகமற்ற நிழலுருவங்கள் அர்த்தம் பெற, உடல் பெற, வேறு வழியின்றி உன்னோடு சேர்ந்து கெக்கலித்தன. மாயைகளை உருவாக்கி அந்தக் கேவல நிழல்களின் இருப்பை நியாயப்படுத்தினாய். மைத்ரேயியின்/

மரணத்திற்கு/கொலைக்கான முஸ்தீபுகளை நிழல்களின் மூளை வழி விளையாட்டு வினாக்களாய் ஓட விட்டாய். உன் கட்டுரையில் இது நாள் வரை மறைத்து வைத்திருந்த உன் கோரைப் பற்கள் மெதுவாக வெளித் தெரியலாயின. சிதையின் வெளிச்சம் மட்டுமே வெளிச்சமாய் இருக்க முடியும் என்று போதனைகள் செய்தாய். இனி திரும்பவும் பழைய இடத்திற்குப் போக இயலாது என்ற நிலைமையை உனது போதனையின் பதிவுகள் ஏற்படுத்தின. உன் நிழல்கள் உன்னை வென்றனவா நீ அவற்றை வென்றாயா என்பதை எதிர்காலம் அல்லவா சொல்லும்? உன் எதிர்காலம் உன் மகள் மட்டுமே என்று உணர்ந் திருந்தாலும் அந்த உணர்வின் தாக்கத்தைத் தொடர்ந்து தள்ளிப் போட்டுக்கொண்டே இருந்தாய். மைத்ரேயி மைத்ரேயி மைத்ரேயி எங்கே போனாய் நீ? உன் உயிரின் கடிகாரம் மைத்ரேயியின் விநாடி களோடு தேங்கிப் போனது போல இருப்பது மாயை மட்டுமே என்றாள் உன் அம்மா. உன் அம்மா! அவள் மட்டும் உனக்குத் தாயன்பு என்றால் என்ன என்பதைச் சிறிது காட்டியிருந்தாளேயென்றால் நீ இப்படி ஆகியிருக்க மாட்டாயோ என்னவோ. வேறு யாரைக் குற்றம் சொல்லி என்ன பயன்? உன்னை நீயே குற்றம் சுமத்தி சுய பச்சாதாபத்தில் ஆழ்வதாலும் என்ன பயன்? வருத்தத்துடன் சிதை வெளிச்சத்தைத் தூண்டிவிட்டு, மனக்கருத்தாக இருந்த மைத்ரேயியை வசியம் செய்து உருவமாய் வெளிக்கொணர்ந்தாய்.

சாவுப்படுக்கை தயாராகிவிட்டது என்று அவளிடம் உணர்ச்சியற்ற குரலில் அறிவித்தாய். அவளும் வசியத்திற்கு ஆட்பட்டவளாய்த் தானே சென்று அதில் படுத்துக்கொண்டாள். ஒரே ஒரு முத்தம் தருவாயா என்று ஆதங்கத்துடன் கேட்டாள். இத்தனை நாட்கள் காணாமல் போனபோது நீ இதே போல எத்தனை தடவை கதறியிருப்பாய் என்ற நினைவில் பதிலளிக்க மறுத்தவனாய் திரும்பி நின்று கொண்டாய். ஒரே ஒரு முத்தம் என்றாள் மைத்ரேயி மீண்டும். அதன் பின் கொன்று விடு என்று முணுமுணுத்தாள். மழை யாருக்கும் பயனற்று தொடர்ந்து பெய்தது. உன் கட்டுரைகள் அரசாங்கத்திற்கு ஆதரவானவை என்ற அறிவிப்பு வெளியாகியது. உந்தன் சாவினைப் பற்றி மைத்ரேயி அக்கறை கொள்ளாது காணாமல் போனபோது நீ மட்டும் அவளின் சாவைப் பற்றிக் கவலைப்படுவதேன்? என்ன ஆயிற்று உன் அக ஒழுக்கம்? எல்லோராலும் கைவிடப்பட்ட நிலையிலும், எல்லாவற்றையும் இழந்த நிலையிலும், தாங்க முடியாத அவதிக்குள்ளான போதிலும், நீ கொல்ல மறுத்தாய். மைத்ரேயி என்று கதறி மைத்ரேயியை சிதையிலிருந்து தூக்கி ஆரத் தழுவி முத்தமிட்டாய். உன் முதுகுத் தண்டில் அவளின் தாப நகங்கள் கீறின. புத்தனே, புத்தனே என்று அரற்றினாள். உண்மை எது பொய் எது என்று அறியா நிலையில் பைத்திய ரேகை முகத்திலோட நகைத்தாய். புதிர்களோடும், அவலங்களோடும், சந்தேகங்களோடும்,

நம்பிக்கையற்ற தன்மைகளோடும் கொல்ல மறுத்து உயிர்போற்றிய உன் நகைப்பொலி கேட்டு மழை சடாரென்று வெறித்தது. உன் நகைப் பொலியைக் கட்டுரையில் பிரதி செய்த தொந்தி பெருத்த சிரிக்கும் மைத்ரேய புத்தர்கள் உருவானார்கள். சிரிக்கும் புத்தர்களின் உருவங் களைக் கண்டு குழந்தைகள் சிரித்தன. உயிரின் நீட்சி சிரித்தது. சிரிக்கும் புத்தர்கள் எல்லா இடங்களிலும் தோற்றம் பெற ஆரம்பித்தனர். மைத்ரேய புத்தா மைத்ரேய புத்தா என்ற குரல்களின் எழுச்சி யில் உடல்கள் ஜீவத் துடிப்பின் சௌந்தரியத்தைப் பெற்றன. அந்த சௌந்தரியத்தின் ஒளி வழங்கிய மகிழ்ச்சியில் உன் விளையாட்டு பற்றிய கட்டுரையை இவ்வாறாக முடித்தாய்.

குறிப்பு

பத்தி பிரிக்காமல் பிரசுரிக்க வேண்டிய, வாசிக்க வேண்டிய கதை. வசதிக்காகப் பத்தி பிரித்துள்ளேன். 1989 ஆம் ஆண்டு எழுத்தாளர் கோணங்கியை ஆசிரியராகக் கொண்டு வெளிவந்த 'கல்குதிரையில்' இந்தக் கதை வெளிவந்தது. 'ஸில்வியா' என்ற புனைபெயரில் நான் எழுதிய இந்தக் கதை வெளிவந்த காலத்தில் இன அழிப்புக்கு எதிரான கதையாக வாசிக்கப்பட்டது. என்னிடம் ஸில்வியா கதைப் பிரதிகள் இல்லை. இந்தக் கதையினை வீ.அரசு தொகுத்து, அடையாளம் பதிப்பகம் வெளியிட இருக்கும் நூறு கதைகள் தொகுப்பில் சேர்ப்பதற்காக கோணங்கி இந்தக் கதையை அனுப்பி உதவினார். நண்பர் கோணங்கிக்கும் அவரிடம் நான் இந்தக் கதையைத் தேடிக்கொண்டிருப்பதாகத் தொடர்பு கொண்டு சொல்லிய நண்பர் எஸ். சண்முகத்திற்கும் நெஞ்சார்ந்த நன்றிகள். அச்சுப் பிழைகள் களைந்து இக்கதையை இந்தத் தளத்தில் வெளியிடுவதாக நான் முன்பு அறிவித்திருந்தேன். பழைய பிழைகள் களைந்த நான் தட்டச்சும்போது புதிய பிழைகள் சேர்த்தேனா என்று இனிமேல்தான் மெய்ப்பு பார்க்க வேண்டும். மைத்ரேயீ!

2

தமிழ் மறமகளிர்க்கு அசரீரீ சொன்ன புராணக்கதை

ஓ முனிபுங்கவர்களே! எனக்கு ராஜ்யமும் தனதான்யம் முதலிய செல்வங்களும் பரிகரிதேர் முதலிய நால்வகைச் சேனைகளுமுள்ளன. நல்ல சுந்தரிகளான மனைவியரோ நூறு பேருள்ளார். எனக்கு மூன்று லோகத்திலும் பகைவருள்ளாரென்பதே கிடையாது. உலகினரேயின்றி அரசரெல்லோரும் என்னுடைய ஆணையைக் கடவாதவர். மந்திரி களோ எனக்குக் கவசமாயுள்ளவர்; சந்தானமொன்றுதானில்லாதவனா யிருக்கிறேன். இஃதொன்றில்லாமையினாலேயே துக்கமென்பதை அறியாத நான் அதை நன்றாயறியலானேன். மறுமைக்கும் வேண்டிய கதியைக் கருதாவதாயின் அந்த துக்கமும் நானடைய வேண்டியதில்லை. அத்துக்கமும் உங்களையொத்த பெரியோர்கள் மகப்பேறற்றவனுக்கு மறுமை கதி கிடையாதென்றதனால் வந்ததேயாகும். ஆகவே நீங்கள் வேத சாஸ்திரங்களின் இன்மையறிந்தவர்களாயும் தவசிரேஷ்டர் களாயும் காணப்படுகின்றபடியால் அத்துன்பமகலுமாறு யான் சந்தான முடையவனாக நீவிர் ஓர் யாகத்தைச் செய்வீர்களென்று பிரார்த்திக் கின்றேன். ஓ மஹரிஷிகாள்! என்னிடத்தில் உங்களுக்கு கருணை யிருக்கும் பட்சத்தில் எனது வேண்டுகோளின்படி யாகத்தைச் செய்ய முயலுவீர்கள் என்றான். அவ்வரசனுடைய இரக்க மொழிகளைக் கேட்ட மஹரிஷிகள் கருணாசாலிகளாயும் சந்துஷ்டர்களாயும் இந்திராதி தேவர்களுக்குப் பிரீதியான யாகத்தைச் செய்யத் தொடங்கி கும்ப ஸ்தாபனஞ் செய்து வேத மந்திரங்களால் நாடோறும் மந்திரித்து வந்தனர். ஒரு நாள் அரசன் மிகத் தாகமுள்ளவனாய் நீர் எங்கும் காணப்பெறாமல் ராத்திரியில் யாகசாலைக்குச் சென்று அங்கு அந்தணர்களெல்லாம் உறங்குவதைக் கண்டு தாகவிடாயினால் ஒன்றும் யோசிக்காதவனாய்க் கும்பத்திலுள்ள தீர்த்தத்தைக் குடித்து விட்டான். பின்னரந்தணர் பூஜிப்பதற்குக் கலசத்தைப் பார்க்க, அதில் தீர்த்தமில்லாமை கண்டு மிகவும் பயமடைந்தவர்களாய் எழுந்திருந்து, அரசனைப் பார்த்து

இத்தீர்த்தத்தை யார் குடித்தது என்று கேட்க, அரசனும் பயந்து நடந்த செய்தி சொல்ல, அந்தணர்கள் தெய்வச் செயலை நாடி தெய்வ பலமென்று நிச்சயித்துக் கொண்டு யாகத்தை முடித்துவிட்டுத் தங்கள் தங்கள் ஆச்சிரமம் போய்ச் சேர்ந்தனர். பின்னர் அரசனுக்கு நாளுக்கு நாள் கருவினால் வயிறு பெருத்து வலது பக்கங் கிழிபட புத்திரன் வெளிவந்தனன். அங்ஙனம் அரசன் வயிறு கிழிபட்டானாயினும் தேவர்களுடைய கிருபையினால் மரணமடையாமல் பிழைத்திருந்தனன். அப்போது மந்திரிகள் யாரிடத்தில் இக்குழந்தை முலைப்பாலுண்ணு மென்று விசாரப்படும்பொழுது, இந்திரன் இவன் என்னையூட்டு கின்றவன் என்னும் பொருள்பட மாந்தாதா என்று சொல்லிக்கொண்டே அச்சிசுவின் விரலை வாயில் வைத்து சுவைக்கக் கொடுத்தான்.

இதுவுமது

'தாய், சகோதரி, மல்லிகைப் பூ, வெள்ளிக்கிழமை, பூஜை, புனஸ்காரம், சடங்குகள், குமுதம், தொலைக்காட்சி, அடுப்படி, உணர்ச்சி வேகம், கற்பு, வம்பு, பொறுமை வேறு சில இத்தியாதிகள் கொண்ட நும்காலத்து தமிழ் மறப்பெண் கலவை வெறுப்பூட்டுவதாக இருக்கிறது' என்றான் மாந்தாதா

'பெண்ணின் வயிற்றில் உதித்திருந்தால்தானே' என அசரீரீ வக்கணை கொழித்தது.

வேறு

தம்பி வீரா! மரப்பாச்சிப் போர் வீரா! என்ன செய்ய? என்ன செய்ய என்ன செய்ய என்ன செய்ய என்ன செய்ய என்ன செய்ய என்ன செய்ய என்ன செய்ய என்ன செய்ய என்ன செய்ய அதுவுமிது இதுவுமது என்ன செய்ய என்ன செய்ய என்ன செய்ய என்ன செய்ய எதுவுமது அதுவுமிது இதுவுமது இதுவுமெது என்ன செய்ய என்ன செய்ய என்ன செய்ய வாழ்வு மிக நீளமாயிருக்கிறது என்ன செய்ய என்ன செய்ய என்ன செய்ய என்ன செய்ய தம்பி வீரா மரப்பாச்சி போர் வீரா என்ன செய்ய என்ன செய்ய என்ன செய்ய என்ன செய்ய என்ன செய்ய என்ன செய்ய என்ன செய்ய என்னதான் செய்ய?

குளகம்

' அவ்வளவுதானா கதை?'

'சிறுகதைதானே... அவ்வளவுதான்'

'வேண்டுமென்றே கதை சொல்ல மறுக்கிறாய்'

'உண்மைதான் அப்பனே. கதை சொல்வதிலிருந்து விடுதலை வேண்டும் எனக்கு. ஆனால் அது அவ்வளவு எளிதாகக் கிடைத்துவிடாது போலிருக்கிறது. எதை எதையெல்லாமோ சொன்னாலும் கதையாகி விடுகிறது'

'அப்புறம் எதற்காக எழுதுகிறாய்?'

'காகிதத்தின் மேல் வார்த்தைகளைக் கோர்த்தல் என்ற பௌதிகச் செயல் அவசியமற்றதுதான். ஆனால் எழுத்தின் வெளிப்பாடுகளைத் தவிர்க்க முடியாது. ஏனெனில் எழுத்தே மனிதன் அல்லது இன்னும் தெளிவாகச் சொல்ல வேண்டுமானால் எழுதும் ஜீவியே மனிதன்'

'சரி இந்தக் குறிப்பிட்ட செயலின் நோக்கமென்ன?'

'ஒரு புதுப் பொருளை/ ஜடத்தை உருவாக்குதல்'

'என்ன'

'ஆமாம். சக்தியை ஜடமாக்குவதே சிருஷ்டி. ஜடத்தை சக்தியாக் கினால் பேரழிவு, ஊழிக்கூத்து. ஹிரோஷிமா. ஊர்த்தவ நடனம். அழிவின் இயக்கம் அனைவருக்கும் புலப்படும். சிருஷ்டியின் இயக்கம் தேடுபவனுக்கே புலப்படும். நான் படைக்கும் சொற்கூட்ட ஜடத்தின் இயக்கத்தை வாசகனேதான் கண்டுபிடிக்கவேண்டும். அவ்வாறு கண்டு பிடிக்கும் வாசகனே வாழ்வியக்கத்தை முழுவதும் புரிந்துகொண்டு ஆழமாக வாழ்பவன். நுட்பமான தமிழ் மொழி இதனாலேயே அர்த்தம், செல்வம், ஜடம் ஆகிய மூன்றையுமே 'பொருள்' என்ற சொல்லால் குறிக்கிறது'

'சக்தியை ஜடமாக்கும் வித்தையின் சூத்திரமென்ன?'

'அது பிரம்மரகஸ்யம். கால வெளி முரண்பாட்டுச் சூழலைப் பொறுத்தது அது'

'சரி போகட்டும். பொருளின் இயக்கத்தை எப்படி அறிந்துகொள்வது?'

'அதற்கு ஒருவன் பொருளின் வடிவத்தை அறிந்துகொள்ளவேண்டும். வடிவத்தை உள்ளலகுகளின் உறவு எனலாம். உதாரணமாக தோசையை எடுத்துக்கொள். தோசையின் வடிவம் என்பது என்ன வெனில் அரிசி, உளுந்து, உப்பு, அரிசி உளுந்து ஊறும் நேரம், அரைபடும் நேரம், தண்ணீரின் அளவு, தோசைக்கல்லில் மாவு வேகும் நேரம் இவை அனைத்திற்கும் ஏற்படும் உறவு. தோசையை ருசிப்பவன் இவ்வுறவையே ரசிக்கிறான். இதுபோலவே இலக்கியப் பொருளின் உள்ளலகுகளின் உறவைப் புரிந்துகொண்டால் இயக்கத்தை அறியலாம்.'

'கதை சொல்வதை விட்டுவிட்டு சமையல் குறிப்பு எழுதுகிறான் அற்பப் பதர்'

'தப்பிக்க நினைக்காதே மகனே எந்த அபத்தமாயினும் அதில் உனக்கும் சம்பந்தமிருக்கிறது'

'இவ்வபத்த தமிழ் வாழ்க்கையில் என்ன செய்ய உத்தேசம்?'

'அர்த்தமுள்ளதைச் செய்ய உத்தேசம்'

'எது அர்த்தமுள்ள செயல்?'

'வர்ணாசிரம தர்மத்திற்கேற்ப கொலை செய்வது'

'அடப்பாவி'

‘ஆம் நானொரு கொலை செய்யப்போகிறேன்’

இதுவுமது

தலைவனைக் கண்ட தலைவி ஒருத்தி தனது வேட்கையை அவன் முன்னே சொல்லி இரந்து அவன் பிரிந்த காலத்து ஆற்றியிருந்து அவன் வருதலை எதிர்பார்த்திருப்பாள். அவனது வரவை எதிர்நோக்கிப் பார்க்கும் நிமித்தங்கள் வேறுபடுவதையறிந்து வாரானென்று என்ணி வருந்துவாள். பின்பு அவனைக் காண வேண்டுமென்னும் ஆசை யினால் தனது வீட்டை விட்டுச் செல்வாள். அவன்பால் இல்லவை கூறி நகைத்து ஊடிப் பிறகு வருந்துவாள். மாலைக்காலத்தில் இரங்குவாள். தலைவனோடு புனல் விளையாடும் பரத்தையை ஏசுவாள். தலைவன் பரத்தையை நீங்கித் தன் பால் வந்த காலத்தில் அவனுடைய கோலத்தைக் கண்டு சினங்கொள்வாள். அவனோடு அளவளாவி மகிழ்வாள். அவனை மாலையினாற் கட்டிக் கொணர்ந்து தன் வீட்டில் புகுவாள். தலைவனோடு அளவளாவுங் காலத்திற் குழைவாள். ஊடலினால் நெகிழ்ந்து மிக்க துன்பத்தோடு தங்கி இருக்கும்போது அவனுடைய வார்த்தைகளைக் கேட்டு மகிழ்ந்து அவன் தன் அடியிலே பணிந்த காலத்தில் மனமிரங்குவாள். இரவில் தன் பாயலினின்றும் நீங்கி அவன் உறங்கும் இடத்திற்குச் செல்வாள். தலைவன் இரவில் வேறொரு மகளை எண்ணித் தனை நீங்கும் காலத்தில் அதனைக் கண்டுகொண்டு ‘செல்வாயாக’ என விடுப்பாள்.

இதுவுமது

இந்தியா சுதந்திரம் பெற்றபின் ஐம்பதுகளில் தமிழகத்தில் ஓரளவு தொழில் வளர்ச்சி ஏற்பட்டதென்றே சொல்லவேண்டும். ஆனால் இக்காலத்தில் நடுத்தர வர்க்கத்தினரின் எண்ணிக்கை மிக அதிகமான அளவில் வளர்ந்தது. அரிசி, நவதான்யங்களில் முதன்மை பெற்றதாக மாறி தமிழக மக்கள் பெரும்பான்மையோரின் முக்கிய உணவு தான்யமாக மாறியது. இருபதுகளிலும் முப்பதுகளிலும் பலகாரமாகவும், வசதி படைத்தோரின் உணவாகவும் மட்டுமே கருதப்பட்ட இட்லி, தோசை ஆகியவை தமிழகத்தின் முக்கிய உணவுவகைகளாயின. கம்பு, சோளம், கேழ்வரகு போன்ற புரதச் சத்து மிகுந்த தான்ய வகைகள் வழக்கொழிந்து போயின. அதிலும் சோளத்திற்கு ஏற்பட்ட அதோகதியை என்னென்பது! உணவுத் தொழிற்சாலைகளுக்குள் அனுப்பப்பட்ட மக்காச்சோளம் கார்ன்ஃப்ளாக்ஸ் என்ற பெயரில் டப்பாக்களுக்குள் அடைக்கப்பட்டு வெளிவந்தது. இப்போது இது மேட்டுக்குடியினரின் உணவு. கம்மர் கட்டையும் தேங்காய் மிட்டாயையும் போல வறுத்த சோளக்கதிர் பள்ளிக்கூட வாசல்களிலும் சாலைகளிலும் கொறிக்கும் தின்பண்டமாக விற்கப்பட்டது. பற்பசை விளம்பரங்களில் பல்லின் உறுதியை வறுத்த சோளக்கதிரைக் கடித்துத் துண்டாக்குவதன் மூலம் நிருபித்தனர். அறுபதுகளின் பிற்பகுதியில் தமிழகத்தில் பத்தினிப்

பயிர்கள் கூடப் பொய்த்துவிட்டன. அப்போதிருந்த தமிழக அரசாங்கம் விளைந்த அரிசியைக் கேரளாவுக்குக் கள்ளத்தனமாக விற்றுவிட்ட தாலும் பர்மாவிலிருந்தும் தாய்லாந்திலிருந்தும் அரிசியைக் கொண்டு வர மத்திய அரசாங்கம் ஒத்துழைக்க மறுத்துவிட்டதாலும் வேறு வழியின்றி, மைதா மாவையும், கோதுமை மாவையும் அதிக அளவில் விநியோகித்தது. இவ்வாறாகவே 'பரோட்டா', 'பரோட்டா' என்று அழைக்கப்படும் விசித்திர வடக்கத்திய மைதாவஸ்து தமிழரின் உணவுப் பொருளாகியது. ஊருக்கு ஊர், வீதிக்கு வீதி, தேசிய நெடுஞ்சாலைக்கு தேசிய நெடுஞ்சாலை என முளைத்த என்னற்ற டீக்கடைகளில் பரோட்டா செய்யப்படுவதைக் காண்பது கண்கொள்ளாக் காட்சி. கறுகறுவென்று கட்டு மஸ்தான உடம்புடனும் புஜ பலத்துடனும் விளங்கும் ஒரு தமிழரே பரோட்டா செய்யத் தகுதியானவர். அவர் மைதாமாவுடன் தண்ணீரும் எண்ணெயும் கலந்து இரண்டு கால்பந்துகள் இணைந்திருக்கும் அளவில் உருண்டையாக உருட்டி டமீர் டமீரென கல்லில் அடித்து மாவைப் பக்குவப்படுத்துவார். பின் அதை சிறுசிறு உருண்டைகளாக உருட்டி, ஒவ்வொரு உருண்டையாகக் கையிலெடுத்து அதை மென்மையாக வசியப்படுத்தி லாவகமாக காற்றில் வீச, மந்திரத்தால் கட்டுண்டது போல துணியென விரியும் மாவு. இவ்வாறாக அது காஷ்மீரப் பட்டின் மெல்லிசான தன்மையை அடைந்தவுடன் அதை லேசாக மடித்து வட்டமாகச் சுற்றி வைப்பார். இவ்வளவு நுணுக்க மான செயற்பாடுகளுக்கு பரோட்டா சிருஷ்டியில் உட்பட்டாலும் அதை உண்பதற்கு அசுர பலம் வேண்டும். பரிசாரகரே பெரும்பாலும் பரிமாறும்போது பரோட்டாவைப் பிய்த்துப் போட்டு பேருதவி செய்வார். சேவலின்றி முட்டையிடும் வொயிட் லெக்கான் என்ற அதிசயப் பறவையின் முட்டைகளாலான முட்டைக்கறி பரோட்டவிற்கு சரியான இணை. பசித்த வயிற்றில் கல்லென நிறையும் பரோட்டாவைச் சாப்பிட்டு சாப்பிட்டுப் பழகிப்போன தமிழர்களுக்கு ஐயகோ வீட்டில் இப்பலகாரத்தை ருசிக்கும் வாய்ப்பு லபிக்கவேயில்லை. ஏனெனில் புஜகீர்த்தியற்ற தமிழ் மறமகளிரால் இவ்வடக்கத்திய உணவுப் பண்டத்தைச் செய்ய முயற்சித்தபோதெல்லாம் ஏமாற்றமும் தோல்வி யுமே மிஞ்சியது. பெரும்பான்மையான நேரங்களில் வெந்த மைதா களியையே அவர்களால் உருவாக்க முடிந்தது. பொருளாதார மாற்றத் திற்கும் கலைக்கும் உள்ள தொடர்பை நம் பெண்களால் எக்காலமும் உணரமுடியாது என்பதே இதனால் பெறப்படும் கருதுகோள். பல்கலைக் கழகங்களில் கலாநிதி பட்டத்திற்கு ஆய்வு மேற்கொள்ளும் பெண்டிர் இக்கருதுகோளைச் செவ்வனே நிறுவி கோட்பாடாக மாற்றமுடியும்.

இதுவுமது

என்னுடைய உற்பத்தியின் மூலதனமோ எழுத்து. எழுத்தைக் காசாக்கும் வித்தை எங்ஙனம்? இன்னும் நான் கற்றுக்கொள்ளவில்லை.

அப்படியொன்றும் அம்பாரம் அம்பாரமாய் எழுதிக் குவித்துவிடவில்லை யென்றாலும் நான் ஒன்றும் குறைவாக எழுதுகிற ஜாதியைச் சேர்ந்த வனில்லை. தொழில் எழுத்து என்றாகிவிட்டபின் அதைக் காசாக்குவது எப்படி என்று தெரியவேண்டாமா? நாற்பத்தாறு கதைகள் கைப்பிரதி யாகவே கிடக்கும்பொழுதுதான் இந் நல்புத்தி வருகிறது. பிரம்மப் பிரயத்தனத்திற்குப் பின் ஒரு மாபெரும் தற்காலிக நிவாரணத் திட்டம் தீட்டியிருக்கிறேன். அத்திட்டத்தை வெளியே சொல்லக்கூடாது என்றாலும் நீங்கள் வாசகர்தான் திருட்டு சக எழுத்தாளனில்லை என்பதினால் ரகஸ்யமாகக் காதுக்குள் சொல்கிறேன். குமுதம் பத்திரிகைக்கு கதை எழுதப் போகிறேன். சிறுகதை. குமுதத்தை யார் அதிகம் படிக்கிறார்கள்? பெண்கள். 65 சதவீதம் பெண்கள். தொட்டிலை ஆட்டிக்கொண்டே, அடுப்பைக் கவனித்துக்கொண்டே இதர வேலை களைச் செய்துகொண்டே படிப்பதற்கு ஏதுவாக எழுதவேண்டும். மூளையை எந்த விதத்திலும் சங்கடப்படுத்திவிடக்கூடாது. நாற்பது வயது மாமியார்க்காரி. அவளுக்கு ஒரு மருமகள். மகன் சாந்த சொரூபி. மாமியார் மருமகளை மிரட்டி பிரதி மாதம் ஏழாம் தியதி இருநூற்றி ஐம்பது ரூபாய் வாங்கிக்கொண்டு எங்கேயோ செல்கிறாள். மருமகளை சந்தேகப்பேய் பிடித்தாட்டுகிறது. ஒரு ஏழாம் தியதி மாமியார் அந்த ரூபாயை மாரியம்மன் கோவிலில் ஒரு தாடிக்காரத் தடியனிடம் கொடுப்பதை மருமகள் ஒளிந்திருந்து பார்த்துவிடுகிறாள். மாப்பிள்ளை யிடம் சொல்லலாமென்றால் ராட்சஸி மாமியார் கொன்றே விடுவதாக மிரட்டியிருக்கிறாள். பயங்கரமான சஸ்பென்ஸ். எப்படிக் கதையை முடிப்பது? இந்த ஆர்வக்கோளாறு கதையமைப்பு பெரும்பத்திரிகைக் காரனுக்கு வெல்லக்கட்டி. உடனடியாக வாங்கிக்கொள்வான். எனக்கு இருநூறு ரூபாய் கிடைத்து விடும். அடேயப்பா டூ ஹண்ட்ரட் ரூப்பிஸ்! அதை

அறை வாடகை- ரூ 125.00

ஒரு கட்டு பீடி- ரூ 1.00

வழவழ ஸன்லிட் பாண்ட் பேப்பர் -ரூ 10.00

சாணிக்கலர் வெள்ளைத்தாள்- ரூ 10.00

பக்கத்து வீட்டுப் பையனுக்கு நான் சொல்வதை எழுதக்கூலி- ரூ 40.00

மீதிப் பணம் (கைச் செலவுக்கு) - ரூ 14.00

என பிரிப்பேன். ஸன்லிட் பாண்ட் பேப்பரைப் பூட்டி வைக்க வேண்டும். பக்கத்து வீட்டுப் பையனிடம் ஏற்கனவே பேரம் பேசி வைத்திருக்கிறேன். சாணிக்கலர் பேப்பரில் நான் சொல்லும் கொலைக்கதையை மடமட வென அவன் எழுதுவான். அதே ஆர்வக்கோளாறு கதையமைப்பு. மாமியார்க்காரி இப்போது இளம் மருமகள். தாடிக்காரத் தடியன்

அவளின் பழைய காதலன். மிரட்டி பணம் பறிக்கிறான். சாந்த சொரூப சக்குபாயான கணவன் வீர தீரச் செயல் புரியும் துப்பறிவாளன். காதலனோ இரக்கமற்ற குடிகாரன். காதலன் கொலை செய்யப் பட்டு விடுகிறான். கொலைகாரியோ நல்லெண்ணம் கொண்ட மாமியார் (இவளுக்கு ஒரு ஃப்பிளாஷ்பேக் இருக்கிறது) பழியோ அபலை மருமகளின் மேல். ஆஹ! என்னவொரு சிக்கல்! மாலைமதி/ராணிமுத்து/ பாக்கெட் நாவல்காரனுக்கு அல்வா. எனக்கு ரூ 2000 பழுத்துவிடும். அந்தப் பணம் கைக்கு வந்ததுதான் தாமதம் உடனடியாக நல்ல வைத்தியனாகப் பார்த்து என் ஜீரண உறுப்புகளைப் பழுது பார்த்துக் கொள்வேன். அதிக பட்சம் ஐந்நூறு ரூபாய் ஆகுமா? மீதி ரூ 1500க்கும் நான் நொட்டை விட்டுக்கொண்டு பார்த்த அத்தனை புத்தகங்களையும் வாங்குவேன். விழுந்து கிடந்து படிப்பேன். தும்பைப்பூச் செடிக் கூட்டத்தைப் பார்த்த வண்ணத்துப் பூச்சியின் ஆனந்தம். ஸன்லிட் பாண்ட் பேப்பரின் வழவழத்த மேற்பரப்பில் ஒற்றைப் பக்கத்தில் மட்டும் அவ்வப்பொழுது கவிதை. தமிழ் மொழியே கெஞ்சிக் கேட்டுக் கொள்கிறேன் தயவு செய்து ஒத்துழைப்புத் தா. முதலில் மாமியார், அப்புறம் ஒரு கொலை செய்யவேண்டும்.

வேறு

'வாள் நிலை கண்டான்' ஜனநாத கச்சிராயன் ஷீரஸேடுக்கு எழுதிய கடிதத்திலிருந்து சில பகுதிகள்.

'தம்பி! தமிழ் எழுத்தாளன் எவனோ வார்த்தையினால் பொருளை உண்டாக்கப்போவதாகவும் அவ்வாறு உண்டாக்கப்படும் கதையில் கதை சொல்லும் குரலைக் கொலை செய்யப்போவதாகவும் உன்னிடம் கூறியதாகவும் எழுதியிருந்தாய். அது ஒன்றும் அவ்வளவு எளிதான காரியமல்ல. கதை சொல்லும் குரல் சாகாவரம் பெற்ற ராட்சசன். அவனைக் கொல்வதற்குப் பேராண்மை வேண்டும். அது மட்டுமல்ல. அக்கதையை எழுதும் துரதிருஷ்டசாலி தன்னுடைய ஆளுமையை அடியோடு ஒழித்துவிட வேண்டும். இதைப்பற்றி இங்கேயுள்ள சில இலக்கிய பங்காருக்களிடம் பேசிக்கொண்டிருந்தபோது நகுலனின் 'நவீனன் டைரி'யில் இது ஏற்கனவே நிகழ்ந்துவிட்டது எனப் பிதற்றினர். 'நவீனன் டைரி'யில் செத்துப்போவது நவீனன் என்ற எழுத்தாளன்; இது ஒரு கதை நிகழ்வு. கதை சொல்லும் குரலே செத்துப்போய்விடவில்லை. 'சுயம் நசித்தல்' என்பதைப் பற்றி நகுலன் 'நாய்களில்' பேசினாலும் அதைச் செய்ய அவரால் முடியவில்லை. டி.கே.துரைசாமி என்ற ஆங்கிலப் பேராசிரியர், நல்லசிவன் பிள்ளை, ஹரிஹரசுப்ரமணிய ஐயர், தேரை இவர்களை நண்பர்களாக உடைய நவீனன் என்ற தன் அம்மாவின் சாதாரண வார்த்தைகளில் பொதிந்திருக்கும் நிர்த்தாட்சண்ய மான உண்மைகளைக் கண்டு அடிக்கடி வியக்கும், அண்ணனைப் பற்றி சதா சிந்திக்கும் 'நகுலன்' - என நாலைந்து 'நான்'களை உலவவிடும்

நகுலன் -அடடா சுசீலாவை விட்டு விட்டேனே- தன் வாழ்க்கையில் சந்தித்த பலவேறு ஏமாற்றங்களைப் பற்றிப் புலம்ப இந்த 'நான்'களைப் பயன்படுத்துகிறார். நகுலனின் கதைகள் நவீன தமிழிலக்கியத்திற்குக் கிடைத்த அற்புதமான நூல்கள் என்பது வேறு விஷயம். நகுலன் என்ற குறியீடு - அவருடைய கவிதைகள் சிறுகதைகள் நாவல்கள் (விமர்சனங்கள் என்ற பெயரில் அவர் எழுதியிருக்கும் அபத்தங்கள்) அனைத்தும் சேர்ந்து உருவாகும் இக்குறியீடு - தமிழில் எழுதும் நல்லிலக்கிய, நடுத்தர, முற்போக்கு, பிற்போக்கு, வணிக எழுத்தாளர்கள் என உள்ள அத்தனை வகை எழுத்தாளர்களிடமும் தமிழ்க் கலாச்சாரத் திலும் விரவியிருக்கும் 'பெண்மை'யைச் சூசகமாகக் குறிக்கிறது. இந்தப் பெண்ணை எல்லோருக்கும் நன்றாகத் தெரியும். படைப்பியக்கத்தின் ஆதிசக்தி எனத் தன்னைக் கூறிக்கொள்ளும் இவள் சுய ஆராதனை, புலம்பல் (நோய், ஏமாற்றங்கள், காதல் தோல்விகள், மற்றவர்களின் வஞ்சகக் குணம் இத்தியாதி இத்தியாதி) சுய சந்தேகம், தற்பெருமை, பகட்டு, புறம்பேசுதல் என்ற சகல ஒழுக்கக்கேடுகளையும் உடையவள். இவள்தான் பலவேறு எழுத்தாளர்களின் படைப்புகளிலும் உள்ள கதை சொல்லும் குரல். இவளைக் கொல்ல முயன்று படுதோல்வியுற்றவர் நகுலன். இவளை ஓரளவுக்கு அலட்சியப்படுத்தி வெற்றி கண்டவர்கள் என சி.சு.செல்லப்பா, க.நா.சு, ந.முத்துசாமி, தர்மு சிவராம், அம்பை என ஐவரைத்தான் சொல்லமுடியும். இவ்வைவர் மரபையே ஆண் வம்சாவளி மரபு அல்லது மாந்தாதா மரபு எனலாம். மற்ற எல்லா எழுத்தாளர்களுமே நான் சொல்லும் 'பெண்'ணிடம் சோரம் போனவர் களே. அன்புள்ள ஷீரஸேட் இது இலக்கிய விமர்சனமல்ல என்பதையும் நீ நன்கு அறிவாய். முடிந்தால் நீ அவளைக் கொலை செய்.

இதுவுமது

அம்மா ஒரு கொலை செய்தாள்

இதுவுமது

ஆண் சுத்தமான கனவான். எந்த வம்புதும்புக்கும் போகாதவன். தாய் சொல்லே வேதமென்றிருப்பவன். பெண்ணோ மோகமுள். மாயப்பைசாசம். ஆணைத் துரத்தி துரத்தி காதலிப்பவள். அவளுடைய கள்ள வலையில் விழுந்துவிடும் ஆண் சமூக நடப்புக்குக் கட்டுப்பட்டு கட்ட கடைசியில் அவளை மணந்து விடுகிறான். வேறு என்ன செய்வான் பாவம். நமது தமிழ் சினிமாக் கதாநாயகர்கள் அனைவருமே இம்மாதிரியான இக்கட்டான நிலையில் அடிக்கடி மாட்டிக் கொள் வதைக் காண பரிதாபமாக இருக்கிறது. சமீபத்தில் திரையரங்கு ஒன்றில் மேற்கண்ட மேனகை புராணக் கதையமைப்பைக் கொண்ட உன்னதமான தமிழ்த் திரைப்படத்தைக் கண்ட மாந்தாதா பின்னங்கால் பிடரியில் பட திரையரங்கை விட்டு வெளியே கூச்சலிட்டுக்கொண்டே

ஓடியதாகத் தெரிகிறது. ஏனென்று விசாரித்ததற்கு 'கே. ஆர். விஜயா, லட்சுமி முதல் ஸ்ரீதேவி வரையுள்ள தமிழ்க் கதாநாயகிகளின் பிம்பங் களும் எனக்குக் காயடித்தலை ஞாபகப்படுத்துகின்றன' என்றானாம்.

வேறு

கொல கொலையாய் முந்திரிக்காய்
நரிய நரிய சுத்திவா
கொள்ளையடிச்சவன் எங்கிருக்கான்
கூட்டத்திலிருக்கான் கண்டுபிடி
கூட்டத்திலிருக்கான் கண்டுபிடி

குளகம்

ஜனநாத கச்சிராயன் சம்பத்தை மாந்தாதா மரபில் சேர்க்கவில்லை என ஷீரஸேட் என்னிடம் குறைப்பட்டுக் கொண்டாள். எனக்கு இந்தப் பேச்சுகள் அனைத்துமே அபத்தக்களஞ்சியமாய்த் தோன்றியது கதையிலுள்ள கதை சொல்லும் குரலுக்கும் கதாசிரியனுக்கும் உள்ள உறவைப் பற்றி விலாவாரியாகப் பேசுவது சமூக மாற்றத்திற்கு எந்த விதத்தில் பயன்படப்போகிறது? எனக்கு சத்தியமாக விளங்கவில்லை. ஷீரஸேடிடம் கேட்டால் ஏதோ பெரிய ஹாஸ்ய துணுக்கைக் கேட்டது போல நகைத்துவிட்டு முதலில் இலக்கியப் படைப்பு தருகின்ற அனுபவத்தைப் பற்றிப் பேசு, பிறகு சமூக மாற்றத்தைப் பற்றி சிந்திக்கலாமென்கிறாள். ஜனநாதனோ விஷமி. என்னதானய்யா பேசுகிறாய் என்றதற்கு உன்னைப் போன்ற மூடர்கள் எண்ணிக்கையில் பெருத்துவிட்டதால்தான் எதைப் பற்றிப் பேசவேண்டுமானாலும் பால பாடத்திலிருந்து ஆரம்பிக்க வேண்டியிருக்கிறது என்றான். பிறகு ஒரு நாள் நல்ல மகிழ்ச்சியான மனநிலையில் இருந்தபோது கதை சொல்லும் குரலைக் கொல்ல வேண்டியது இக்காலத்தின் நிர்ப்பந்தம் என்றான். இது வெறும் நடை சம்பந்தப்பட்ட விவகாரந்தானே என்றேன். 'மடக்கி விட்டாயோ மடக்கி? நடை, உத்தி, வடிவம் இவைகூட வார்த்தை வாக்கியங்கள் ஆகியவற்றைக் கடந்த நிலையில் உருவகமாகலாம்' என்றான். யாரேனும் இது எப்படிச் சாத்தியமென்று விளக்கிச் சொன்னால் நலம். தொலைக்காட்சியில் விளம்பரம் செய்து பார்க் கலாமா என்றுகூடத் தோன்றுகிறது. கொலை செய்ய வேண்டுமாமே கொலை.

இதுவுமது

பெண் போலப் புலம்பிய படலம்
வேரில்லாக் கம்பெடுத்து
தூரில்லாக் கூடைபின்னி
தன்னனானேனானே

மையமற்றுப் போனேனே
தன்னானேனனானே
தம்பி வீரா மரப்பாச்சி போர் வீரா
தன்னானானேனனானே அட
தன்னானானேனனானே
தம்பி வீரா மையமற்றுப் போனேனே
மரப்பாச்சிப் போர் வீரா
தன்னானேனனானே அட
தன்னானேனனானே
ஜடத்தைப் படைக்கும் மூடா
அட தன்னானேனனானே
ஒரு துளி விந்தே மூல தனம்
தானத் தனதன தானத் தனதன னன

- மாந்தாதா

குறிப்பு

'அம்மா ஒரு கொலை செய்தாள்' -அம்பை எழுதிய சிறுகதை ஒன்றின் தலைப்பு. 'வாள் நிலை கண்டான் ஜனநாதக் கச்சிராயன்' என்ற கதாபாத்திரம் அரு.ராமநாதன் எழுதிய சரித்திர நாவல் 'வீரபாண்டியன் மனைவி'யில் வருவது. ஷீரஸேட் 'ஆயிரத்தோரு அரேபிய இரவுகளில்' தினமும் கதை சொல்லி உயிர் தப்பிக்கும் கதாபாத்திரத்தின் பெயர். பெண்போலப் புலம்பிய படலம் என்ற பாடல் 1986இல் சென்னையில் நான் சேகரித்த கானாப் பாட்டு; 'மையமற்றுப் போனேனே' என்ற வரி இடைச் செருகல். ஆண், பெண், இனம், மரபு ஆகியனவற்றை Absolute categoriesஆகக் கொண்டு உருவாக்கப்படும் சொல்லாடல்களை மேலோட்டமான வாசிப்பிற்கு புலனாகாதவாறு பகடி செய்து எழுதப்பட்ட இந்தக் கதை 1988இல் 'கிரணம்' சிற்றிதழில் முதலில் பிரசுரம் ஆனது. பின்னர் 1990இல் 'கர்நாடக முரசு' தொகுப்பிலும் பிரசுரம் ஆனது. இந்தப் பழைய ஸில்வியா கதைகளுக்கு நிறைய புது வாசகர்கள் கிடைத்திருப்பது பற்றி மகிழ்ச்சி. வந்திருக்கும் கடிதங்களுக்கு பதில் எழுத முயற்சி செய்கிறேன். இந்தக் கதைகளில் சமூகவியல், வரலாறு, இலக்கிய விமர்சனம், அல்லது தத்துவம் போல தோற்றம் அளிக்கும் வகையில் எழுதப்பட்டுள்ள பகுதிகள் அபத்தங்கள் என்பதை வாசகர்கள் கவனத்தில் கொள்ளவேண்டும்.

3

ஒரு துண்டு வானம்

இன்று கரெண்டு கொடுக்க என்னைக் கூட்டிக்கொண்டு போக மாட்டார்களாம். தவறு. தவறு. தூய தமிழில் மட்டுமே நான் பேச வேண்டும். இன்று மின்சார அதிர்ச்சி தர என்னைக் கூட்டிக்கொண்டு போக மாட்டார்களாம். இன்று எனக்கான பொறுப்பில் இருக்கும் அந்தக் குட்டிப்பெண் தாதி இல்லை இல்லை செவிலி வரவில்லையாம். என் கனவின் திரைகளைக் கிழித்து எட்டிப்பார்த்திருப்பாளோ? எண்ணங்களின் புதைபடிவுகள் அங்கே பாளம் பாளமாக உறைந் திருப்பதைக் கண்டு பயந்து போயிருப்பாளோ? தாள முடியாத வலியின் கீறல் என் உடலின் வழி என் இருப்பின் வழி கோணல் மாணலான கோடாக ஓடுவதைக் கண்டு துடித்துப் போயிருப்பாளோ? அவளின் கள்ளமற்ற விழிப்படலங்களில் நான் சொல்வதைக் கேட்டு கண்ணீர் அடர்ந்ததே அப்போது என் நரம்புகள் கூழ்கூழாக நொறுங்கிய சப்தம் அவளின் சின்னஞ்சிறிய இருதயத்தைத் தகர்த்திருக்குமோ? இளம் செவிலி எண் *1731* (இ.செ.எண் *1731*) என்றழைக்கப்படும் அருட் பெரும் ஜோதியாகிய அந்தப் பெண் நான் ஒரு தத்துவப் பேராசிரியர் என்பதைக் கண்டுபிடித்துவிட்டாளோ?

எல்லாம் அந்த ஒரு துண்டு வானம் செய்த வேலை. என் அறையின் உச்சியில் இருக்கும் அந்தச் சிறிய ஜன்னலின் வழி தெரியும் ஒரு துண்டு நீலவானம் செய்த வேலை. நேற்றைக்கு முந்திய நாள் மாலை ரோஜா நிற மேகம் ஒன்று துள்ளித் துள்ளி ஓடுவதைப் பார்த்துப் பரவசம் அடைந்த நான் நேற்று அங்கே தெரிந்த பெண் பூவரச மரத்தின் இளம் பச்சைத் துளிர் இலைகளைக் கண்டு நெக்குருகி அ.பெ.ஜோ *1731*-இடம் என் நிலை மறந்து எல்லாவற்றையும் உளறிக் கொட்டி விட்டேன். உண்மையைத் தவிர வேறெதுவும் சொல்லவில்லை ஐயா வேறெதுவும் சொல்லவில்லை. சத்தியமாக.

அந்தத் துளிர் இலைகளைக் கண்டவுடன் சுமார் இருபது ஆண்டு களுக்கு முன்பு *1994* அல்லது *1996*இல் திருநெல்வேலியில் காணாமல் போன சிட்டுக்குருவிகள் என் மனவெளியில் உயிர்பெற்றுத் தங்கள்

சிறிய அலகுகளைத் திறந்து அறியா இன்பப்பாடலைக் கிறீச்சிட்டு இசைப்பதாகச் சொன்னேன். என்னுடைய வலியின் கீறலின் வழி தங்கள் அலகுகளை வெளியுலகுக்குக் காட்டிய அவை மர இலைகளுக்குத் தாவத் துடிப்பதாக அவளிடம் சொன்னேன். கைகளில் முகத்தைப் புதைத்து விரல்களூடே கள்ள இடைவெளி விட்டு அதன் வழி அவள் முகத்தைப் பார்த்தவாறே, அந்த அலகுகள் எவ்வளவுதான் கோபமாகத் தங்களின் சிவந்த உட்புறங்களைக் காட்டினாலும் அவைகளுக்கும் மர இலைகளுக்கும் இடையிலுள்ள தூரம் எப்படிக் குறைவு படாமல் இருக்கிறதோ அது போலவே, எனக்கும் அவளுக்கும் இடையிலுள்ள தூரம் கனத்துக்கிடப்பதாகச் சொன்னேன். அவளை ஜோதி என்றழைக்கலாமா என்று கேட்டேன். எண்களால் அன்றி வார்த்தைகளாலும் ஆட்களைப் பெயரிடலாம் என்பதே அவளுக்கு ஆச்சரியமாக இருந்திருக்க வேண்டும். ஒருவேளை 1997இல் பிறந்திருப்பாளோ? வயது பத்தொன்பதுதான் இருக்குமோ?

1997இல்தான் பிறப்பு பதிவு எண்ணையேதான் பெயராகவும், வாக்காளர் எண்ணாகவும், சமூகப் பாதுகாப்பு எண்ணாகவும் கருத வேண்டுமென்று ஒருங்கிணைந்த குடியரசுகளின் சட்டம் சொன்னது. ஐந்நூறுக்கும் மேற்பட்ட பெயர்களுடனும் அடையாளங்களுடனும் வாழ்ந்த என்னை ஒரே இலக்கத்தால் அழைக்க முடிந்தபோதுதான் அமுக்கிப் பிடித்தார்கள் அபாயகரமான சிந்தனையாளன் என்று. இருபது வருட சிறைவாசத்தில், கொஞ்சம் கொஞ்சமாக மின்சார அதிர்ச்சி, மனநல மருந்துகள், நடத்தை நெறிமுறைகள் ஆகியவற்றின் மூலம் அபாயகரமான நோயாளி என்று அழைக்குமளவுக்கு என்னை மாற்றியிருக்கிறார்கள். மடையர்கள்! முட்டாள் இலக்கங்கள்! அந்த ஒரு துண்டு வானம் என் கண்களின் வீச்சுக்குள் இருக்கும் வரை நான் நானாகத்தான் இருப்பேனென்பது அவர்கள் அறியாதது.

இ.செ.எண் 1731 என் கைவிரல்களைப் பற்றியிழுத்து, என் மோவாயைத் தன் கைகளில் தாங்கி, என் தாடியை நீவிவிட்டாள். இரக்கமற்ற அந்தக் கண்களில் கனிவு என்பது நான் என்றுமே அறியாத ஒன்று. காதலா? சேச்சே தப்புப்பண்ணாதே அதியமான் தப்புப் பண்ணாதே. கடந்த நூற்றாண்டிலேயே காதல் என்ற கருத்தும், செயலும், வார்த்தையும் வழக்கொழிந்துவிட்டன. திருமண பங்குச் சந்தையில் இ.செ.எண் 1731 தன்னை என்ன விலைக்கு, எத்தனை காலத்திற்குத் தருகிறாள் என்று விசாரிக்கவேண்டும். கடந்த இருபது ஆண்டுகளாக என்னுடைய நன்னடத்தையின் காரணமாக இந்தத் தனியார் சிறைச்சாலையின் பங்குகள் சந்தையில் நல்ல விலைக்கு விற்பதாகக் கேள்வி. காவலதிகாரி தனக்கு ஊக்கத்தொகை கிடைத்த போது சொன்னான். என்ன நன்னடத்தையோ தெரியவில்லை. என்னைப் பொறுத்தவரை இந்தத் தனியார் சிறைச்சாலைக்கும் நான் தத்துவம் போதித்த

கல்லூரிக்குமிடையில் எந்த வித்தியாசமுமில்லை. கல்லூரியில் சிந்தித்தால் குற்றவாளி என்கிறார்கள் சிறைச்சாலையில் சிந்தித்தால் நன்னடத்தை என்கிறார்கள். எது எப்படி இருந்தாலும் என்னால்தானே இவர்களுடைய பங்குகளுக்கு விலை கூடியிருக்கிறது? எனவே அதில் ஒரு சிறிய விகிதாச்சாரத்தை எனக்குத் தரவேண்டும் என்று உயர் காவலதிகாரி யிடம் வாதிட்டுப் பார்க்கலாம். கொஞ்சம் செலவாணிப்புள்ளிகள் என் கடனட்டையில் ஏறினாலும் போதும் உடனடியாக இ.செ.எண் 1731ஐ ஒரு சில நாட்களுக்காவது மணப்பெண்ணாய் வாங்கிவிடுவேன். செலவாணிப்புள்ளிகள் தர மாட்டேன் என்று சொல்ல முயற்சித்தால் கூட போதும் திரும்ப புதிதாய் சிந்திக்கப்போகிறேன் என்று சொன்னால் பயந்துவிடமாட்டார்களா, என்ன? என் சிந்தனையின் ஒரு இழைகூட இவர்களுடைய சிறைச்சாலைகளைத் தவிடுபொடியாக்கிவிடும் என்பது அவர்கள் அறியாததா?

'உங்களைப் பார்த்தால் மிகவும் மென்மையானவராகவும் நல்ல வராகவும் இருக்கிறீர்கள். அப்படி இருபதாண்டுகளுக்கு மேல் சிறையில் வாடும்படி அப்படி என்னதான் அபாயகரமாகச் சிந்தித்தீர்கள்?' அவளின் கள்ளமற்ற மாசு மருவற்ற முகம், படபடத்த இமைகள், வியப்பின் விகசிப்பில் ஒளி ஏறியிருந்த கண்கள், இளமைச் செழிப்பில் விம்மி யிருந்த மார்பகங்கள் அவளின் கேள்வி என்னிடத்தில் இனம் புரியாத நெகிழ்ச்சியை உண்டாக்கியது. மென்மையாகத் தோளில் கை போட்டு நெகிழ்ச்சியின் இதத்தைப் பகிர்ந்துகொள்ள ஆசையாக இருந்தது. மெல்லிய குரலில் 'உனக்கு எப்படிச் சொன்னால் புரியும்?' என்றேன். அவள் அலட்சியமாக 'ஒரு வாக்கியத்தில் சொல்லுங்களேன்' என்றாள்.

'இவ்வுலகும் உயிரும் அழகியல் நிகழ்வாக அன்றி வேறு எதுவாகவும் ஜீவித நியாயம் பெறுவதில்லை'

'இவ்வளவுதானா?'

'இவ்வளவேதான்' சபாஷ்டா அதியமான்.

'இதிலென்ன அபாயம் இருக்கிறது?'

'அதை நீ உன் அமைப்பிடம்தான் கேட்க வேண்டும்'

அமைப்பு என்ற வார்த்தையைக் கேட்டவுடனேயே அவள் மீண்டும் இ.செ.எண்1731 ஆனாள். தப்பு. உரையாடலை சரியானபடி கொண்டு செல்வதில் எனக்குப் பரிச்சயம் விட்டுப் போயிற்று. என்ன செய்ய? அவள் போய்விட்டாள்.

அரசாங்க கணினிகளிடம் 1731 கேட்பாளோ? ரகசிய கோப்புகளை அவளுக்குக் காட்டுவார்களா? அந்தக் கோப்புகள் 'தத்துவமும் அரசியல் கைதிகளும்' என்று தலைப்பிடப்பட்டிருந்ததாக நினைவு. இளம் செவிலியைப் பக்கத்திலேயே விடமாட்டார்கள். இவள் நான் சொன்ன வாக்கியத்தை யாரிடமாவது உளறித் தொலைக்காமல் இருக்க

வேண்டும். சாதாரண குற்றவாளிகளை மிருகத்தனமாக அடிப்பதைப் பார்த்திருக்கிறேன். என்னை மின் அதிர்ச்சி தவிர உடல் ரீதியாக அடித்து இதுவரை துன்புறுத்தவில்லை. சாக்கைக் காலில் கட்டி முக்கிய எலும்பு நொறுங்கும்படி கடப்பாரையால் 'ணங்' என்று ஒரு போடு போடுவார்களோ. போன நூற்றாண்டு தமிழ்ப்படங்களில் இந்த மாதிரி காட்சிகள் சகஜமாய் வந்து போகும். இப்போதெல்லாம் லேசர் துப்பாக்கிகளும் நிர்வாணக் காட்சிகளும்தானாம். எனக்கு பேனா, காகிதம், இசை, புத்தகம், சினிமா எதுவுமே கிடையாது. என் கிருத்துருவமான மூளை சிந்திப்பதை நிறுத்தினால்தான் அதெல்லாம் தருவார்களாம். கடப்பாரையை நினைத்து முதுகுத்தண்டு சில்லிடுகிறது. நகங்களைக் கடிக்க ஆரம்பிக்கிறேன், நகக்கண் சதையில் ரத்தம் வரும் வரையில் கடித்துவிடுவேன். ரில்கேதானே எழுதினான் ஆமாம் ரில்கேதான். 'நான் கதறி அழுதால் தேவதைகளில் யார் கேட்பார்கள்?' நான் நகம் கடிப்பதையும் கண் கலங்குவதையும் பார்த்து யாரும் சிந்திக்கிறேன் என்று நினைத்துவிடுவார்களோ? யாரது என் சிந்தனையை வேவு பார்ப்பது? யாரது என் நிழல் சிடுக்குகளில் என் மூளையைத் தேடுவது? யாரங்கே?

சிலுவைப் பாதையில் ஏசு கிறிஸ்துவை இழுத்துச் சென்றபோது, வலியும் துக்கமும் தாள முடியாமல், ஒரு பலவீன தருணத்தில் அந்த மகான் 'தேவனே, தேவனே, தந்தையே தந்தையே என்னை ஏன் கைவிட்டீர் ?' என்று கதறினாரே, அந்தக் கணம் ஒவ்வொரு மனித இருதயத்துக்குமான கட்டாயக் கல்வி. தேவகுமாரனுக்கே இந்தக் கதியென்றால் என்னைப்போன்ற சாதாரண மனிதர்களின் கதி என்ன? இவ்வளவு வலியும் துக்கமும் பயங்கரமும் நிறைந்த இவ்வுலகு இருப்பதற்கான நியாயம் என்ன இருக்கிறது? ஏன் இவ்வுலகு இருக்கிறது என்ற கேள்விக்கு தத்துவத்தில் பதில் இல்லை. இளம் செவிலிக்குச் சொன்ன அதே வாக்கியத்தை இப்போது சொல்கிறேன். இவ்வளவு அழுக்குகளோடும் அசிங்கங்களோடும் வலிகளோடும் துக்கங்களோடும் இவ்வுலகு அழகியல் நிகழ்வாகவே ஜீவித நியாயம் பெறுகிறது. We, human beings need to create the sublime for the conquest of this horrible world. மனிதன் கலைஞனாகவே உயர்மனிதனாகிறான். ஐயோ ஐயோ இடையில் வேற்று மொழி வந்துவிட்டதே நான் என்ன செய்வேன்! ஒருங்கிணைந்த குடியரசுகளின் தற்போதைய சட்டத்தின்படி தாய்மொழி தவிர்த்த அந்நிய மொழியில் சிந்திப்பது பேசுவது எல்லாமே குற்றமாயிற்றே! தேசபக்தர்கள் யாரேனும் வேவு பார்த்திருப்பார்களோ?

இந்த மாதிரியான நிலைமைகளெல்லாம் ஏற்படும் என்று தெரிந்துதான் 1996ஆம் ஆண்டே இந்தியப் பொருளாதாரம் உலகமயமாக்கப்படுவதைக் கடுமையாக எதிர்த்தேன். என்னுடைய அப்போதைய விமர்சகர்கள் உலகமயமாக்கல் பணக்காரர்களை மேலும் அதிக பணக்காரர்களாகவும்

ஏழைகளை இன்னும் அதிக ஏழைகளாகவும் உருவாக்கும் என்றும் அதனால் வர்க்கப் போராட்டம் வலுப்பெற்று புரட்சி வெடிக்க சாத்தியக்கூறுகள் அதிகமாகும் என்றும் வாதிட்டார்கள். என்னுடைய எதிர்ப்போ முழுமையாக அழகியல் சிந்தனையிலிருந்து உருவானது. எல்லாமே- வாழ்வு முறை, உணவுப் பழக்க வழக்கங்கள், உடை, வாழுமிடம் என்பன மட்டுமில்லாமல் நமது உணர்ச்சிகள், அழகுகள், ஏன் புணர்ச்சி உட்பட அனைத்துமே தரப்படுத்துதலுக்கு ஒற்றைத் தரப்படுத்துதலுக்கு உட்படுத்தப்படுகின்றன. ஆகையால் பலவகை வாழ்க்கை முறைகள், உணர்ச்சிகள், அழகுகள் அழிக்கப்படுகின்றன. இது உலகின் ஜீவித நியாயத்திற்கே எதிரானதாகும் என்று வாதிட்டேன். ஜோஸப் கார்னீலியஸ் குமரப்பா என்ற பெயரை நாம் மறந்துவிட்டோம் என்று கூச்சலிட்டேன். என்ன செய்தார்கள்? மேற்கத்திய தரப்படுத்துதல் ஆதிக்க வாழ்வு முறை ஆனதென்றால் தூய தமிழைப் பயன்படுத்துதல் மொழித்தரப்படுத்துதல் ஆயிற்று. அவர்கள் தமிழ் வாழ்வு முறையை இப்படிக் காப்பாற்றி விட்டார்களாம். நான் தரப்படுத்துதலுக்கான எல்லா முயற்சிகளையும் எதிர்த்தேன். அதிலொரு உத்திதான் கட்டுரை போல கதை எழுதுவதும் கதை போல தத்துவக் கட்டுரை எழுதுவதும். ராட்சசத்தனமான இயக்கத்தோடு சந்தைப்பொருளாதாரம் நகர ஆரம்பித்தபோது என்னுடையது மாதிரியான சிறு எதிர்ப்புகள் பலவீன மானவையே. ஆனால் அவற்றைக்கூட அடக்குமுறை எந்திரங்கள் விட்டுவைக்கத் தயாராக இல்லை. தரப்படுத்தப்பட்ட ஒற்றைச் சிந்தனை இல்லாதவன் என்பதனாலேயே தேசத் துரோகி என்று குற்றம் சாட்டப்பட்டேன். நானோ சளைக்கவில்லை. இதர எதிர்ப்புகளில் கவனம் செலுத்தலானேன். உழைப்புக்கேற்ற கூலி என்பது முதலில் நமது சினிமா நடிகர்களுக்கு நிர்ணயம் செய்யப்பட வேண்டுமென்று துண்டுப்பிரசுரம் எழுதி விநியோகித்தேன். ஒற்றை விரலால் சொடக்கு போடுவதையும் துண்டைத் தூக்கி தோளில் போடுவதையும் நடிப்பு என்று அழைத்து அதற்கு கோடிக்கணக்கான ரூபாய்களை (போன நூற்றாண்டின் காகித செலாவணிப்புள்ளி) அள்ளிக்கொடுப்பது அயோக்கியத்தனம் என்று கூப்பாடு போட்டேன். இதையெல்லாம் விட பெரிய கொடுமை இந்த நடிகர்கள் நம் அரசியல் எதிர்காலத்தைத் தீர்மானிப்பது என்று எடுத்துச் சொன்னேன். எனது பலவீனமான கீச்சுக்குரல் யாரையும் எட்டவில்லை. என்ன நடந்தது? பணக்காரர்கள் அதி பணக்காரர்கள் ஆனார்கள் ஏழைகள் அதி ஏழைகள் ஆனார்கள். வர்க்கப்பிளவு அதிகரித்துப் புரட்சி தோன்றுவதற்குப் பதிலாக குற்றங்கள் அதிகரித்தன. என்ன மாதிரியான குற்றங்கள்? ஏழைகளின் வாழ்க்கை வட்டச் சடங்குகளான பிறப்பு, காதுகுத்து, சடங்கு, திருமணம், சீமந்தம், வளைகாப்பு, சாவு ஆகியவற்றில் அடங்கியுள்ள பொருளாதார பரிமாற்றங்கள் அனைத்துமே குற்றங்களாக அறிவிக்கப்பட்டன.

சிறைச்சாலைகள் நிரம்பி வழிந்தன என்றாலும் சிறைகளின் லாபங்களை அதிகரிக்க மேலும் மேலும் சிறைவாசிகள் வேண்டும் என்று அரசாங்கம் காவல்துறையை வற்புறுத்தியது. சிறைவாசிகளோ உணவு, உடை, உறைவிடம் மட்டுமே தரப்பட்ட விவசாய இன்னபிற கூலிகளாக மாற்றப்பட்டனர். சிறைச்சாலை ஒரு வியாபாரமாக அதன் பங்குகள் சந்தையில் கூவிக்கூவி விற்கப்பட்டன. போன நூற்றாண்டில் பல்கலைக் கழகங்கள் செய்த வேலையை இப்போது சிறைச்சாலைகள் செய்து வருகின்றன. என்னைப் போன்றவர்களைப் பலவீனமாக்கி செயலிழக்கச் செய்வதைத் தங்களுடைய மிகப்பெரிய பலமாக இந்த சிறைச்சாலை விளம்பரப்படுத்தியிருக்கிறது. 'அதியமானை நோயாளியாக்கினோம்' என்று விளம்பரப்படுத்துவார்களோ என்னவோ யார் கண்டது. விளம்பரப் பொருள் என்பதால் எனக்கு உடலுழைப்பு நிர்ப்பந்தம் கிடையாது.

மேற்சொன்னவற்றின் நீட்சியாகவே அபாயகரமான சிந்தனை யாளன் என்ற பட்டம் எனக்குக் கிடைத்திருக்க வேண்டுமென்றாலும் அந்தக் கௌரவம் இரண்டு காரியங்களினாலேயே என்னைத் தேடி வந்தடைந்தது. ஒன்று நமது நாட்டிற்கு அணு ஆயுதங்கள் தேவை யில்லை என்று வாதாடியது. அதில் ஒன்றும் பெரிய விஷயமில்லை. இப்போது ஒருங்கிணைந்த குடியரசுகளின் சட்டமே அணு ஆயுதங்கள் தேவையில்லை என்பதுதான். இரண்டாவது 'உணர்வுப் பிரவாகமும் நிரந்தர உச்சகட்ட பரவசமும்' என்ற புத்தகத்தை எழுதி வெளியிட்டது. யாரோ வருவது போல இருக்கிறது. யோசிக்காதே. கருவிகளை வைத்துக் கண்டுபிடித்துவிடுவார்கள். மற. மனமே வெற்றிடமாகு. ஒன்று, இரண்டு, மூன்று, நான்கு, ஐந்து, ஆறு.

'இன்று மிகவும் மகிழ்ச்சியாக இருக்கிறீர்கள் போலிருக்கிறதே!'

'அப்படி உங்களுக்குத் தெரிகிறதா ஐயா'

'இன்று மின் அதிர்ச்சி தரப்படவில்லையென்று சொன்னார்கள்'

'தராதது எனக்கும் ஆச்சரியமாகத்தானிருக்கிறது'

ஏன் தரவில்லை என்று தெரியுமா?'

'கருத்து ஏதுமில்லை'

'இளம் செவிலி 1731 இன்று ஏன் வரவில்லை என்ற காரணம் உங்களுக்கு ஏற்கனவே அறிவிக்கப்பட்டதுதானே'

'மறதி அதிகமாகிக்கொண்டிருக்கிறது.'

'இளம் செவிலி ஏன் வரவில்லையென்று உங்களுக்குத் தெரியுமா?'

'தெரியாது'

'உங்களிடம் பரிவு காட்டியதாகக் குற்றம் சுமத்தப்பட்டு இரண்டு வேலை நாட்களுக்குப் பணி நீக்கம் செய்யப்பட்டுள்ளார்'

'என்னிடம் என்ன பரிவு காட்டினார்?'

'உங்கள் மோவாயை கைகளில் தாங்கியது. தாடியை நீவி விட்டது. உங்கள் கண்களுக்குள் உற்றுப் பார்த்தது'

'----------'

'என்ன பதிலையே காணோம்?'

'பாவம் குழந்தை'

'குழந்தையா அவள்! திருமணச் சந்தையில் ஒரு வருட ஒப்பந்தத்திற்கு ஒரு லட்சம் செலாவணிப்புள்ளி கேட்டிருக்கிறாள்'

'என்னால் இந்த நிறுவனத்திற்கு ஏதேனும் விளம்பரம் சேர்க்க முடியுமென்றால் அதைச் செய்து கொடுத்து அதனால் கிடைக்கும் செலாவணிப்புள்ளிகளைக் கொண்டு இளம் செவிலியை எட்டுமணி நேரமாவது ஒப்பந்தம் செய்துகொள்ள ஆசை'

'அடடே நல்ல திட்டமாக இருக்கிறதே. ஆனால் இந்தக் கிழட்டு வயதில் உமக்கு இப்படி ஒரு ஆசையா?'

'இந்த வயதிலும் என்னால் ஒரு இளம் பெண்ணிடம் பேரானந்த உணர்வுப் பிரவாகத்தையும் நிரந்தர உச்சகட்ட பரவசத்தையும் ஏற்படுத்த முடியும் என்று நம்புகிறேன்'

'சற்றே பொறுங்கள் ஐயா சற்றே பொறுங்கள். இது உங்களுடைய தடை செய்யப்பட்ட புத்தகத்தின் தலைப்பு அல்லவா?'

'என்னுடைய இந்தக் கண வார்த்தை கோர்ப்பு இறந்த காலத்திலும் இயங்கியிருக்கிறதா? ஆச்சரியம் ஆச்சரியம்'

'பொய் சொல்லாதீர்கள். இளம் செவிலியிடம் தடை செய்யப்பட்ட புத்தகத்தின் சாராம்சத்தைத் தெளிவாகக் கூறியிருக்கிறீர்கள்'

'என்னவாகும் அது?'

'எது?'

'சாராம்சம்'

'இவ்வுலகு அழகியல் நிகழ்வாக அன்றி வேறெதுவாகவும் ஜீவித நியாயம் பெறுவதில்லை'

'காவலதிகாரி அவர்களே, அப்படியென்றால் தடை செய்யப்பட்ட புத்தகத்தை வாசித்த குற்றத்தை நீங்கள் செய்திருக்கிறீர்கள்'

'தடை செய்யப்பட்ட புத்தகங்கள்தானே அதிகம் வாசிக்கப் படுகின்றன. உலகக் கணினி வலையமைப்பில் உங்கள் புத்தகங்கள் சுலபமாகக் கிடைக்கின்றன'

'அப்புறம் எதற்காக என்னை இன்னும் அடைத்து வைத்திருக்கிறீர்கள்?'

'ஒருவேளை உங்களை விடுதலை செய்யும் அதிகாரம் எனக்கு இருக்கலாம்'

'நிஜமாகவா?'

'ஆனால் அதற்கு சில நிபந்தனைகள் இருக்கின்றன. முதலில் இவ்வளவு சித்திரவதைகளுக்குப் பிறகும் உங்கள் மூளை பழையபடியே செயல்படும் விந்தை எப்படி என்று விரிவாக விளக்க வேண்டும். அதைத் தெரிந்தபின்னரே இந்தச் சிறைச்சாலையில் மீண்டும் அந்தத் தப்பு நடக்காதவாறு துல்லியமாக கண்காணிப்பையும் மனதைச் சிதைக்கும் முறைகளையும் உருவாக்க முடியும்.'

'அவ்வளவுதானா?'

'முதலில் நகத்தைக் கடிப்பதை நிறுத்துங்கள். உடல் முழுக்க உள்ள நடுக்கத்தைக் கட்டுப்படுத்துங்கள். அலைபாயும் கண்களைக் குவித்து என்னை என் கண்களை நேராகப் பாருங்கள்'

'சரி'

'இன்னும் ஏன் உடல் பதறிப் பதறி நடுங்குகிறது?'

'அது என் கட்டுப்பாட்டில் இல்லை'

'அப்படியென்றால் எங்கள் சிறைச்சாலை அப்படியொன்றும் மோசமில்லைதான்'

'மோசமில்லைதான்'

'இருந்தாலும் பாருங்கள். பங்குச் சந்தையில் எங்கள் சிறையின் விலை விழுந்துகொண்டே போகிறது. நீங்கள் சொன்ன இளம் செவிலித் திட்டம் எனக்கு மிகவும் உவப்பானதாயிருக்கிறது. அதை நிறைவேற்ற வேண்டுமென்பதே இரண்டாம் நிபந்தனை'

'கரும்பு தின்னக் கூலியா என்பது போன நூற்றாண்டின் நல்ல பழமொழிகளுள் ஒன்று'

'இளம் செவிலியோடு எட்டுமணி நேரம் ஒப்பந்தம் செய்து கொள்ள உளவுத்துறை மூலமாக அரசாங்கத்திடமிருந்து உத்தரவு பெற வேண்டியது என் பொறுப்பு. இதை நாம் உத்தேசமாக 'பரிசோதனை' என்றழைப்போம். நீங்களிருவரும் அறியாதபடி உங்கள் தனிமையை முழுமையாய்ப் பதிவு செய்வோம். நீங்கள் பரிசோதனையின் முடிவில் உளற வேண்டும். அதாவது உங்களது சிந்தனைகள் எல்லாம் தோற்று விட்ட தாக உளற வேண்டும்'

'இதனால் உங்களுக்கு என்ன லாபம்?'

'தேவையில்லாத கேள்வி. இருந்தாலும் பதில் சொல்கிறேன். தத்துவம் மற்றும் அரசியல் கைதிகளை வலுவிழக்கச் செய்வதில் வல்லவர்கள் என்று நாங்கள் இதன் மூலம் நிரூபித்துவிட்டால் அரசாங்க மூலதனம் ஏராளமாய் எங்கள் நிறுவனத்திற்குக் கிடைக்கும். கிடைத்தால் இப்போதைய பங்குச் சந்தை சரிவிலிருந்து மீண்டுவிடுவோம்'

'பொதுவாக இந்த மாதிரி சந்தர்ப்பங்களில் என்னுடைய சிந்தனை யையே பல போலிகளை விட்டு உளறச் செய்தால் என்னை வலுவிழக்கச் செய்துவிடலாமே!'

'பொதுவான வழக்கம் அதுதான். ஆனால் உங்கள் சிந்தனைகளை போலிகளை விட்டு உளறச் செய்தால்கூட ஆபத்து'

'அழகியல் அவ்வளவு ஆபத்தானதா?'

'பன்மையை, தரப்படுத்துதலின்மையை, உணர்வுகளின் புதுவித சேர்க்கையை, பயங்கரங்களை அடித்து நொறுக்கும் துன்பியல் உன்னதத்தை, உணர்வுப் பிரவாகத்தைக் கொண்டாடும் அழகியல் ஆபத்தானதுதான்'

'ஒரு புனிதமான தொனியில் நீங்கள் பேசுகிறீர்கள்'

'பரிசோதனைக்கு ஒப்புக்கொள்கிறீர்களா?'

'பங்கேற்பாளர் இளம் செவிலி 1731 எனும் பட்சத்தில் மட்டுமே ஒப்புக்கொள்கிறேன்'

'இல்லையென்றால் மாட்டீர்கள்?'

'மாட்டேன்'

'இளம் செவிலி 1731 மேல் காதலா?'

'வழக்கொழிந்த சொல்லைப் பயன்படுத்துகிறீர்கள்'

'உங்களோடு மோத வேண்டிய அதிகாரியாயிற்றே நான்'

'காதலில்லை, நெக்குருகும் மென்மை'

'இளம் செவிலி 1731ஐ பரிசோதனைக்கு பலிகடா ஆக்குவது பற்றி உங்களுக்கு வருத்தமாக இல்லையா?'

'சமூக வழக்கப்படிதானே செய்கிறேன்'

'சமூக வழக்கங்களை ஏற்றுக்கொள்ளாததுதானே உங்கள் சிந்தனைப் பாங்கு!'

'என்னை ஏற்றுக்கொள்ளச் செய்ய வேண்டுமென்பதுதானே உங்கள் நிறுவனத்தின் குறிக்கோள்'

'நன்று. பரிசோதனை நாளை ஆரம்பிக்கும்'

'ஒரு விஷயம். செவிலி 1731 மேல் உங்களுக்கு என்ன கோபம்?'

'அவள்பால் எனக்கு ஏற்பட்ட நெக்குருகும் மென்மையைக் காண்பிக்க வருடத்திற்கு ஒரு லட்சம் செலாவணிப்புள்ளி கேட்கிறாளே என்பதுதான்'

'ஒருவேளை அந்தப் புள்ளிகளை நான் உங்களுக்குத் தர முடியு மென்றால் நீங்கள் அவளோடு ஒப்பந்தம் செய்து கொள்வீர்களா?'

'நீங்கள் அவளை உண்மையிலேயே காதலிக்கிறீர்கள். அவள் உங்களோடு ஒப்பந்தம் செய்யக் கொடுத்து வைத்திருக்க வேண்டும்.'

'இந்தப் பரிசோதனைப் பணத்தை இந்த நிமிடமே உங்களுக்குத் தர சம்மதிக்கிறேன்'

'நன்றி. ஆனால் வேண்டாம்.'

'ஏன்?'

'ஒருவகையில் நான் அவளைத் தண்டிக்க நினைக்கலாம்'

'அவளை நிர்ப்பந்தம் செய்வீர்கள் இல்லையா?

'செய்யலாம். செய்யாமலேயே சம்மதிக்கவும் வைக்கலாம்'

'தேசப்பற்று என்ற பெயரிலா?'

'உங்களுடைய கவலைகள் அநாவசியமானவை'

'அவளை தயவு செய்து துன்புறுத்தாதீர்கள்'

'ஹாஹா.. நமது பேட்டி முடிந்தது. ஒருங்கிணைந்த குடியரசுகள் வாழ்க'

'--------'

'நீங்கள் ஒழிக என்று சொல்லலாம்'

'போடா மயிரே'

***

அடி பின்னி எடுத்துவிட்டார்கள். உடலெல்லாம் பிரம்படி போட்டதில் ரத்தம் கன்றி கன்றி நிற்கிறது. ஐயோ இதைக் கேட்பதற்கு யாருமே இல்லையா? நான் என்ன தவறு செய்தேன்? இந்தக் கிழட்டு உடலைப் போட்டு இப்படி வதைக்கிறார்களே இன்னும் என்னிடமிருந்து என்ன எதிர்பார்க்கிறார்கள்? ஜன்னலை எட்டிப்பார்க்க முயற்சி செய்து தோற்கிறேன். பூவரச தளிர்கள் வாடியிருக்கின்றன. வெகு தொலைவில் வானத்தில் பறவைகள் பறப்பதான தோற்றம் இருக்கிறது. என்னது அது என்று தெரியவில்லை. வலியில் என்னுடல் இழை இழையாகப் பிரிந்து கழன்று பறக்கிறது. அதிகாலையில் காணும் மென் சிறகுகள் எல்லாம் பறக்கும் தேள்களாக மாறி உள் அவயங்களைக் கொட்டுவதான பிரேமை. சமூகத்தின் மொத்த தவறுகளுக்காகவும் என்னைத் தண்டிப்பது என்ன நியாயம்? என்னைக் கேவலப்படுத்தி இவர்கள் எப்படி வாழ்ந்து விடமுடியும்? நான் அலறமாட்டேன். சிரிப்பேன். வாய்விட்டு, வெறி கொண்டு சிரிப்பேன். என் சிரிப்பின் அலையில் என் உயிரின் இச்சை கலந்து மிதமான சீதோஷ்ணம் போல பரவும். அணு அணுவாய், துகள்த் துகளாய்க் கரைந்து இப்பிரபஞ்சம் முழுமையும் நிறைப்பேன். என் வெறிகொண்ட சிரிப்பின் ஆர்ப்பரிக்கும் விகசிப்பில் என் உணர்வுப் பிரவாகத்தினால் என்னை வாழவிடாத இப்பிரபஞ்ச ஒருமையை முற்றிலுமாக சிதைப்பேன். அதன் முதல் கட்டமேயென என்னுடல் இழை இழையாய்ப் பிரிந்து துகள்த் துகளாய்ச் சிதறி உருகி உருகி கரைகிறது... Hyper Sensual Being உருவாகும் கட்டம் வந்துவிட்டது.

'யாரது இந்நேரத்தில்?'

'இளம் செவிலி எண் 1731'

'என் கண்கள் என்னை ஏமாற்றுகின்றனவா? கனவா? பிரம்மையா?'

'நிஜம்தான். பரிசோதனை தொடங்கிவிட்டது. இப்போதிலிருந்து இன்னும் எட்டு மணி நேரத்திற்கு நீங்களும் நானும் தம்பதிகளாக ஒப்பந்தம் செய்யப்பட்டிருக்கிறோம். அரசாங்கம் இதற்காக மிகப் பெரிய விலை கொடுத்திருக்கிறது'

'இப்போதா? என்னுடைய இந்த நிலைமையிலா? என்னையோ சக்கையாக அடித்துத் துவைத்துப் போட்டிருக்கிறார்கள்.'

'நீங்கள் தோற்று உளற வேண்டும் என்பதுதானே நிபந்தனை'

'உளறச் சம்மதித்த பின்னும் அடித்துப் போட்டிருப்பது நியாயமில்லை'

'உங்கள் Theory of hyper sensuous தாந்தரீக சித்தினை இப்போது செயல்படுத்துங்கள் பார்க்கலாமென்பதே சவால்'

'நீ ஏன் இந்தப் பரிசோதனைக்கு சம்மதித்தாய்? பணத்திற்காகவா?'

'இல்லை'

'என் மேல் பரிவா? காதலா? நட்பா?'

'முதலில் உங்களால் என்ன செய்யமுடியும் என்ற தைரியத்தில் சம்மதித்தேன். ஆனால் அரசாங்கம் வழங்கிய தண்டனையால் சிந்திக்க ஆரம்பித்துவிட்டேன். இப்போது நான் உங்கள் சக பயணி. சிறைக்கு வெளியே இருந்து சிந்திக்க இருப்பவள்'

'சபாஷ். ஆனால் இந்தப் பரிசோதனையில் நான் தோற்று உளற உத்தேசமில்லை'

'நீங்கள் ஜெயிக்கவேண்டும் என்பதுதான் என் விருப்பமும்'

'நான் ஜெயித்தால் உன்னையும் சேர்த்துத் தண்டிப்பார்கள்'

'தப்பும் வழி எனக்குத் தெரியும். உங்களைப் போல நான் முட்டாளில்லை'

'பிரமாதம். அப்படியென்றால் ஆரம்பிக்கலாமா? குரலும் வார்த்தை களுமே என் உடலாகவும் ஆகட்டும்'

'இதோ இருளில் இயங்கும் அல்ட்றா வயலட் காமிராக்கள் இயங்க ஆரம்பித்துவிட்டன. நமது நடவடிக்கைகள் உடனடியாகத் தொலைக் காட்சியில் ஒளிபரப்பாகின்றன என்ற நினைவிருக்கட்டும்'

'நன்று. சிறு தீபம் ஒன்று ஏற்றி விடு. உனது கூந்தலை அவிழ்த்துவிடு. ஆடைகளைக் களைந்துவிடு. நான் இருளில் நிர்வாணமாகவே இருக்கிறேன்'

'இதோ'

'கடவுளே கடவுளே இந்தப் பேரழகு எனக்கா? எனக்கே எனக்கேவா? இந்த நிலைமையிலா? யாரிடம் போய்ச்சொல்வேன் இந்த வசீகரத்தை? இந்த சௌந்தர்யத்தை ஜோதி என்றழைக்கவா நான்? ஒளியின் கதிர்கள் சர்வ திசைகளிலும் தாபத்துடன் வியாபிப்பது போல வா என்னிடத்தில்.

நீலம் பாரித்துக் கிடக்கும் இந்தக் கிழட்டு உடல் உன்னிடத்தில் பிரார்த்தனையைத் தவிர வேறென்ன செய்ய இயலும்? உயிரின் இச்சையால் பிறக்கும் வேட்கை அசிங்கங்களோ அச்சங்களோ அறியாதது. உன் மென்மையான கால் கட்டை விரலால் என் முதுகுத் தண்டின் கீழ் நுனியை மிதி. மூலாதாரத்தின் ஜீவ சக்தி ஊற்றுக்கண் திறக்கட்டும். படைப்பியக்கம் அசிங்கங்களை அறியாதது என்பதை நினைவில்கொள். நான் உன் முதுகுத்தண்டின் கீழ் நுனியையும் உன் உந்திச் சுழியின் கீழ் விரியும் பூனை ரோமங்களையும் என் விரல் நகங்களால் மென்மையாக வருட, உன் பிருஷ்டங்கள் ஆனந்தத்தில் சிலிர்த்து அதிர்கின்றன. அடேயப்பா இளமையின் கசிவிற்குத்தான் என்ன வேகம்! பொறு. பொறு. காமவேட்கையில் கண்கள் அதற்குள்ளாக சிவந்துவிட்டனவே! நானோ பெரிய அன்னப்பறவையின் மூர்க்க வேகத்திற்கு தாக்குப்பிடிக்க முடியாமல் கசிந்து துவண்ட லீடா போல கண்களின் வெள்ளைப்படலம் வெளியே தெரிய உதவியற்றுக் குழை கிறேன். மரப்பட்டை உரித்த பச்சை மரத்தின் ஈரப்பதமும் மென்மை யும் நறுமணமும் நம்மைச் சுற்றிக் கமழ்கின்றன. அவசரப்படாதே. பெருமூச்செறியாதே. நானும் தயாராகிக் கொண்டிருக்கிறேன். உன் நீண்ட இமைகளினால் என் அதரங்களை வருடுகிறாய். நான் என் தாடி நுனியினால் உன் கட்கங்களை வருடுகிறேன். உன் முலைக்காம்புகளால் என் வலி நிரம்பிய பகுதிகளுக்கு ஒத்தடம் தருகிறாய். நான் இதற்கு எப்படி கைம்மாறு செய்வேன்? எப்படி என்னை உனக்காக தகுதிப் படுத்திக்கொள்வேன்? தெய்வமே தெய்வமே இந்தக் கணத்திற்கான நன்றியறிதல் பிரார்த்தனை ஏதும் உளதா? உந்தன் கூந்தலின் மென்மை யான சாமர வீச்சில் என் பலவீனங்கள் அனைத்தையும் மீறி ஆவேசமா கிறேன். ஹேய் ஹேய் ஹேய் அதெல்லாம் வேண்டாம். கள்ளமற்ற உன் முகத்தில் குறும்பும் தீர்மானமும் ஏற என்னைப் பரிகசிக்கிறாய். உன் திண்மையான தசைநார்கள் இறுக்கமாகி வெப்பம் தகிக்கின்றன. நான் முழந்தாளிட்டு உன்னை கைகூப்பி வணங்க நீயோ உன் வலது காலைத் தூக்கி என் தோள் மேல் போடுகிறாய். உன் பின்னந்தொடை யின் சூடு என் தோளில் பரவ என் மனமோ முடிவற்று மலரும் மலர்களில் லயிக்கிறது. ஓ இதுதான் இதுதான் இந்த மனோநிலைதான் நமக்கு நினைத்த மாத்திரத்தில் எந்தச் சமயத்திலும் கைவரப்பெற வேண்டும். நமது இருவருடைய உடல்களும் மற்றவற்றிற்காகத் தாளவொணா தாபத்துடன், காத்து நிற்கும் இம்மனோநிலை, காய்ந்த சருகாலோ, புழுதியாலோ, மலத்தாலோ, மூத்திரத்தலோ, செடியாலோ, கொடியாலோ, காற்றாலோ, கடலாலோ, வானத்தாலோ, நிலாவாலோ, நட்சத்திரத்தினாலோ, இதுவாலோ, அதுவாலோ, எதுவாலோ சதா சர்வ காலமும் நமக்கு வாய்க்கப்பெறவேண்டும். Hyper sensuousness. உயிர்ச்சத்து இப்பிரபஞ்சத்திற்கு உணர்ச்சிகரமான ஒருமையை

அளிக்கிறது என உணரும்போது, அதில் சதா பங்கேற்கும்போது மனிதன் சுதந்திரவானாகிறான். அவனை யாராலும் தண்டிக்க முடியாது. எதுவாலும் அடக்க முடியாது. ஜோதி! இப்போது ஜீவ சக்தி உன் நாடி நரம்புகளிலெல்லாம் குமிழியிட்டுப் பொங்குகிறது. நான் மல்லாக்க படுத்துக்கொள்கிறேன். என்னை நடுவில் கிடத்தி இருபுறங்களிலும் உன் கால்களை வைத்து நின்று கொள். மெதுவாக முதுகுப்புறமாக பின்னோக்கி வளைந்து உன் கைகளை என் தோள்களில் ஊன்றிகொள். இந்நிலையில் உன்னால் என் பின் சுவரிலுள்ள ஜன்னலையும் அதில் தெரியும் வானத்தையும் பார்க்க முடியும். இரவின் கும்மிருட்டில் ஒளிரும் அந்த ஒற்றை நட்சத்திரத்தின் மேல் கவனத்தைக் குவி. நான் உன்னை நோக்கி மேலே வேகமாய் வரும்போதெல்லாம் நீ நட்சத்திர ஒளியோடு உன்னை அடையாளம் கண்டுகொள். இதோ இந்த நிமிடத்தில் நீயும் நானும் மேகங்களைக் கடந்து அண்டசராசரத்தில் எல்லையின்மை நோக்கி அநாதியாய் ஜோதியாய் அலைவோமே, ஜோதியாய் அலைவோமே, ஜோதியாய் அலைவோமே, ஜோதியாய் அலைவோமே ஜோதியாய்.'

***

பரிசோதனை முடிந்த மறுநாள் இளம் செவிலி 1731இன் அறிக்கைபடி என் ஜன்னலை அடைத்துவிட்டார்கள். நான் என் ஒரு துண்டு வானத் தையும் இழந்துவிட்டேன். ஆனால் கண்களை மூடும்போதெல்லாம் ஜோதியின் மேனி முழு ஆகாயமாய் முடிவற்று விரிகிறது.

குறிப்பு

ஸில்வியா என்ற புனைபெயரில் நான் எழுதிய இந்த Futuristic கதை 1995இல் 'புதிய பார்வை' இதழில் வெளியானது. இந்தக் கதையைத் தேடிப்பிடித்து எனக்கு அனுப்பித் தந்த 'குங்குமம்' இதழ் பொறுப்பாசிரியர் நண்பர் என்.கதிர்வேலனுக்கு என் மனமார்ந்த நன்றியைத் தெரிவித்துக்கொள்கிறேன்.

4

இரவு மணி 11:59

'எனக்குள்ளும் இந்தக் கதைக்குள்ளும் நுழைய கடவுச்சொல் ஒரு ஊர்கின்ற உயிரினத்தின் பெயர். அது பாம்பின் வகையறாவோ அல்லது பல்லியின் வகையினமோ அல்ல' என்ற அறிவிப்பு சம்பந்தனை வெகுவாகக் கவர்ந்தது. அவன் 'ஆக்டோபஸ்' என்ற மெய்நிகர் இரவு விடுதியில் ஒரு இணைய அவதாரமாகச் சுற்றிக்கொண்டிருந்தான். 'ஹாய்! உனக்கு இந்த வாயிலில் பேரதிர்ஷ்டமும் பெருந்துய்ப்பும் காத்திருக்கிறது' என்று சொல்லி கூடத்தில் தூணுக்குப் பின் மறைந்திருந்த பச்சை வர்ண ஒளித் திரையின் முன் சம்பந்தனை கூட்டிக்கொண்டு வந்து விட்டு விட்டு ஊர்சுளா மேகரேகையாய்க் குமிழியிட்டு மறைந்து போனாள்.

சம்பந்தன் அன்றுதான் முதன் முறையாக இரண்டரை லட்ச ரூபாய் பந்தயத்தில் வென்றிருந்தான். கடந்த ஒன்றரை வருடமாக சூதாட்டத்தில் இழந்ததோ எட்டு லட்சம். அவன் வென்று ஒரு நொடிகூட இருக்காது அவன் வென்ற பணத்தைச் செலவழிக்க ஆலோசனை சொல்ல எட்டு ஒளிமங்கைகள் தோன்றினார்கள். அந்த அஷ்ட மங்கைகளில் பட்டுப் புடவை கட்டி தொப்புளிலும் புருவத்திலும் வளையங்கள் அணிந் திருந்த ஊர்சுளா அவனை வெகுவாகக் கவர்ந்தாள். ஊர்சுளாவின் புருவ வளையத்தில் பல வர்ணக்கோடுகள் சுழலும்போதே சம்பந்தனின் பார்வை தன் ஒளியுடலில் எங்கெல்லாம் மேய்கிறது என்பதை அனுமானிக்கின்றன என்ற விபரத்தை சம்பந்தன் அறிந்திருக்கவில்லை. ஊர்சுளாவின் தொப்புள் வளையத்தில் சம்பந்தனின் கண்கள் நிலைத்த போது அவள் விரல்கள் சேலையை மேலும் அபாயகரமாக கீழே இழுக்க அவளின் கவட்டை எலும்புகளின் மேல் இரு பக்கங்களிலும் இரு வைரக்கற்கள் பளிச்சிட்டன. அஷ்ட ஒளிமங்கைகளில் ஊர்சுளா வைத் தேர்ந்தெடுக்க சம்பந்தனுக்கு அதிக நேரம் ஆகவில்லை.

உடலின் எந்த பாகத்தில்தான் நகை அணிவது என்று விவஸ்தை இல்லையா என்று தோன்றியபோதே அந்தக் கோணல் வசீகரமுடையது என்றும் சம்பந்தன் நினைத்துக்கொண்டான். ஊர்சுளா தன் இடுப்பு

ஒசிய ஒசிய நடந்து வந்தாள். நன்றாக இழுத்துக்கட்டின வயலின் தந்தி போன்று புடவையுள் விறுவிறுத்து நின்ற அவள் உடலும் அவள் மார்புகளின் மேல் படர்ந்த மெல்லிய மேலாக்குக்கு அடியில் ரவிக்கை முடிச்சில் இருந்த சிவப்புக்கல் பத்மத்தின் கர்வமும் அவனைச் சொக்க வைத்தன. ஊர்சுளாவிடம் சம்பந்தன் கிறங்கிவிட்டதைக் கண்ட இதர சப்த கன்னிகள் ஐய்யோ என்று வாய் பொத்தி ஓவியப் பதுமைகள் போல கரைந்து, எல்லாம் அறிந்த சிரிப்பை வெளிப்படுத்தியவர்களாய் ஒளிக்கோடுகளாய்ச் சிதறி, பச்சைப்புள்ளிகளாய்க் குறுகி, திரையின் எல்லையின்மையில் ஓடி மறைந்தனர்.

வா என் பின்னால் என்று சைகை காட்டிவிட்டு ஊர்சுளா நடக்கத் தொடங்கினாள். அவள் புடவையைக் கீழிழுத்திருந்ததால் வெளித் தெரிந்த பிருஷ்ட வளைவில் ஆகாய நீல வர்ணத்தில் ஆபரணம் ஒன்று மின்னியது; நீலத்தின் நடுவில் இரவு விடுதிக் கூடத்து விளக்குகளின் பொன் ரேகைகள் ஊடுருவி, விட்டு விட்டு ஒளிர்ந்து, அந்த வளைவின் வாத்சல்யத்தை அதிகப்படுத்தின. பின் தொடரும் சம்பந்தனைத் திரும்பி ஊர்சுளா பார்த்தபோது அவள் புருவ வளையங்கள் அவனை மேலும் கணித்தன. ஊர்சுளா தன் நாக்கை நீட்டி, கண் சிமிட்டினாள். நாக்கின் நுனியில் ஒரு சிறு முத்து வளையமும், சிமிட்டும்போது மூடிய கண் இமையின் மேல் மீன் ஒன்றும் தோன்றி மறைந்தன. சம்பந்தனின் மனம் ஒரு துள்ளு துள்ளி அடங்கியது. ஊர்சுளாவின் பின்பாகம் அவன் மனத்தின் அடியாழ ஆசைக்கேற்ப மேலும் சிறிது உப்பி அந்த ஆகாய நீல ஆபரணத்தின் அசைவின் போதையை அதிகமாக்கியிருந்தது.

மெய்நிகர் இரவு விடுதி சூதாட்டத்தில் சம்பந்தன் பணம் ஜெயித்தது, ஒளிமங்கைகளில் ஊர்சுளாவிடம் மயங்கியது, அவள் அவனைக் கடவுச்சொல்லால் திறக்கும் வாயிலருகே நிறுத்திவிட்டு மறைந்தது எல்லாவற்றுக்குமே மொத்தமாக ஆறு நிமிடம்கூட ஆகியிருக்காது. ஆனால் அதற்குள் கணினித் திரைகள் அவனைப் பற்றிய அனைத்து விபரங்களையும் சேகரித்துவிட்டன.

***

'ஆக்டோபஸ்' தகவல் அறிக்கை

பெயர்: சம்பந்தன், முழுப்பெயர்: வெ.திருஞானசம்பந்தன், மெய்நிகர் அவதாரப் பெயர்: சூச்சா, வயது: 27, அசையாச் சொத்து மதிப்பு: 200 கோடி ரூபாய், வங்கியிருப்பு: 88 லட்ச ரூபாய், வங்கி கணக்கு எண்: 5527643866, கடன் அட்டை எண்: 7766921903464 கடைசியாக கடன் அட்டை பயன்படுத்தி வாங்கிய ஐந்து பொருள்கள்: பால்வெனி ஸ்காட்ச் விஸ்கி, அப்பல்லோ மருந்துக்கடையில் மனஅழுத்தம் குறைக்கும் மாத்திரைகள், கலர் பிளஸ் கடையில் ஒரு லினன் சட்டை,

நியு ரெசிடென்ஸி ஹோட்டலில் டின்னர், இணையதள கடையிலிருந்து 'பாம்பின் விஷம்'. தொழில்: விபரம் சேகரிக்கப்படவில்லை. நோய்கள்: அதீத தனிமை, இணைய அடிமைத்தனம் Internet Addiction Disorder. சமூக வலைத்தளங்களில் பங்கேற்பு: அதிகமில்லை; ஃபேஸ்புக், டிவிட்டர், கூகுள் பிளஸ், லின்க்டின் வலைத்தளங்களில் கணக்கு உள்ளது. 'ஆக்டோபஸ்' அங்கத்தினர் விபரம்: இரண்டு ஆண்டு களாக அங்கத்தினர். பழியாய் இரவு விடுதியிலேயே கிடக்கிறான். உடலில் துளையிட்டு அணியப்படும் நகைகள், பச்சை குத்துதல் ஆகியவற்றில் ஆர்வம் அதிகம். நடத்தை: Introverted and impulsive. தாடித் தோற்றது எட்டு லட்ச ரூபாய். வென்றது இரண்டரை லட்ச ரூபாய். ஆக்டோபஸுக்கு நிகர லாபம்: ஐந்தரை லட்ச ரூபாய். Emotional Intelligence: வெகு குறைவு. காதல்வயப்படக் கூடியவன். ஊர்சுளா பிம்பத்திற்குப் படியக்கூடிய சாத்தியப்பாடு: 100%

***

ஆக்டோபஸ் மெய்நிகர் இரவு விடுதி FAQ

ஆக்டோபஸ் மெய்நிகர் இரவு விடுதி ஒரு கலை நிறுவனம்: உங்களால் அதிகப்படியும் கேட்கப்படும் கேள்விகளுக்கான பதில்கள் கீழே தரப்பட்டுள்ளன.

ஆக்டோபஸ் ஒரு ரகசிய சங்கமா?

ஆமாம். ஆக்டோபஸின் வெளிமுகப்பை அனைவரும் அடையலாம் என்றாலும் அதன் உள்கதவுகள் வெற்றி பெற்றவர்களுக்கே திறக்கும். தோல்வியுற்றவர்களை ஆக்டோபஸ் மன்னிப்பதில்லை; மென்று சக்கையாக வெளித் துப்பிவிடும். வெற்றிக்குப் பரிசுகளும் அங்கீகாரமும் போலவே தோல்விக்குத் தண்டனைகளும் நிராகரிப்பும் உண்டு.

ஆக்டோபஸ் ரகசிய சங்க உறுப்பினர்கள் ஒருவரை ஒருவர் மெய்யுலகில் அறியலாமா?

ஆக்டோபஸ் ரகசிய சங்க உறுப்பினர்கள் தங்களை மெய்யுலகில் அறிந்துகொள்வது அவரவர் அடையும் வெற்றிகளின் உச்சங்களைப் பொறுத்தது. மெய்யுலகின் வெற்றிப்பரிசுகளில் ஆக்டோபஸ் சங்க உறுப்பினர்களை நேரடியாக அறிவதும் ஒன்று.

ஆக்டோபஸின் நோக்கங்கள் என்ன?

செக்ஸ், மதம், உலகம் முழுவதையும் தன் ஆளுகையில் வைத்திருப்பது- மூன்றையும் கூட்டினால் கிடைக்கும் இன்பத்தை விட அதிகமான இன்பத்தை உறுப்பினர்களுக்கு வழங்குவது ஆக்டோபஸின் தலையாய நோக்கமாகும். சூதாட்டத்தைக் கலையாக வளர்த்தெடுப்பது, கட்டற்ற கற்பனையின் சுதந்திரத்தை உறுப்பினர்களை அனுபவிக்க செய்தல் ஆகியவை துணை நோக்கங்கள்.

ஆக்டோபஸின் நிறுவன அமைப்பு எத்தகையது?

ஆக்டோபஸ் டிரில்லியன் ரூபாய் கம்பெனி. உச்ச பட்ச இன்பத் தினை அனுபவித்த கலைஞர்களால் நடத்தப்படுவது. ஆக்டோபஸ் என்ற கடல்வாழ் உயிரினத்தின் உடல்கூறுகளுக்கு நிகரான நிறுவன அமைப்பை உடையது. ஆக்டோபஸிற்கு, உதாரணமாக, பல இதயங்கள். அது போலவே கம்பெனிக்கும் பல நிர்வாக மையங்கள். மைய இதய நிர்வாக அமைப்பு கொடுக்கும் கட்டளைகளைத் துணை இதய நிர்வாக அமைப்புகள் நிறைவேற்றுகின்றனவா என்ற அறிக்கை யைப் பெறுவதில் அக்கறை காட்டுவதில்லை. ஆக்டோபஸ் வகைகளில் 2005 ஆம் ஆண்டு கண்டுபிடிக்கப்பட்ட ஒன்று பிற கடல்வாழ் உயிரினங்களைப் போல தன் உருவத்தைப் போன்மை செய்ய வல்லது; அது எப்படிச் சூழ்நிலைக்கு ஏற்ப கடல்பாம்பாக, சிங்கமீனாக உருவெடுக்குமோ அது போல ஆக்டோபஸ் பன்னாட்டு நிறுவனமாக, அரசு நிறுவனமாக, தொண்டு நிறுவனமாக, மத நிறுவனமாக, அரசியல், அறவியல் அல்லது அறிவியல் செயல்பாட்டு நிறுவனமாக என சூழலுக்கு ஏற்ப நிறுவன வடிவங்களைப் போன்மை செய்ய வல்லது. ஆக்டோபஸிற்கு பல கால்கள், தோலில் பல நிறங்கள், பல ஒளிர்வுகள்.

உறுப்பினர்களின் அந்தரங்க விபரங்களை ஆக்டோபஸ் பாதுகாப்பாக வைத்திருக்குமா?

நிச்சயமாக வைத்திருக்காது. ஏனெனில் ஆக்டோபஸ் தன் உறுப்பினர் களின் அந்தரங்க விபரங்களைச் சேகரிப்பதேயில்லை.

ஆக்டோபஸ் செக்ஸ் உள்ளடக்கங்களை வெளிப்படையாகத் தருவது பற்றி.

ஆக்டோபஸ் இன்பத் தொழிற்சாலையின் எதிர்காலம். செக்ஸிற்கு கற்பனையும் கலையும் அவசியம். அம்மாஞ்சிகள், மடிசஞ்சிகள், தொடைநடுங்கிகள், போதகர்கள் ஆகியோருக்கு ஆக்டோபஸ் ஒரு சீர்திருத்தப்பள்ளி.

'ஆக்டோபஸின் தீய விழுதுக்கரங்கள்' என்ற உருவகம் பற்றி.

'ஆக்டோபஸின் தீய விழுதுக்கரங்கள்' என்ற உருவகம் புழக்கத் தினால் நைந்து துவண்டு போன உருவகம். அது இப்போதைய ஆக்டோபஸின் சமகாலத்திய செயல்பாடுகளுக்குப் பொருந்தாது. ஆக்டோபஸினை அறிய புதிய கற்பனையும் அதி சுதந்திரமும் வேண்டும். உங்கள் காதலனுக்கு அல்லது காதலிக்கு எட்டு கைகள் இருந்தால் கலவி இன்பம் எப்படிப்பட்டதாக இருக்கும் என்று கற்பனை செய்து பாருங்கள். இன்பமும் ஆசையுமே முதலாளித்துவ ஆக்டோபஸின் திறவுகோல்கள். 2010 உலகக் கால்பந்து கோப்பை விளையாட்டுக்களின் போது பால் என்ற சாதாரண ஆக்டோபஸ் வரப்போகும் போட்டியில் எந்த அணி ஜெயிக்குமோ அந்த அணியின் நாட்டுக்கொடியை நோக்கி

நகர்ந்து வெற்றிபெறப்போவது யார் என்று முன்கூட்டியே குறி சொல்லி உலகப்புகழ் பெற்றது நினைவிருக்கட்டும். அந்த ஆண்டு பால் என்கிற ஆக்டோபஸ் குறிசொல்லிக்கு அரசு பாதுகாப்பு தரப்போவதாக ஸ்பானிஷ் பிரதமர் அறிவித்தார். இரானின் அதிபர் அதை மேற்குலகச் சீரழிவின் குறியீடு என்றார். உங்கள் தெரிவு உங்கள் அதிர்ஷ்டம்.

ஆக்டோபஸின் மதிக்கத் தகுந்த பண்பு?

கலவிக்குப் பின் ஆண் ஆக்டோபஸ் இறந்துவிடுகிறது; முட்டையிட்டபின் பெண் ஆக்டோபஸ் இறந்துவிடுகிறது.

இன்றுவரை ஆக்டோபஸ் கட்டிக்காக்கும் ரகசியம்?

இரவு மணி *11.59*.

***

சூச்சாவை அப்படியே ஊர்சுளா காட்டிய பச்சை வர்ண ஒளித்திரையின் முன் விட்டுவிட்டுத் திரும்ப யத்தனிக்கையில்தான் சம்பந்தன் அந்தத் திரையின் மேல் எழுதப்பட்டிருந்த ‘மூன்றாவது கண்’ என்ற பெயரைப் படித்தான். மன அழுத்த எதிர்ப்பு சக்தி மாத்திரை ஒன்றை எடுத்து விழுங்கிவிட்டு தண்ணீருக்குப் பதிலாய் ஸ்காட்ச் ஊற்றி இரண்டு மிடறு முழுங்கினான். என் அவதாரமாகிய சூச்சா வென்ற இரண்டரை லட்சத்தையும் இழந்தாலும் சம்பந்தனாகிய எனக்கு இனி பாதிக்காது என்று தனக்குத் தானே சொல்லிக்கொண்டான். ஸ்காட்ச் சம்பந்தனின் தொண்டையில் இறங்குகையில் சூச்சா தள்ளாடுவதை ஆச்சரியத்துடன் கவனித்தான். அவர்கள் என்னைக் கண்காணிக்கிறார்கள் என்று சொல்லிக்கொண்டான். மீண்டும் மீண்டும் அவர்கள் என்னைக் கண்காணிக்கிறார்கள் என்று சொல்லி சூச்சாவிடம் அது என்ன மாறுதலை உண்டாக்குகிறது என்று பார்த்தான். ஸ்காட்சின் பாதிப்பு நிகழ்த்திய எதிர்வினை போல கண்காணிக்கிறார்கள் என்ற செய்திக்கு எந்த எதிர்வினையும் இல்லை. ‘பாம்பின் விஷ’த்தை உறையிலிருந்து எடுத்து குறுந்தகடு போடும் பெட்டியில் இருத்திவிட்டு ஆக்டோபஸில் இசை என் கணினியிலிருந்து என்ற பொத்தானை அழுத்தி தெரிவு செய்தான். ஃப்ரெஞ்சு ஜாஸ் இசையில் ஊகூங் ஊகூங் ஊகூங் என்று விசித்திர கருவி ஒலியெழுப்ப தொடர்ந்து பெரிய அண்டாவின் அடியிலிருந்து வெளியேறும் நீர்க்குமிழிகள் என சப்தங்கள் ஒலித்தன.

ஆக்டோபஸின் அரங்கு ஜாஸ் இசைக்கேற்ப அதிர்ந்தது. மூன்றாம் கண்ணின் திரையிலிருந்து நீர்க்குமிழிகள் வெளிப்பட்டு இசைக்கேற்ப ஐய்யோடா என்று வெளிப்பட்டு ஓடின. நீர்க்குமிழிகளுக்குள் ஊர்சுளா மாட்டிக்கொண்டு ஓடி ஓடி மறைந்தாள். ஒரு குமிழி சூச்சாவின் நெற்றியில் மோதி உடைய இரிராரோவ் என்று பெண்ணின் குரலொன்று பல மைல்களுக்கு அப்பால் ஒலித்தது.

சம்பந்தன் அம்மாவின் கால்களில் கைக்குழந்தையாய் குப்புறக் கிடந்தான். எண்ணெய்ப் பிசுக்கு போக அம்மா அவனைத் துடைத்துக் கொண்டிருந்தாள். குழந்தை பொக்கை வாயைக் காட்டி கன்னங்கள் குழிய சிரித்துக்கொண்டிருந்தது. திடீரென்று வாணம் ஒன்று மேல் நோக்கி சீறிச்சென்று ஆகாயத்தில் வெடிக்க அதிலிருந்து நாலைந்து வகை நிறப் பொறிகள் மலர்களாய் மிதந்து, குடை கவிழ்ந்து, அவிந்தன.

கணினித் திரையை சம்பந்தன் இரண்டாய்ப் பிரித்து வைத்துக் கொண்டான். வலது பகுதியில் ஆக்டோபஸ் ஜன்னலை நிறுத்தினான். இன்னொரு உலவியை இடது பகுதியில் திறந்து அதில் கூகுளில் 'பாம்பும் பல்லியும் அல்லாத ஊர்வன' என்று தேடினான். மூன்றாம் கண் 'ஏதோ தவறு ஏதோ தவறு' என்று அலறல் செய்தியை வெளியிட்டது. சூச்சா வெளியே தூக்கி வீசப்பட்டான். இசை நிறுத்தப்பட்டது. ஆக்டோபஸ் அறிக்கை சம்பந்தனின் வெற்றிப் பணத்தில் 25000 ரூபாய் விளையாட்டு விதிகளை மீறியதற்கு அபராதமாய் விதிக்கப்பட்டிருப் பதாய்த் தெரிவித்தது.

'நான் என்ன விதியை மீறினேன்?'

'மூன்றாம் கண் கடவுச்சொல்லை அறிய கூகுளில் ''பாம்பும் பல்லியும் அல்லாத ஊர்வன'' என்று தேடினாய்'

அவர்கள் கண்காணிக்கவில்லை என்று நினைத்தோமே என்று சம்பந்தன் தன்னைத் தானே நொந்துகொண்டான். ஆக்டோபஸ் Foul Card ஒன்றினைத் தூக்கிக் காண்பித்தது.

'ஆக்டோபஸிற்கு விளையாடுதலின் புனிதம் முக்கியமானது. ஆக்டோபஸின் மூளை பாலூட்டிகளின் மூளையைவிட அதிக சக்தியும் திறனும் வாய்ந்தது. மெய்நிகர் உலக யதார்த்தத்தின் பிதாமகர்களுள் ஒருவரான ஜரோன் லானியர் ஆக்டோபஸ்கள் விளையாட, மனிதர்கள் செல்லப்பிராணிகள் என்று ஆக்டோபஸ்களின் மூளைத் திறனை வர்ணித்திருக்கிறார்'

'சரி. மூன்றாம் கண்ணின் திரை வாயிலுக்கு மீண்டும் செல்ல நான் என்ன செய்யவேண்டும்?'

'அதற்கு ரூபாய் 25,000 கட்டணம்'

'சரி, எனக்கு ஊர்சுளாவின் மெய்யுலகத் தொடர்பு வேண்டும்'

'அதற்கு ஆக்டோபஸிற்கு கட்டணம் ரூபாய் 50,000 ஊர்சுளாவிற்கு ரூபாய் 50,000'

'சரி. ஆனால் நான் இப்போது விளையாட்டைத் தொடர விரும்ப வில்லை'

'அது உங்கள் இஷ்டம். மீண்டும் உறுதிப்படுத்துங்கள். நீங்கள் வென்ற தொகை இரண்டரை லட்சம். அதில் அபராதம் 25000, மீண்டும் மூன்றாம் கண் திரைக்குச் செல்ல அனுமதிக் கட்டணம் 25,000,

ஊர்சுளாவின் மெய்யுலகத் தொடர்பு விபரத்திற்கு ஆக்டோபஸிற்கு 50,000, ஊர்சுளாவுக்கு 50,000. போக உங்களிடம் விளையாட தற்போது உள்ள தொகை ஒரு லட்சம். சரியா?'

'சரிதான். உறுதிப்படுத்துகிறேன்.'

'ஒரு லட்சத்திற்கு மேலும் பணம் கட்ட விரும்புகிறீர்களா?'

'இப்போது இல்லை. இது தீர்ந்தால் பார்க்கலாம்'

'உங்களுக்குப் பேரதிர்ஷ்டமும் பெருந்துய்ப்பும் வாய்க்க வாழ்த்துகள். ஆக்டோபஸைப் பயன்படுத்தியதற்கு நன்றி'

கணினித் திரை வெறுமையானது.

***

வேளச்சேரி ஃபீனிக்ஸ் மார்க்கெட் சிட்டியில் குழந்தைகளும் பெரியவர் களும் விளையாடும் மையத்தில் சம்பந்தன் ஊர்சுளாவுக்காகக் காத்திருந்தான். அதிக இரைச்சலும் கூட்டமும் இருக்கும் இடத்தில் தன்னைக் கண்காணிப்பவர்கள் குறைவாக இருப்பார்கள் என்பது அவன் எண்ணம். ஃபேப் இண்டியா பருத்தி குர்தாவும் பாட்டியாலா பைஜாமாவும் அணிந்து நகைகள் எதுவும் இல்லாமல் நவீன நடனக் கலைஞர் போல மெதுவாக நடந்து வந்த ஊர்சுளாவுக்கு மஞ்சள் லினன் சட்டை அணிந்து ஓரமாக குளிர்பானம் அருந்திக்கொண்டிருந்த சம்பந்தனை அடையாளம் கண்டுபிடிக்க அதிக நேரம் ஆகவில்லை. எதுவும் பேசாமல் ஊர்சுளா கையிலிருந்த நோட்டுப்புத்தகத்தில் இருந்து காகிதத்தைக் கிழித்து அதில் 'உங்கள் ஃபோன், ஐபேட் வேறு ஏதேனும் கருவிகள் இருந்தால் அனைத்தையும் மின்சாரத்தைத் துண்டித்து அணைத்துவிடவும்' என்று எழுதிக்காண்பித்தாள். சம்பந்தன் தன்னு டைய ஃபோனையும் ஐபேடினையும் அணைத்தான்.

'ஹாய் சூச்சா!'

'நான் சம்பந்தன். ஹாய் ஊர்சுளா!'

'நான் அம்முலு. நீங்கள் வியாபார நிமித்தம் பார்க்கவேண்டும் என்று சொன்னதினால்தான் உடனே வந்தேன். என்ன வியாபாரம்?'

மாநிறத்தில் எந்த அலங்காரமும் நகையும் இல்லாமல் அம்முலு பளிச்சென்று இருந்தாள்.

'நீங்கள் ஆக்டோபஸ் ஊழியரா?'

அம்முலு சில விநாடிகள் யோசித்தாள்.

'உங்கள் ப்ரொஃபைலை முழுமையாக ஆய்வு செய்துவிட்டதால் தைரியமாகச் சொல்கிறேன். ஆமாம் நான் ஆக்டோபஸ் ஊழியர்தான்'

'ம்ஹ்ம், நான் அப்படித்தான் யூகித்திருந்தேன். நான் எட்டு லட்சம் இழந்துவிட்டேன். ஜெயித்த இரண்டரை லட்சத்தில் மீண்டும் ஒன்றரை

போய்விட்டது. விட்டதைப் பிடிக்க வேண்டும். மேலும் கொஞ்சம் ஜெயிக்கவேண்டும். அப்புறம் ஆக்டோபஸை விட்டு ஓடியே போய் விடுவேன். இதற்கு நீங்கள்தான் உதவ வேண்டும்'

'இங்கே ஒரே இரைச்சலாக இருக்கிறது. பேசிக்கொண்டே நடக்கலாம்'

அம்முலுவுக்கு சம்பந்தன் தன்னை வேறு காம நோக்கங்களுக்காக அழைக்கவில்லை என்பது ஆறுதலாகவும் ஆச்சரியமாகவும் ஏன் ஏமாற்றமாகவும்கூட இருந்தது. அவன் தன் மேல் நூறு சதவீதம் காதல் வயப்படக்கூடிய சாத்தியம் உள்ளவன் என்ற ஆக்டோபஸ் ஆய்வறிக்கை அவளுடைய உள் மனதில் குறுகுறுப்பாக இருந்தது. அவர்கள் ஃபீனிக்ஸ் மார்க்கெட் சிட்டியின் உணவுக்கூடத்தில் ஒதுக்குப்புறமான பால்கனி மேஜையைத் தேர்ந்தெடுத்து அமர்ந்தார்கள். வெளியில் கோடையின் வெப்பம் இரவு ஏழு மணிக்கும் கடுமையாக இருந்தது. அவர்கள் இருவரும் ஒருவர் மேல் ஒருவர் எந்தவித ஈர்ப்பும் இல்லாமல் வியாபாரத்தையே பேசிக்கொண்டிருந்தது அவர்களை சீக்கிரமே நல்ல நண்பர்களாக மாற்றியது. ஆக்டோபஸில் எழுபது லட்சத்தை எப்படி சூதாடி வெல்வது என்றும் அதை எப்படி ஆளுக்குப் பாதியாக ரகசியமாகப் பிரித்துக்கொள்வது என்றும் அவர்கள் பேசிக் கொண்டார்கள். அம்முலு தான் இணையத் தொடர்பில்லாமல் இருபது நிமிடங்களுக்கு மேல் இருக்க இயலாது என்றும், இணையத் தொடர்பில் வந்தால் அவர்கள் கண்காணிக்கப்படுவார்கள் என்றும் சொல்லிவிட்டு சீக்கிரமே பிரிந்து போய்விட்டாள். இரண்டாம் சந்திப்பில் அம்முலு சம்பந்தனை ஆக்டோபஸ் பற்றி மேலும் ஆராய்ச்சி செய்யச் சொன்னாள்.

***

'மரணத்திற்கு நிகரான அனுபவங்களே உச்சபட்ச துய்ப்பு அனுபவங்கள்' என்று சம்பந்தன் ஆக்டோபஸ் பற்றிய ஆராய்ச்சி குறிப்பில் எழுதினான். அவன் அம்முலுவின் வருகைக்காக வேளச்சேரி 'காஃபி டே'யில் காத்திருந்தான். இன்று பதினோரு மணிக்குள் மூன்றாம் கண் திரை வாயிலுக்கு வராவிட்டால் அவன் கட்டணம் காலாவதி ஆகிவிடும் என்று அவனுக்கு அன்று காலை செய்தி வந்திருந்தது. அதன் நிமித்தமாகவே அம்முலுவை அவன் சந்திக்க விரும்பினான். வீட்டில் இருந்த கணினி, மற்ற கருவிகள் எல்லாவற்றையும் இணைய தொடர்பில் வைத்துவிட்டு வந்திருந்தான். ஆக்டோபஸ் அவன் இணையத்தில் உலவிக்கொண்டிருப்பதாகவே கண்காணித்துக் கொண்டிருக்கும் என்று அவன் நினைத்துக்கொண்டான். அம்முலு அவனுக்கு ஆக்டோபஸின் கண்காணிப்பை திசை திருப்புவதற்குப் பல துப்புகள் கொடுத்திருந்தாள். இணையத் தொடர்புள்ள கருவிகளை

வெளியே எடுத்து வராமலிருப்பது, தான் உண்மையில் பயன்படுத்தும் பொருட்களைக் கடன்அட்டையில் வாங்காமல் பேப்பர் பணத்தைக் கொடுத்து வாங்குவது, தன் அந்தரங்க விவகாரங்களைச் சமூக வலைத் தளங்களில் வெளியிடாமல் இருப்பது, தவறான தகவல்களை வெளியிட்டு தன்னைப் பற்றி யதார்த்தத்திற்கு சம்பந்தமில்லாத பிம்பத்தைக் கட்டமைப்பது என்று அம்முலு கொடுத்த அத்தனை குறிப்புகளையும் செயல்படுத்தியிருந்தான். இருந்தாலும் அம்முலுவை சம்பந்தனும், சம்பந்தனை அம்முலுவும் முழுமையாக நம்பினார்கள் என்று சொல்ல முடியாது.

அம்முலு வந்ததும் வராததுமாக சம்பந்தன் 'மூன்றாம் கண்ணுக்கு பாஸ்வேர்ட் என்ன?' என்று கேட்டான். அம்முலு புதியதாய் ரிம்லெஸ் கண்ணாடி அணிந்திருந்தாள். தலமுடியை பாந்தமாய் உயர பூங்கொண்டை போட்டு கட்டியிருந்தாள். அவளைப் பார்ப்பவர்கள் எவருமே அவள் ஒரு சூதாட்டக் கம்பெனியின் போன்மையுரு ஊழியர் என்று சொல்லவே முடியாது என்று சம்பந்தன் தனக்குள் நினைத்துக்கொண்டான். கண்ணாடி வழியே அவனைத் தீர்க்கமாகப் பார்த்த அம்முலு 'Tuatara' என்றாள்.

'வாட்?'

'Tuatara என்பது நியுசிலாந்தில் வாழும் பல்லி போன்ற உயிரினம்'

'ஆமாம் தெரியாமல்தான் கேட்கிறேன். ஆக்டோபஸ் ஒரு கேளிக்கை சூதாட்ட கம்பெனியா இல்லை ஒரு மிருகக்காட்சி சாலையா?

'மனிதர்கள் எங்கே இருக்கிறார்கள் இப்போதெல்லாம்? டுவாடாரா வுக்கு மூன்றாவது கண் உண்டு. அதனால் மூன்றாம் கண் கொண்டு ஒளியையும் நிழலையும் கண்டறிய முடியும். மூன்றாம் கண்ணுக்குள் நுழைந்த பின் உன்னாலும் ஒளியெது, நிழலெது என்று கண்டுபிடிக்க முடிந்துவிட்டால் நீ விளையாட்டில் ஜெயித்துவிடலாம்.'

'இவ்வளவுதானா?'

'டுவாடாராவுக்கு நிழலும் ஒளியும் என்றால் மனிதர்களுக்கு நினைவும் நிகழ்காலமும்'

'வாவ். அது நல்ல விளையாட்டுத்தான். ஆனால் 'இரவு மணி 11.59' என்பதன் ரகசியம் என்ன?'

அம்முலு ஐஸ் தேநீரை சத்தமாக உறிஞ்சினாள். 'நினைவும் நிகழ் காலமும் தொடர்ந்து விளையாடும்போது மனித மனத்திற்கு மரணத் திற்கு நிகரான இன்ப அனுபவம் கிடைக்கிறது. அந்தத் தருணத்தை ஆக்டோபஸ் 'இரவு மணி 11.59' என்று அழைக்கிறது.'

சம்பந்தன் ஒரு சில விநாடிகள் யோசனையில் ஆழ்ந்தான்.

'ஆக்டோபஸ் சூதாட்டத்தில் இறந்து போனவர்களும் உண்டா?'

'அதிலென்ன சந்தேகம்? ஆனால் அவர்கள் அதீத இன்பத்தின் உச்சம் தாங்க முடியாமல் இறந்து போகிறவர்கள். கலவியில் ஈடுபடும் ஆக்டோபஸ் போல.'

சம்பந்தனுக்கு தான் கைக்குழந்தையாய் அம்மா முழங்காலில் கிடந்தது போன தடவை ஆக்டோபஸ் விளையாட்டின் போது காட்சியாய்த் தோன்றியது நினைவுக்கு வந்தது.

'அது சரி போட்டியில் ஜெயித்த பிறகு என் பங்கு பணத்தை எப்படிக் கொடுப்பாய்?'

சம்பந்தன் தான் கொண்டுவந்திருந்த பிராமிசரி நோட்டுப் பத்திரங் களை அவளிடம் காட்டினான்.

'விளையாட்டு முடிந்த பின் நான் உயிரோடு இருந்தால் இவை செல்லுபடியாகும்'

அம்முலுவின் முகத்தில் இளநகை அரும்பியது. 'எவ்வளவு பந்தயம் கட்டப் போகிறாய்?

'எண்பது லட்சம்'

'உன்னுடைய வங்கியிருப்பு மொத்தத்தையுமா?'

'ஹா ஆக்டோபஸ் அந்தரங்க விபரங்களைச் சேகரிப்பதில்லை என்று நினைத்தேனே!'

'பதினோரு மணிக்கு இன்னும் இரண்டு மணி நேரங்களே இருக்கிறது'

'கடைசி ஆலோசனை என்ன?

'நீ வேறு உன் போன்மையுரு சூச்சா வேறு என்று எப்போதும் நினைவில் வை'

அம்முலு இடுப்பு ஒசிய ஒசிய நடந்து செல்வதை சம்பந்தன் பார்த்திருந்தான்.

***

'நல்வரவு சூச்சா. இதோ நீங்கள் விரும்பிய மூன்றாவது கண்ணின் திரை வாயில். உள்ளே நுழைந்து விளையாடுவது உங்கள் சாமர்த்தியம்'

'நல்வரவு சூச்சா. எனக்குள்ளும் இந்தக் கதைவிளையாட்டுக்குள்ளும் நுழைய கடவுச்சொல் ஒரு ஊர்கின்ற உயிரினத்தின் பெயர். அது பாம்பின் வகையறாவோ அல்லது பல்லியின் இனமோ அல்ல.'

சம்பந்தன் 'Tuatara' என்று தட்டச்சு செய்தான். மெய்நிகர் இரவு விடுதி ஆக்டோபஸ் ஒரு கணம் அதிர்ந்து அடங்கியது. மூன்றாம் கண்ணின் இமை வாசலாய் சட்டென்று திறந்து புது உலகம் காட்டத் தயாரானது. யாரோ இரவு மணி பதினொன்று என்று சொன்னார்கள்.

'எவ்வளவு பந்தயம் கட்டப் போகிறீர்கள்?'

'விளையாட்டு என்ன?'

‘உங்களுக்குப் பிடித்த போன்மையுருவின் உடல் ஆபரணங்களை அகற்றிக் காப்பாற்றவேண்டும்’

‘ஃபூ இவ்வளவுதானா. பந்தயம் எண்பது லட்ச ரூபாய்’

‘மீண்டும் ஒரு முறை உறுதிப்படுத்திவிட்டுப் பணத்தைக் கட்டுங்கள்’

சம்பந்தன் ஒற்றைக் கிளிக் முறையில் தன் வங்கிக் கணக்கிலிருந்து பணத்தைக் கட்டினான்.

***

மூன்றாவது கண்ணின் திரைக் காட்சிகள் மாறின. சூச்சா சம்பந்தன் கலர் ப்ளஸில் வாங்கிய லினன் சட்டையைப் போட்டுக்கொண்டு தானியங்கிப்படியில் மேலேறிக்கொண்டிருந்தான். பெண் போன்மை யுருக்கள் கீழ் நோக்கிச் செல்லும் படியில் சென்று கொண்டிருந்தன. நட்சத்திரக் குவியல்களுக்கிடையே நிலவு போல ஊர்சுளாவின் முகம் தென்பட்டதுதான் தாமதம் சூச்சா அவளைக் கையைப் பிடித்துச் சட்டென்று தூக்கி மேலேறும் படிக்கட்டில் தன்னோடு சேர்த்து நிறுத்து கிறான். அவள் ‘மெதுவாக, மெதுவாக, இந்த முரட்டுத்தனம்தானே வேண்டாம் என்கிறது’ என்று சிணுங்கியபடியே அவனுடன் வருகிறாள். படிக்கட்டுகள் மேலேறிப் போய்ச் சேர்ந்த இடத்தைப் பார்த்தவுடன் சம்பந்தன் பெரும் அதிர்ச்சி அடைந்தான். அந்த இடம் வேளச்சேரி ஃபீனிக்ஸ் மார்க்கெட் சிட்டியில் உள்ள பால்கனி. எந்த இடத்திற்கு அம்முலுவோடு ஆக்டோபஸிற்குத் தெரியாமல் தாங்கள் ரகசியமாய் வந்ததாய் சம்பந்தன் நினைத்துக் கொண்டிருந்தானோ அந்த இடம்! சூச்சா ஊர்சுளாவை நோக்கி ஆங்காரத்துடன் கத்தினான் ‘நாம் சந்தித்தது எப்படித் தெரியும் இவர்களுக்கு?’ ஊர்சுளாவின் உடல் அச்சத்தில் நடுங்கிக் கொண்டிருந்தது. அவள் மூக்கில் அணிந்திருந்த புல்லாக்கில் அஸ்தமன சூரியனின் கதிர்கள் ஜாலம் காட்டின. யாரோ ‘காதோடுதான் நான் பேசுவேன்’ என்ற சினிமாப் பாடலைக் குழைந்து குழைந்து பாடிக்கொண்டிருந்தார்கள். சூச்சா ஆவேசமாய் ஊர்சுளாவின் புல்லாக்கினைப் பிடிக்கப்போக அவன் கைகளில் பல்லியொன்றின் அடிப்பாகத்தைத் தொட்டது போல பிசுபிசுத்தது. அருவருப்பில் சம்பந்தனுக்கு நினைவு தப்பியது. அம்மா அவனை ஒரு இருட்டுக் கொட்டடியில் போட்டு பூட்டிவிட்டு வெளியே நின்று ‘மாப்பு மன்னிப்பு சொல்லு மாப்பு மன்னிப்பு சொல்லு’ என்று கத்திக் கொண்டிருந்தாள். சம்பந்தனின் காலடியில் பாச்சாக்களும் பல்லி களும் ஊர்ந்துகொண்டிருந்தன. உதட்டைப் பிதுக்கி அழுகையை அடக்கியவாறு சம்பந்தன் நின்றுகொண்டிருந்தான். இருட்டுக் கொட்டடி கொஞ்சம் கொஞ்சமாய் பயத்தை அதிகமாக்க சம்பந்தன் மெதுவாக ‘மாப்பு மன்னிப்பு’ என்கிறான். அம்மா அவனை வெளியே இழுத்து

தலையில் நறுக்கென்று குட்டி 'போய்த்தொலை' என்கிறாள்.

சூச்சா சுதாரித்தபோது அவனும் ஊர்சுளாவும் சௌகரியமாய் ஃபீனிக்ஸ் சிட்டி பால்கனியில் உட்கார்த்திருந்தார்கள். ஊர்சுளா பால்வெனி ஸ்காட்ச் விஸ்கியை ஒரு கண்ணாடி டம்ளரில் ஊற்றி அவன் கையில் கொடுத்து 'ரிலாக்ஸ்' என்று கூறி புன்னகைத்தாள். அவள் மூக்கிலிருந்த புல்லாக்கைக் காணோமே என்று சம்பந்தன் நினைத்திருக்கையில் ஊர்சுளா அம்முலு அணிந்திருந்த அதே பாட்டியாலா பைஜாமாவையும் ஃபேப் இண்டியா குர்தாவையும் அணிந்திருப்பதைக் கவனித்தான். சூச்சா 'அடி கிராதகி' என்று தன் கையில் இருந்த ஸ்காட்சை அவள் மேல் விசிறியடித்தான். ஸ்காட்ச் ஊர்சுளாவின் குர்தாவை நனைக்க அவள் கோபமாகத் தன் குர்தாவைக் கழற்றி வீசி எறிந்தாள். அவளுடைய பொன்னிற முலைக்காம்புகளில் இரு வைடூரிய ஆபரணங்கள் மின்னின. ஊர்சுளா சூச்சாவை இறுகத் தழுவி இதழோடு இதழ் பொருத்தி அவன் கைகளைப் பிடித்துத் தன் மார்புகளில் தவழவிட்டாள். அவன் காதுகளில் 'எண்பது லட்சமும் எனக்குத்தான்' என்றாள். சூச்சாவின் விரல்கள் அவளுடைய முலைக் காம்பு ஆபரணங்களைக் கழற்றியபோது அவன் கைவிரல்களில் கம்பளிப்பூச்சிகள் ஊர்ந்தன. சம்பந்தன் அந்தப் பெரியவரின் மீசை கம்பளிப்பூச்சி போல இருப்பதாக நினைத்தான். அந்தக் கம்பளிப்பூச்சி மீசைக்குள் கோணலாய் அவர் புன்னகைத்துக்கொண்டே 'உங்கள் அப்பா பெரிய அரசியல் தலைவர்தான் தம்பி. ஆனால் உங்களுடையது அவ்வளவும் ஊழல் பணம். ஊரை, நாட்டைக் கொள்ளையடித்தது' என்கிறார். ஒரு பெரிய உறையூர் சுருட்டைப் பற்ற வைத்துக்கொள் கிறார். வட்ட வட்டமாய் அறை முழுக்க புகை விடுகிறார்.

'நீ ரொம்ப ஆயாசமாய் இருக்கிறாய். கொஞ்சம் ஐஸ் தேநீர் குடி, இந்த மாத்திரையையும் எடுத்துக்கொள்' என்று ஊர்சுளா சம்பந்தன் வழக்கமாய் எடுத்துக்கொள்ளும் மன அழுத்தத்திற்கான மாத்திரையை சூச்சாவிடம் நீட்டினாள். சூச்சா மாத்திரையை நீட்டிய கையில் ஒரு ஆக்டோபஸ் பச்சை குத்தப்பட்டிருப்பதைப் பார்த்தான். அவன் மனதைக் கடுமையான கசப்புணர்வும் அழுகையும் தோற்றுவிட்ட அவமானமும் பீடித்தன. ஊர்சுளாவின் நீட்டிய கையை சூச்சா அப்படியே பிடித்து முறுக்கி 'பாவி பாவி' என்று கதறினான். ஆக்டோபஸின் விழுதுக்கரங்களுள் ஒன்று சூச்சாவின் குரல்வளையை இறுக்கி அவன் தலையை அறுத்து எறிந்தது. சூச்சாவின் அறுக்கப்பட்ட தலை ரத்தம் பீறிட, கண்கள் சொருக, நாக்கு வெளித்தள்ள தரையில் உருண்டு சென்றது. அப்போது இரவு மணி **11.59.**

5

நாங்கள் கோபியை மிரட்டினோம்

நாங்கள் கோபியை அடித்துப் பிடித்து இழுத்து வந்தபோது அவன் எங்கள் கண்ணுக்குப் புலப்படாத முள்ளம்பன்றிகளைக் கவனித்துக் கொண்டிருந்தான். பிரபாதான் அவன் மண்டையில் ஒன்று போட்டான் 'என்னலே அங்க முறச்சு முறச்சுப் பாக்க?' கோபி திகைத்து வேறு உலகிலிருந்து இறங்கி வந்தவன் போல 'பன்னி, முள்ளம் பன்னி' என்றான். மோகன் ஜிப்பை அவிழ்த்து 'இதாலே முள்ளம் பன்னி' அப்படின்னு கேட்டபோது கோபி 'இதுக்கு முள் இல்லைலா' என்றான். அப்போதே எங்களுக்குப் பொறி தட்டியிருக்கவேண்டும் சரியான வட்டு கேசிடம் மாட்டிக்கொண்டோமென்று. பிரபா இன்னொரு அறை விட்டதில் கோபி சுருண்டு விழுந்துவிட்டான். அவனை எழுப்பி தோளோடு தோளாகச் சாய்த்து நிறுத்தி நடத்தி ஐந்தாவது மாடியிலிருந்த எங்கள் அபார்ட்மெண்டுக்கு மெதுவாகத் தள்ளிக்கொண்டு வந்தபோது நான்காவது மாடி ஸ்டேட்பேங்க் நரசிம்மன் எதிரில் வந்தார். அவருக்கு படிக்கட்டில் வழி விட்டு ஓரமாய் ஒதுங்கும்போது கோபி 'பன்னி, முள்ளம் பன்னி' என்று முனகினான். நரசிம்மன் எங்களை ஒரு மாதிரியாகப் பார்த்துக்கொண்டே கீழே போனார். அவர் குடித்து மயங்கிவிட்ட நண்பனை வீட்டுக்குத் தூக்கிக்கொண்டு வருகிறோம் என்று நினைத்திருக்க வேண்டும். பிரபா எரிச்சலோடு தன் தலை முடியை கோதிக்கொண்டான்.

எங்கள் நண்பர் குழாத்தினை ஒரு நீர்த்தொட்டியில் வசிக்கும் மீன்கள் என்று கொண்டோமானால் கோபி அதன் அடியாழத்தில் நீந்தும் தங்க மீன். சீட்டைக் கலைத்துப் போட்டோமென்றால் செலாவணியாகாமல் தங்கி மீந்துவிடுகிற இஸ்பேடு ராஜா. கோபி எப்போதும் தன்னை 'நான்' என்று விளித்துப் பேசுவதில்லை; தன்னைத் தானே கோபி என்றுதான் அழைத்துக்கொள்வான். கோபிக்கு அந்தப் பெண்ணைப் பிடித்திருக்கிறது, கோபிக்கு இப்போ பசிக்கிறது, கோபிக்கு மனசு சரியில்ல என்றெல்லாம் அவன் பேசுவதைக் கேட்க அலாதியாக இருக்கும். ஆரம்பத்தில் எங்களுக்கு சில குழந்தைகளின் விளையாட்டு

போல அவனுடைய பேச்சு பட்டதால் நாங்களும் அவனை அப்படியே பேச ஊக்குவித்தோம் என்பது உண்மைதான். ஆனால் சில தருணங்களில் கோபியின் பேச்சு முறை கடுமையான எரிச்சலையும் ஏற்படுத்தி யிருக்கிறது. பிரபா 'ங்கோத்தா ஒளுங்கா பேசித் தொலையேண்டா' என்று கோபியைப் பல முறை திட்டியிருக்கிறான். மோகன் கோபியை ஏதாவது டாக்டரிடம் காட்டலாமா என்று ஒரு முறை கேட்டபோது கோபி அவனை அடிக்கப் போய்விட்டான். அவனை அவ்வளவு கோப மாக நாங்கள் அதுவரை பார்த்ததில்லை. அவன் முகம் பொதுவாக எந்த உணர்ச்சியையும் காட்டாத ஜடம் போலத்தான் இருக்கும். 'கோபி இப்ப சந்தோசமா இருக்கான்' அப்படின்னு அவன் சொன்னால் நாங்கள் அவன் சந்தோசமா இருக்கான் என்று புரிந்துகொள்ள வேண்டும். அவ்வளவுதான். ஆனால் அவன் மோகனை அடிக்கப் போனபோது அவனுக்கு வலிப்பு வந்தது போல கையும் காலும் இழுத்துக்கொண்டன. முகம் கோணிவிட்டது. பற்களை நறநறத்துக் கடித்தான். நாங்கள் பயந்து போனோம். மோகன் வெலவெலத்துப் போய் ' வேண்டாம் கோபி எந்த டாக்டரிடமும் போக வேண்டாம்' என்று திருப்பி திருப்பி சொல்லிக் கொண்டிருந்தான். கோபி அமைதியடைய அரைமணி நேரத்திற்கும் மேலானது.

கோபிக்கு அவன் வேலை பார்த்த ஐ.டி. கம்பெனியில் நல்ல மரியாதை இருந்தது. அவன் 'கோட்' எழுதுவதில் கில்லாடி. யாருடனும் அதிகம் பேசமாட்டான். கணினி முன்னால் உட்கார்ந்தானென்றால் வேலையை முடிக்காமல் எழுந்திருக்கமாட்டான். ப்ராஜக்ட் மானேஜராகப் பல முறை பதவி உயர்வு அளிக்க அவன் கம்பெனி முன் வந்தபோதெல்லாம் அவன் தீர்மானமாக 'கோபி ஒரு புரோகிராமர். 'கோட்' எழுதுவதுதான் அவனுக்கு சாகசம், நிர்வாகம் அவன் துறையல்ல' என்று மூன்று வரி கடிதம் எழுதி பதவி உயர்வுகளை மறுத்துவிட்டான். ஒரு கலைஞனைப் போல அவன் 'கோட்' எழுதுகிறான் என்று அவன் தலைக்குப் பின்னால் ஒளிவட்டம் கிறங்கியது. அலுவலகத்தில் அவனுக்கு நண்பர்கள் அதிகம் இல்லை. ஸ்வேதாவைக் கோபிக்கு பிடிக்கும் என்று ஒருமுறை சொன்னான். நாங்கள் கேட்டுக்கொண்டோம். கோபியை ஸ்வேதா விசித்திரமான பிராணிகளிடம் பெண்களுக்கு இயல்பாக ஏற்படும் வாஞ்சையுடன் நடத்தியிருக்கவேண்டும். கோபி ஸ்வேதாவை இன்னும் 'கோட்' எழுதி முடிக்கப்படாத ப்ரோக்ராம் என்று நினைத் திருக்கவேண்டும். அவன் அவ்வப்போது ஸ்வேதாவைப்பற்றி எங்களிடம் சொன்னவற்றிலிருந்து நாங்கள் புரிந்துகொண்டது அவ்வளவுதான். கோபி எங்கள் அபார்ட்மெண்டில் வைத்திருந்த கணினியில் ஸ்கிரீன் சேவராய் ஸ்வேதா புகைப்படத்தை வைத்திருந்தான். அந்தப் புகைப் படத்தில் ஸ்வேதா நடிகை பிரியா மணியின் ஒல்லியான பிம்ப வடிவு போல இருந்தாள். சிவப்பு நிற ஃப்ரேம் போட்ட கண்ணாடி

அணிந்திருந்தாள். இமைகள் கனத்திருந்தன. அவளுடைய கண்களுக்கு அடியில் கருவளையங்கள் இருப்பது கோபிக்குப் பிடிக்கும் என்று கோபி சொல்லுவான். அரையளவுதான் படம் என்பதால் ஸ்வேதாவின் இடுப்பு தெரியவில்லை. பிரபா கோபியிடம் ஸ்வேதாவின் இடுப்பு இந்த அளவு இருக்குமா என்று காற்றில் கைகளால் வரைந்துகாட்டி கேட்டான். கோபி கொஞ்ச நேரம் யோசனையில் ஆழ்ந்தான். பிறகு அளவை டேப்பை எடுத்துக் கையில் பிடித்து ஸ்வேதாவின் இடுப்பு இவ்வளவு அகலம் என்று பிராபாவிடம் காட்டினான். பிரபாவுக்கு உற்சாகமாகிவிட்டது. 'நீ சொள்ளமாடன் இல்லலே' என்று சிரித்தான். 'நீ அவளுக்க இடுப்ப பிடிச்சயா இல்ல இன்னும் கீழ பிடிச்சயா?' 'கோபி இன்னும் கீழதான் பிடிச்சான்' என்றான் கோபி. மோகனும் இப்போது கோபியை சீண்டுவதில் சேர்ந்துகொண்டான். மோகன்தான் முதலில் ஸ்வேதாவைப் பிரியா மணி பிம்பத்தோடு ஒப்பிட்டவன். அலுவலகத்தில் மேலே கப்போர்டில் இருந்த ஒரு ஃபைலை எடுக்க மேஜை மேல் ஸ்வேதா ஏறியிருக்கிறாள். அப்போது கோபி அவள் கீழே விழாமல் பிடித்து இறக்கிவிட்டிருக்கிறான்.

கோபியாய் இருந்தவன் 'நாங்களாய்' 'நாமாய்' மாறியபோது இதே சம்பவத்தைக் கோபி விவரித்த முறைதான் எங்களுக்குக் கலவரத்தை ஏற்படுத்திய சம்பவமாய் அமைந்தது. 'ஸ்வேதா மேஜ மேல ஸ்டூல் போட்டு ஏறினாளா, ஸ்டூலுக்கு கால் சரியில்லையா, கிடு கிடுன்னு ஆடுச்சா நாம அவள ஓடிப்போய் பிடிச்சமா, அவ கீழ விழாம தப்பிச்சா' என்ற கோபியைப் பார்த்து 'லேய் அவ குண்டிய நாங்க எங்கலெ பிடிச்சோம்? நீதாம்ல பிடிச்ச' என்று பிரபா கத்தினான். மோகன் 'விடுரா இப்பத்தான் இவன் நாங்கன்னு சொல்ல ஆரம்பிச்சிருக்கான். சீக்கிரமே நான்னு சொல்லிருவான். இல்லையா கோபி' என்று நைச்சியம் பேசினான். 'நாளைக்கே இவன் ஏதாவது ஒரு கொலய கிலைய பண்ணிட்டு வந்து, நாங்க அன்னிக்குக் கொல பண்ணினமான்னு ஆரம்பிக்கப் போறான் பாரு அப்பத் தெரியும் இந்த அர வட்டு நம்பள என்ன பிரச்சனையில மாட்டிவிடுதான்னு' அப்படின்னு பிரபா சொன்னது கிட்டத்தட்ட உண்மையாகிவிட்டது. நல்லவேளையாக கோபி கொலை எதுவும் செய்யவில்லை. ஆனால் அவன் முள்ளம் பன்றிகளைப் பார்த்துவிட்டான். அவன் நாங்கள் மூவருமே முள்ளம் பன்றிகளைப் பார்த்ததாய்ப் பேச ஆரம்பித்தான்.

நாங்கள் முள்ளம் பன்றிகளைத் தண்டவாளத்துக்கு அருகே பார்த்த போது இரவு மணி எட்டு இருக்கும். அந்த முள்ளம்பன்றிகள் கூட்டமாக ஆணுரு ஒன்றைத் துரத்திக்கொண்டு வந்தன. ஆணுரு ஜீன்ஸ் பேண்ட்டும் வெள்ளை சட்டையும் அணிந்திருந்தது. பன்றிகள் சிலிர்க்கும்போதெல்லாம் அவற்றின் முட்கள் விர்விர் என்று கூரிய ஈட்டிகள் போல வெளி வந்தன. ஒவ்வொரு பன்றியாய்த் துள்ளிக்

குதித்து காற்றில் பறந்து வந்து ஆணுருவைக் குத்திக் கிழித்துவிட்டு முட்பந்தாய் சுருண்டு விழுந்தது. பறந்து குத்திக் கிழிக்கத் தயாராய் இருக்கும் பன்றிகள் தங்கள் நாக்குகளை சப்புக்கொட்டின. ஒன்று, இரண்டு, மூன்று, நான்கு... நாங்கள் பன்றிகளை எண்ண எண்ண அவை எண்ணிக்கையில் அதிகரித்துக்கொண்டே இருந்தன. சமூகம் மொத்தமுமே முள்ளம் பன்றிகளாய் மாறிவிட்டது போல அவற்றின் எண்ணிக்கை பெருத்துவிட்டது. நாங்கள் எங்கே திரும்பினாலும் நாங்கள் முள்ளம் பன்றிகளைக் கண்டோம். தூரத்தில் ரயில் வரும் ஓசை கேட்டது. நாங்கள் ஒருவருக்கொருவர் ரயில் நிறைய பன்றிகள் வரப்போவதாய்ச் சொல்லிக் கொண்டோம். ரயிலில் பன்றிகள் வந்து சேர்ந்தனவா இல்லையா என்று தெரியாது. ஆனால் மறுநாள் செய்தித் தாள்களில் தண்டவாளத்திற்கு அருகே பன்றித் தாக்குதலில் இறந்த மனிதனின் உடல் கிடப்பது தலைப்புச் செய்தியாக வந்தது. நாங்கள் கோபி ஒரு கொலையைப் பார்த்திருக்கிறான் என்ற முடிவுக்கு வந்தோம்.

பிரபா கெட்டவார்த்தைகளோடுதான் எப்போதும் பேசுவான். அதை கோபி ரசிக்கிற மாதிரி நடிக்கிறான் என்று எங்களுக்கு ஒரு சந்தேகம் உண்டு. மோகன் கெட்டவார்த்தைகளே பேசமாட்டான். ஆனால் அவன் பிரபாவைவிட வக்கிரமானவன் என்று கோபிக்கு ஒரு நினைப்பு உண்டு. கோபி இது போல எங்கள் மூவரைப் பற்றியுமே மோசமான அபிப்பிராயங்கள் கொண்டவனாக இருக்கிறான் என்று எங்களுக்குத் தெரியும். அதனால்தான் தண்டவாளத்துக்கு அருகே நடந்த கொலையை நாங்களும் பார்த்தோம் என்று அவன் சொல்லி வருகிறானோ?

பிணம் கண்டுபிடிக்கப்பட்ட தண்டவாளத்துக்கு அருகே நின்று கொண்டிருந்த போலீஸ்காரர்களிடம் கோபி பேச முயற்சி செய்த போது நாங்கள் அவனை அடித்து இழுத்து வரவேண்டியதாயிற்று. நாங்கள் அவனை எங்கள் அபார்ட்மெண்ட்டுக்குள் கொண்டுவந்து தரையில் தள்ளினோம். தரையில் தள்ளியதுதான் தாமதம் கோபி துள்ளிக் குதித்துக் கத்தலானான். 'இங்க வந்திருச்சு இங்க வந்திருச்சு ரூம் முழுக்க இருக்கு ஆமா ரூம் முழுக்க இருக்கு.' மோகன் தன் தலையில் அடித்துக்கொண்டான். பிரபா 'ஒனக்கு ஒன்னும் இல்லடா; அமைதியா இருடா எதுவும் இங்க இல்லடா'

பன்றிகள் அபார்ட்மெண்ட் முழுக்க நிறைந்திருந்தன. அவற்றிலேயே மிகவும் பெரிய பன்றியை கோபிக்கு நன்றாகத் தெரியும். அதுதான் தண்டவாளத்துக்கு அருகே ஆணுருவைப் பாய்ந்து பாய்ந்து தாக்கியது. அதன் முட்களில் ரத்தம் இன்னும் காயாமலிருக்கிறது. சாக்கடை யில் படுத்து உருண்டிருந்த அந்தப் பன்றிகளின் உடலில் இருந்து எழும் துர்நாற்றம் எங்கள் அபார்ட்மெண்ட் முழுக்க நிறைக்கிறது.

நிணவாடையும் கூவத்தின் சாக்கடை நாற்றமும் அறையை நிறைக்க கோபிக்குக் குமட்டிக்கொண்டு வந்தது. கோபி பெரும் சத்தத்துடன் வாந்தி எடுத்தான். மோகன் ஓடிப்போய் சமயலறையிலிருந்து தண்ணீர் கொண்டு வந்து கோபியின் முகத்தைக் கழுவி துடைத்துவிட்டான். மோகனும் பிரபாவும் கோபியைத் தூக்கி கட்டிலில் படுக்க வைத்து விட்டுக் கூடத்தைக் கழுவி விடத் தலைப்பட்டனர்.

பிரபா கோபியின் கணினியை எழுப்பினான். ஸ்க்ரீன் சேவரில் சிரித்த ஸ்வேதாவைக் கட்டிலில் படுத்திருக்கும் கோபி பார்க்கும்படிக்கு கணினியைத் திருப்பி வைத்தான். நாங்கள் அந்தக் கணினியின் கொண்டையில் எலி போல உட்கார்ந்திருந்த சிறு முள்ளம் பன்றியைக் கவனிக்கத் தவறிவிட்டோம். கோபிக்கு அந்தச் சிறு பன்றியையும் தெரியும். அது ஆணுருவின் குறியை எட்டிப்பிடிக்க தீவிர முயற்சி செய்தது கோபியின் கண்களுக்குள் காட்சியாய் விரிந்தது. அது கணினியின் கொண்டையிலிருந்து மேலே சட்டகத்தின் மேல் ஏறி தன் நீண்ட நாக்கை நீட்டியது. ஸ்வேதாவின் புகைப்படத்தில் அவளுடைய முலைகளின் மேல் முள்ளம் பன்றியின் நாக்கு அருவருப்பாய் அலைந்து துழாவியது.

வாயில் அழைப்பு மணி ஒலித்தது. மோகன் கதவைத் திறந்தபோது நான்காவது மாடி ஸ்டேட்பாங்க் நரசிம்மன் நின்றிருந்தார். மோகன் அவரை உள்ளே கூப்பிட்டு உட்காரவைத்தான். பிரபா ‘கெழட்டு கூதியான் வண்ட்டான்’ என்று முணுமுணுத்தான். ‘பேச்சிலர்ஸுக்கு இந்தக் காம்ப்ளெக்ஸில் இடமே தரமாட்டா. நீங்கள்லாம் வேலை பாக்கறவா. ஸ்டூடண்ட்ஸ் இல்ல’ என்று ஆரம்பித்த நரசிம்மனை மோகன் இடைமறித்து ‘நீங்க நெனைக்க மாரியெல்லாம் எதுவும் இல்ல சார். கோபிக்கு ஒடம்பு சரியில்ல’ என்றான். ‘அப்பா அம்மா, சொந்தகாரா இருக்காளோ இல்லியோ.’ ‘இருக்கா சார். துபாய்ல. பிரபா இன்னைக்கு ஃபோன்ல கூப்பிடப்போறான்.’ ‘என்ன ஒடம்புக்கு?’ ‘எதயோ பாத்து பயந்திருக்கான்.’ ‘பேயா? நம்ம காம்ப்ளெக்ஸ்ல பேயெல்லாம் கெடையாதே.’ ‘பேயில்லை சார். பன்னி. முள்ளம் பன்னி.’ சிறு முள்ளம் பன்றியின் நாக்கு ஸ்வேதா புகைப்படத்தில் அவள் முலைகளுக்குக் கீழே நீண்டது. ‘முள்ளம் பன்னியா!’ நரசிம்மன் ஹாலில் இருந்து இருந்த இடத்தை விட்டு எழுந்திருக்காமல் கோபி படுத்திருந்த அறைக்குள் எட்டிப்பார்த்தார். ‘தல வேதன சார். ரெண்டு அடிகூட கொடுத்துப் பாத்துட்டேன். ஒன்னுக்கும் மசியாம ‘பன்னி பன்னி’ங்கிறான்’ பிரபாவுக்கு சொல்லும்போதே தொண்டை அடைத்தது. நரசிம்மன் பார்த்திருக்கவே பிரபா கோபியை அணுகி, அவன் நெற்றியைத் தடவி, தலையைக் கோதிவிட்டு ‘ஒன்னும் பயப்படாதடே. ஒன்னும் ஆகாது கேட்டியா? லேய் கேட்டியா?’ என்றான். கோபி கணினியை நோக்கி கையை நீட்டி சிறு முள்ளம் பன்றியைக் காண்பித்தான். அறை

முழுக்க சிறிதும் பெரிதுமாய் பன்றிகள் நிறைத்துக்கொண்டிருந்தன. நரசிம்மன் கிளம்பத் தலைப்பட்டார். போகிற போக்கில் 'ஏதோ இண்டெர்கேஸ்ட் லவ் அஃபேராம். கொன்னு ரயில் தண்டவாளத்துக் கிட்ட போட்டுட்டா. நம்ம காம்ப்ளெக்ஸுக்குப் பக்கத்துல. நியுஸ் பேப்பர்ல எல்லாம் வந்திருந்தது. பாத்தேளோ? தம்பிக்கு லவ் அஃபேரெல்லாம் ஒன்னும் இல்லியே.' 'இல்ல சார்.' 'பேர் என்ன சொன்னேள்?' 'கோபி. ஜி.ஆர்.கோபாலகிருஷ்ணன்' ' கோபி, வரட்டா' என்றவர் 'கோபி என் பெயரில்ல சார்' என்று மோகன் சொல்வதைக் காதில் வாங்காமல் இறங்கிப் போனார்.

'முள்ளம் பன்னி உண்மைல பன்னி இல்ல. அது ஒரு வகை எலி. தெர்யுமா ஒனக்கு' என்றான் பிரபா. கோபியின் கண்கள் அகல விரிந்தன. கிட்டத்தட்ட மயக்கமானவன் போல படுத்திருந்தவன் சட்டென்று எழுந்து உட்கார்ந்தான். 'பிரபா நீயும் முள்ளம் பன்னி களைப் பத்தி யோசிக்க ஆரம்பிச்சிட்ட இல்ல. அது பன்னி இல்ல எலி வகதான் நீ சொன்னது கரெக்டு. அது பெருச்சாளி வக' பிரபா என்ன செய்வது என்று தெரியாமல் திக்பிரமை பிடித்தவன் போல ஒரு விநாடி நின்று மீண்டான். 'பிரபா எல்லா எடமும் முள்ளம் பன்னி நிக்கி. அதான் நீ கூட எப்பப்பாரு கெட்ட வார்த்தயா பேசற. மோகனுக்கு மனசு பூரா விசமா இருக்கு.'

நாங்கள் கோபியை ஒரு வழியாய்த் தூங்க வைத்துவிட்டு துபாயில் இருக்கும் அவன் அப்பாவைத் தொலைபேசியில் அழைத்துப் பேசினோம். ரயில் தண்டவாளத்துக்கு அருகே நடைபெற்ற வன்கொலையொன்றைப் பார்த்து சித்தம் கலங்கிவிட்டது போல கோபி பேசுகிறான் செயல்படு கிறான்; அவன் கண்களுக்கு எங்கே பார்த்தாலும் முள்ளம் பன்றி களாய்த் தெரிகின்றன என்று மோகனும் பிரபாவும் மாறி மாறி சொன்னபோது ராமநாதன் ஃபோனில் கடகடவென்று சிரித்தார். நீங்கள் இரண்டு பேரும்கூட அவனுக்கு முள்ளம் பன்றிகளாய்த் தெரிகிறீர்களா என்று கேட்டு பெரிய ஜோக்கை சொன்னவர் போல வெடித்துச் சிரித்தார். எங்களுக்கு அதற்கு மேல் என்ன பேசுவது என்று தெரியாமல் திகைத்துப் போய்விட்டோம். ஒரு வேளை கோபி நார்மலாய் இருக்க எங்களுக்குத்தான் தண்டவாளத்துக் கொலையைப் பற்றிக் கேள்விப்பட்டதிலிருந்து புத்தி பேதலித்துவிட்டதோ? ராமநாதன் என் பையன் ஒரு ஜீனியஸ். மேதைகளுக்கே உரிய கிறுக்குத்தனம் அவனுக்கும் உண்டு. நீங்கள்தான் அவன் சொல்வதைக் கவனிக்க வேண்டும் என்று சொல்லி ஃபோனை வைத்துவிட்டார்.

அன்றிரவு நாங்கள் சரியாகத் தூங்கவில்லை. கோபி மட்டும் நன்றாக உறங்கினான். அரைகுறைத் தூக்கத்தில் மோகன் எழுந்து தொலைக்காட்சியை முடுக்கி மிட் நைட் மசாலா பார்க்க யத்தனித்தான். தொலைக்காட்சி திரையெங்கும் முள்ளம் பன்றிகள் ஆட்டம் போட்டுக்

கொண்டிருந்தன. மோகன் தொலைக்காட்சிப் பெட்டியை நிறுத்திவிட்டு படுக்கக் கிளம்பியபோது பிரபா கட்டிலுக்கடியில் எதையோ தேடிக் கொண்டிருந்தான். 'என்னவாக்கும் தேடுத?' என்று கேட்டான் மோகன். 'கொளுத்த ஆட்டுக்குட்டி போல ஒரு..' 'ஒரு?' 'பன்னி ஓடிச்சு பாத்துக்க.'

மறுநாள் நாங்கள் யாரும் ஆஃபீசுக்குப் போகவில்லை. எல்லோரும் சிக் லீவ் சொல்லிவிட்டோம். மோகன் காலையிலிருந்து யார் யாருக்கோ ஃபோன் பண்ணி பேசிக்கொண்டே இருந்தான். பிரபாவுக்கு நல்ல காய்ச்சல் வந்துவிட்டது. கோபி தன் முள்ளம் பன்றிகளுடன் ஒத்திசைந்து போய்விட்டது போல இருந்தது; அந்தப் பன்றிகள் அவன் தோள் கை கால் என்று மேலே ஏறி விளையாடுவதும் அவன் அவற்றை இயல் பானதாக எடுத்துக்கொள்வதுமாய் ஆகிவிட்டிருந்தது. ஒரே இரவில் ஏற்பட்ட அன்னியோன்யம் என்பதாலோ என்னவோ உறவு சீராக இருக்கவில்லை. பன்றிகளின் முட்கள் கிழித்துக் கோபியின் உடலில் ஆங்காங்கே ரத்தக் கோரைகள் ஏற்பட்டன. என்றாலும் கோபி சிவனே என்றிருந்தான்.

மோகன் ஃபோன் பேசிய நண்பர்களிலொருவர் ஜோதிடர் ஒருவரின் முகவரியைக் கொடுத்து போய்ப் பார்த்துவிட்டுவரச் சொன்னார். அவர் பிரசன்னம் பார்த்துப் பரிகாரம் சொல்லுவாராம்.

மோகன் ஃபோனிலேயே ஜோதிடரிடம் எங்களின் சமீபத்திய முள்ளம் பன்றி பிரச்சினையைப் பற்றி விரிவாக எடுத்துச் சொன்னான். அவர் எங்களை உடனடியாகக் கிளம்பி வரச் சொன்னார், நாங்கள் அவரை நேரில் சென்று பார்த்தபோது ஜோதிடர் ஆயிரத்து ஒரு ரூபாய் தட்சிணை கேட்டார். மோகன் எந்தச் சலனமும் இல்லாமல் அவர் கேட்டதை எடுத்துக்கொடுத்தான். பிரபா யாருக்கும் கேட்காவண்ணம் வாய்க்குள் ஏதோ முணுமுணுத்தான். கோபிக்கு பிரபா தன் மனசுக்குள் என்ன கெட்ட வார்த்தை போட்டான் என்று அறிய ஆவலாயிருந்தது.

'ஒங்கள்ல யாருக்கும் பன்னிமாடசாமி குல தெய்வமா?'

மோகனும் பிரபாவும் கோபியைப் பார்த்தார்கள். கோபி அப்போது தான் தன் தோளிலிருந்து ஒரு முள்ளம் பன்றியைத் தரையில் இறக்கி விட்டான்.

'முள்ளம் பன்னி பன்னி இல்ல. எலி. பெருச்சாளி இனம். இல்லடா பிரபா?'

ஜோதிடர் 'தம்பி என்ன சொல்லுதாரு' என்றார்.

'ஜோசியர் சார் கோபி என்ன சொல்லுதாருன்னா, நீங்க நெனைக்க மாரி எங்களுக்குப் பன்னி மாடசாமி குல தெய்வமாட்டு இருந்து அத நாங்க கவனிக்காம வுட்டு அதனால இப்ப முள்ளம் பன்னியா கோபிக்கு முன்னால மாடசாமி சுத்துதுன்னு இல்ல. முள்ளம் பன்னி

ஒரு எலி. பெருச்சாளி வகயறா. அதனால எலி மாடசாமி குல தெய்வமான்னுதான் கோபிகிட்ட கேட்கனும்.'

'கோபி யாரு?'

'அவனேதான் சார். தன்னைத் தானே அவன் பேர் சொல்லி கூப்ட்டுக்குவான்.'

ஜோதிடர் எங்களை விநோதமாகப் பார்த்தார். கோபியைக் கூப்பிட்டு சோவிகளைக் குலுக்கிப் போடச் சொன்னார். கோபி சோவிகளை முள்ளம்பன்றிகளிடம் காட்டி அவைகளிடம் அனுமதி வாங்கிவிட்டு குலுக்கிப் போட்டான். ஒற்றைச் சோவி மட்டும் மேல் நோக்கி திறந்து விழுந்தது.

'மாகாளில்லா தம்பிய கண் தொறந்து பாக்கா!' முள்ளம் பன்றிகள் சுற்றும் முற்றும் கும்மாளமிட்டுக் குட்டிக்கரணம் போட்டன.

'திருப்பதிக்கு போங்க. கீழ அடிவாரத்துலேயே வராகமூர்த்தி இருக்கார். அவருக்கு ஒரு சகஸ்ரநாமம் பன்னிட்டு வந்துருங்க. எல்லாம் சரியாப் போவும். இல்லய இங்க பக்கத்துல திருவிடந்தைக்குப் போங்க. வராக மூர்த்திக்கு தொளசி மால வாங்கி சாத்திட்டு மூனு தடவ சுத்திட்டு வந்துருங்க.'

'கோபிதான் அப்பவே சொன்னானே முள்ளம் பன்னி பன்னி இல்லன்னுட்டு. பன்னி தொந்தரவு தருது அதனால வராகம், பன்னி அவதாரத்த கும்புடு அப்டின்னு பரிகாரம் சொல்றீங்க. கோபி சொல்றான் பிரபா சொல்றான் முள்ளம் பன்னி பன்னி இல்ல பெர்ச்சாளி.'

'தம்பி, சாதிய வச்சு ஆளா, ஆள வச்சு சாதியா? சாதிய வச்சுதான ஆளு. அது மாதிரிதான் இதுவும். பெருச்சாளி வகயறாக்கு எதுக்கு பெரியவங்க பன்னின்னு பேர் வச்சாங்க? குலத்தளவே ஆகுமாம் குணம். பன்னியால தொந்திரவுன்னா பன்னி அவதாரத்துக்குத்தான் பிரீதி செய்யனும். போயிட்டு வாங்க, நல்லா இருங்க.'

நாங்கள் சோர்வாக எங்கள் அபார்ட்மெண்டுக்குத் திரும்பினோம். வழியெல்லாம் பிரபாவும் மோகனும் கோபியைத் திட்டிக்கொண்டே வந்தனர். 'எல்லாத்தையும் கெடுக்கிறாம்பா இவன்' என்றார்கள். கோபி தன் முள்ளம் பன்றிகளுடன் கொஞ்சிக் குலாவிக் கொண்டிருந்தான்.

வீட்டிற்குள் நுழைந்ததுமே கோபி போய் தன் கணினியில் உட்கார்ந்து எழுத ஆரம்பித்தான். 'என்ன வேலயா?' 'இல்ல கத' 'கதயா! என்ன தலப்பு?' 'நாங்கள் கோபியை மிரட்டினோம்.'

6

நுனி

'பிரதமர் உரையாட விரும்புகிறார். தயாராகுங்கள். ஆடைகள் அணிந்திருத்தல் அவசியம்' கலியின் அடுக்குப் படுக்கையின் மேல் இருந்த தொடர்புஒலிபெருக்கியில் கண்ணனின் குரல் தொடர்ந்து ஒலித்தது. தூக்கத்திலிருந்து திடுக்கிட்டு முழித்த கலி தன் படுக்கையில் இருந்து மிதந்து இறங்கினாள். ஆஹ், ஒரு வழியாய் பூமியோடு தொடர்பு கிடைத்துவிட்டது!

'ரோஜர். வருகிறேன். கல்கி எங்கே?'

'வெளியே நடந்து கொண்டிருக்கிறாள். செய்தி அனுப்பிவிட்டேன். நீ வரும்போது வந்துவிடுவாள். வரும்போது வாயில் 7இல் அவள் திரும்பி வர உதவி தேவையா என்று பார்த்துவிட்டு வா'

'சரி'

கலிக்கு புவி ஈர்ப்பு விசை இல்லாமல் நிர்வாணமாய் தன் மார்புகள் குலுங்குவது பழக்கமாகியிருந்தது. ஆடையணிந்து அவற்றை இறுக்கு வதற்கு அவளுக்கு வேண்டாவெறுப்பாயிருந்தது. தொளதொள பைஜாமாவையும் ஜிப்பாவையும் எடுத்து அணியப்போனவள் அவற்றை விட்டு விட்டு இரண்டே தாவலில் விண்கலத்தின் வால் பகுதியில் இருந்த டாய்லெட்டை அடைந்தாள். தொடைகளையும் கணுக்கால்களையும் டாய்லெட்டின் இருக்கையோடு இருந்த பிணைப்பான்களில் கட்டிவிட்டு உட்கார்ந்து சிறுநீர் கழித்தாள். சுத்தம் செய்யும் பொத்தானை அமுக்கிய போது 'மலக்கிடங்கினை கழற்றி விடு, மலக்கிடங்கினை கழற்றிவிடு' என்று சிவப்பு விளக்கு செய்தி பளிச்சிட்டது.

'கண்ணா, நாம் பயணம் கிளம்பி மூன்று மாதமா ஆகிவிட்டது? செப்டிக் டாங்க் கழற்றி விடு கழற்றி விடு என்கிறதே?'

'சீக்கிரம் வா பூமியோடு தொடர்பு கிடைத்துவிட்டது என்றால் என்ன செய்து கொண்டிருக்கிறாய் நீ?' தொடர் ஒலிபெருக்கி வழி கத்தினான் கண்ணன்.

'கல்கி வெளியே நடந்துவிட்டு திரும்பியவுடன் டாய்லெட்டுக்குத் தான் ஓடிப்போவாள். அவளுக்காக டாய்லெட்டை தயார் பண்ண

போனேன்'

'சரி. செப்டிக் டாங்க்கை கழற்றிவிடும்போது இடது பக்க விசைச்சுருள் வழி அனுப்பு. வலதுபக்க வழியில் அனுப்பினால் பக்கத்தில் மிதக்கும் பாறையில் மோதிவிடும். சீக்கிரம் வந்து சேர்'

'ரோஜர்'

கலி மீண்டுமொருமுறை காற்று உள்ளிழுப்பானால் டாய்லெட்டை சுத்தம் செய்யும் பொத்தானை அமுக்கினாள். சிறுநீர் குடிநீர் மறு சுழற்சி எந்திரத்திற்குச் செல்ல மீண்டும் சிவப்பு விளக்கு எரிந்தது. கலி விண்கலத்தின் இடது பக்க விசைச்சுருளைத் தேர்ந்தெடுத்து மலக்கிடங்கினைக் கழற்றிவிட்டாள். 'காத்திரு' என்று விளக்கு எரிந்தது. காத்திருக்கும் நேரத்தில் ஒரு காக்காய் குளியல் போட்டுவிடலாம் என்று குளியலறைக்குள் புகுந்தாள். குளியலறை என்பது நட்டுவாக்கில் நிறுத்தப்பட்ட குளியல் தொட்டி. கால்களையும் இடுப்பையும் பிணைப்பான்களில் கட்டிக்கொண்டு கலி கைக்குழாயில் தண்ணீரைப் பீய்ச்சியபோது நீர் கலியின் உடலைத் தொடாமல் அந்தரத்தில் மிதந்தது.

'கண்ணா, பாத்ரூமில் கீழிழுப்பு விசை வேலை செய்யவில்லை போல. தண்ணீர் மிதக்கிறது'

'கலி, தண்ணீரை உடனடியாக துண்டில் பிடித்து துடைத்துவிட்டு வா. தண்ணீரை மேலும் மிதக்க விடாதே. நாம் அபாயகரமான நுனியில் நின்றுகொண்டிருக்கிறோம்'

கண்ணனின் குரல் கலவரமாக இருந்தது. கலி கைக்குழாயை மூடிவிட்டு அடுக்கு பீரோவில் இருந்த துண்டை எடுத்து வீசி மிதந்து கொண்டிருந்த தண்ணீரை உறிஞ்சச் செய்தாள். கையளவு தண்ணீர் கலியின் துண்டு வீச்சுக்கு தப்பி சிறு குளமென களக் மொளக் என்று விண்கலத்தின் போக்கிற்கேற்ப பறந்து ஓடியது.

கலி ஈரத்துண்டால் தன்னைத் துடைத்துக்கொண்டு டாய்லெட்டை எட்டிப் பார்த்தாள். பழைய செப்டிக் டாங்க் நன்றாக பிளாஸ்டிக் பையில் பொதியப்பட்டு அண்டவெளியில் வீசுவதற்குத் தயாராக விசைச்சுருளில் வைக்கப்பட்டிருப்பதை மானிட்டர் காட்டியது. கலி 'வீசு' என்ற பொத்தானை அமுக்கினாள். விசைச்சுருள் செப்டிக் டாங்கினை சுழற்றி அண்டவெளியில் வீசியது. புது டாங்க் அதன் இடத்தில் இறங்கி தன்னிச்சையாய் உட்கார்ந்தது. மானிட்டரின் திரையில் பழைய டாங்க் விண்கலத்திற்கு எதிர்த்திசையில் சுழன்றோடுவது தெரிந்தது.

கலி பைஜாமாவையும் ஜிப்பாவையும் அணிந்துகொண்டு வாயில் 7ஐ நோக்கி மிதந்து சென்றாள். கல்கி விண்வெளியில் நடந்துவிட்டு வாயில் 1இல் உள் நுழைந்தாள். வரிசையாக உள்ள வாயில்களில்

வாயில் 4 முதற்கொண்டு விண்கலத்திற்கு உள்ளாக அவளுக்கு விசேஷ உடைகள் தேவைப்படாது.

கல்கியின் முகம் அதீத வியர்வையில் நனைந்திருந்தது. உடல் கடுமையாகச் சூடேறியிருந்தது. பூமியின் நேரக்கணக்குப்படி கல்கி ஆறு மணி நேரம் பதினேழு நிமிடங்கள் விண்வெளியில் நடந்து விட்டுத் திரும்பியிருந்தாள். அவள் அணிந்திருந்த சானிட்டரி நாப்கின் சிறுநீரினால் கனத்தது. வாயில் 4 தாண்டியதும் தலைக்கவசத்தையும் முகக்கண்ணாடியையும் கழற்றி பெருமூச்செறிந்தாள். அவள் முகத்தில் அரும்பியிருந்த வியர்வைத் துளிகள் அவள் முகத்தைவிட்டு கிளம்பி மிதந்து செல்வதை ஆச்சரியத்துடன் கவனித்தாள். அதே சமயம் கலி வாயில்கள் 7இலிருந்து 5 வரை திறந்தாள். குளியலறையிலிருந்து தப்பிய கையளவு நீர் வாயில் 4ஐ நோக்கி மிதந்து ஓடியது.

வாயில் 7இல் கல்கி நுழைந்தவுடன் கலி அவளுடைய விசேஷ ஆடைகளை அகற்ற உதவினாள்.

'கண்ணனிடமிருந்து செய்தி கிடைத்ததா? பூமியோடு தொடர்பு கிடைத்துவிட்டது. பிரதமரோடு பேசப்போகிறோம்'

'இதோ சீக்கிரம் தயாராகிவிடுகிறேன்'

'ஈரத்துணியால் துடை. தண்ணீர் மிதக்கிறது. குளியலறையில் கீழிழுப்பு விசை வேலை செய்யவில்லை'

'நிச்சயமாக. கண்ணன் உன்னோடு பேசியதைக் கேட்டேன்'

கல்கி குளியலறை நோக்கி செல்ல யத்தனித்தபோது விண்கலம் இடி விழுந்தது போல குலுங்கியது.

'வாட் த ஹெல்!' என்று கண்ணன் ஒலிபெருக்கியில் கத்தினான். 'வாயில் 4இல் அபாயம், வாயில் 4இல் அபாயம்' என்று விண்கலத்தின் பாதுகாப்புக் கருவி அலறியது.

கல்கியும் கலியும் ஒருவரையொருவர் அணைத்துத் தங்களின் மிதக்கும் உடல்களை ஆசுவாசப்படுத்திக்கொண்டனர். அவர்கள் கண்ணாடி ஜன்னல் வழி வாயில் 4ஐப் பார்த்தபோது கல்கியின் வியர்வைத் துளிகளும் கையளவு தண்ணீரும் ஜன்னலில் மோதித் திரும்பி அந்தரத்தில் மீண்டும் ஒரே குளமாக சேர்ந்துகொண்டிருந்தன.

'கண்ணா, கையளவு தண்ணீர் மோதியா இந்த இடி முழக்கம்?'

'கைப்பிடி அளவு குளமா, கடலா?'

அந்தரத்தில் மிதக்கும் நீர்க் குட்டை மீண்டும் வாயிற்கதவை மோதச் சென்றுகொண்டிருந்தது.

'யோசிக்க நேரமில்லை. இன்னொரு மோதலை நாம் தாங்க முடியாது. வாயில்களைத் திற. நீர் வெளியேறட்டும்'

கலி சட்டென்று வாயில் 4ஐத் திறந்தாள். மோதல் தவிர்க்கப்பட்டு

நீர் மிதந்து கடந்தது. அது திரும்பி உள்ளே வராமல் இருக்கும்படிக்கு கதவை அடைத்துவிட்டு கலி அடுத்த வாயிலைத் திறந்தாள். ஒவ்வொரு வாயிற்கதவும் திறக்கப்படுகையில் மிதக்கும் நீரின் வேகம் அதிகமாகிக் கொண்டிருப்பது போலத் தோன்றியது.

'நிறுத்து. இந்தத் தண்ணீர் வெளியில் போனால் என்னவாகும் என்று யாருக்குத் தெரியும்?'

'கல்கி கேட்பது நியாயம்தான். நான் ஐந்தாவது கதவையும் திறந்து விட்டேன்'

'நீ வெளியில் நடந்து போனபோது எதுவும் விசித்திரமாகப் பார்த்தாயா?'

'நம் கலத்திற்குப் பக்கத்தில் பறக்கும் பாறை ஒரு விளிம்பினை, நுனியினை மறைக்கிறது. என்னால் அந்த நுனியினைத் தாண்டி எட்டிப்பார்க்க முடியவில்லை. பாதி தூரம்தான் போனேன்'

'வேறு வழியில்லை. கல்கி, கலி, ஆறாவது வாயிலையும் திறவுங்கள்'

கல்கி சட்டென்று தன் சிறுநீர் நிரம்பிய சானிட்டரி நாப்கினைத் தூக்கி கதவைத் திறந்து வீசினாள்.

'என்ன செய்கிறாய் நீ?'

'மிதக்கும் தண்ணீரை நாப்கின் பிடித்துவிட்டதென்றால் அதை உறிஞ்சிவிடும். பெரிய அதிர்வோ அழிவோ இல்லாமல் தப்பி விடலாம்'

'சபாஷ். நல்ல சமயோசிதம்'

நாப்கின் மிதக்கும் நீரை நோக்கி விரைந்துகொண்டிருந்தது. வேறு வழியில்லாமல் ஏழாவது வாயிலை கலி திறந்தாள். நாப்கினால் நீரினைப் பிடிக்க இயலவில்லை. ஏழாவது வாயில் திறக்க, கைப்பிடியளவு நீர் கோடி சூரியப் பிரகாச ஒளியுடைய பொடிப்பொடி வைரக்கற்கள் என கரும் வெளியில் சிதற பூமியின் நீல நிற வளி மண்டலம் கணத்தில் தோன்றி பிரம்மாண்டம் பெற்று மீண்டும் மறைந்தது. பின்னாலேயே பறந்த நாப்கின் கரும் வெளியைத் தொட்டதுதான் தாமதம் கண்ணுக்குப் புலப்படாத வாயொன்று முழுங்கியது போல அது காணாமல் போக கரும் வெளி மீண்டும் அடர்ந்தது.

'உறைந்த நட்சத்திரம் ஒன்று சந்திரசேகர் விளிம்பில் இருக்கிறது. நாம் அதன் ஈர்ப்பு விளிம்பில் இருக்கிறோம். இன்னும் சிறிது எடை நட்சத்திரத்திற்குக் கூடினாலும் அது இறந்து கருந்துளையாகிவிடும். சாக இருக்கும் நட்சத்திரம் மேலும் எடைக்கான தாகத்தில் இருக்கிறது. தண்ணீர் அதைச் சாதித்துவிடும். இங்கே ஒரு மகாபிரளயம் நடக்கவிருக்கிறது'

கண்ணன் தொடர்ந்து ஒலிபெருக்கியில் பேசிக்கொண்டிருந்தான். கல்கி அவசரமாகக் குளியலறையில் ஈரத்துண்டினால் தன்னைத் துடைத்துக்கொண்டு உடை மாற்றிக்கொண்டு வந்தாள்.

***

மூவரும் விண்கலத்தின் தலைப்பகுதியில் இருந்த ஸ்டூடியோவில் ஆளுயர எலெக்ட்ரானிக் திரையின் முன் குழுமியிருந்தனர். இவர்களுடைய பிம்பங்கள் பூமியில் சென்றடைந்ததும் அங்கே செய்யப்படும் அறிவிப்பு இங்கே கேட்டது.

'ஆதிசேஷன் I ரிப்போர்ட்டிங், ஆதிசேஷன் I ரிப்போர்ட்டிங்'

கண்ணன் குழப்பமாக கலியையும், கல்கியையும் ஆதிசேஷன் யார் என்பது போல பார்த்தான். கலி மட்டும்தான் விண்கலத்திலிருந்த அத்தனை கையேடுகளையும் படித்திருந்தாள். கலி கண்ணனைப் பார்த்து 'நம் விண்கலத்தின் பெயர் ஆதிசேஷன் ஒன்' என்றாள். கண்ணனுக்கு ஆசுவாசமாக இருந்தது. வழுக்கைத் தலையுடன் கோட் சூட் மனிதர் திரையில் தோன்றினார்.

'ஹலோ என் பெயர் மகாலிங்கம். நான்தான் இப்போது இந்திய விண்வெளி ஆராய்ச்சியின் தலைவர். பிரதமர் இதோ வந்து கொண்டேயிருக்கிறார். என் அருகே இருப்பவர் பஷீர். இவர்தான் நீங்கள் விண்வெளிக்குச் செல்லும்போது தலைவராக இருந்தார். உங்கள் குடும்பத்தினர் எல்லாம் உங்களைப் பார்ப்பதற்காகக் காத்திருக்கிறார்கள்.'

பஷீர் முதியவராய் இருந்தார். இவர்களைப் பார்த்து அன்புடன் சிரித்தார். மூவருக்கும் அவரை அடையாளம் தெரியவில்லை. அவருக்குப் பின்னால் ஆறேழு வெள்ளைக்காரர்கள் உட்கார்ந்திருந்தார்கள்.

கண்ணன் பொறுமையில்லாமல் இருந்தான்.

'லுக் மிஸ்டர் மகாலிங்கம். நாங்கள் ஒரு நுனியில் இருக்கிறோம். நுனி என்றால் நுனி என்றால் ஒரு விளிம்பு. நாங்கள் விளிம்பு மனிதர்கள். இங்கே மகாபிரளயம் ஒன்று நடக்கவிருக்கிறது. டு யு கெட் வாட் ஐ ஆம் சேயிங்?'

பஷீர் கண்களை இடுக்கி சிரித்தார்.

'கொஞ்சம் அமைதியாகக் கேளுங்கள் கண்ணன். உங்களிடம் சொல்ல வேண்டியது நிறைய இருக்கிறது. பிரளயமெல்லாம் சுலபத்தில் நடப்பதில்லை'

மகாலிங்கம் இடைமறித்தார்.

'கண்ணன், கல்கி, கலி நீங்கள் மூவரும் இந்திய தேசத்தின் மிகப் பெரிய சாதனையாளர்கள். ஆதிசேஷன் ஒன் விண்கலம் இந்திய விண்வெளித்துறையின் மிகப் பெரிய சாதனை. நாசாவின் ஆளற்ற வாயேஜர் விண்கலம் முப்பத்தாறு ஆண்டுகள் எடுத்து கிட்டத்தட்ட அடைந்த இடத்தைத் தாண்டி நடசத்திர இடைவெளிப் பகுதியை நீங்கள் இருபதே ஆண்டுகளில் அடைந்துள்ளீர்கள். நீங்களும் ஆதிசேஷன் ஒன் விண்கலமும் காணாமல் போனதாக நாங்கள் அறிவிக்க இருந்தோம். நீங்களும் விண்கலமும் உயிர்ப்புடன் இருப்பதும் மீண்டும் தொடர்பு

கொண்டதும் மிகப் பெரிய அற்புதம்'

'சார், இங்கே ஒரு பிரளயம் நடக்கவிருக்கிறது. மகாபிரளயம். நாங்கள் பூமியிலிருந்து எவ்வளவு தூரத்தில் இருக்கிறோம்? நாங்கள் பூமிக்குத் திரும்ப நீங்கள் என்ன செய்ய இயலும்?'

'உங்களுக்கு உதவி விண்கலம் தயாரிக்க இன்னும் இரண்டு ஆண்டுகள் பிடிக்கும். இன்னொரு முப்பதைந்து ஆண்டுகளில் அது உங்களை வந்து அடையும். நீங்கள் பூமியிலிருந்து பல பில்லியன் மைல்களுக்கு அப்பால் இருக்கிறீர்கள்'

'ஆதிசேஷன் விண்கலம் எங்கே போய்க்கொண்டிருக்கிறது?'

பஷீர் பதில் சொல்வது போல ஆரம்பித்தார்.

'உங்களுக்குப் பிறகு 2006இல் நாசா மிஷெனில் விண்வெளிக்குச் சென்று திரும்பிய சுனிதா வில்லியம்ஸ் விண்வெளிக்குச் சென்றபோது தன் அந்தரங்கப் பொருட்களாக பகவத் கீதை, விநாயகர் சிலை, சமோசா ஆகியவற்றை எடுத்துச் சென்றார். நீங்கள் என்னென்ன பொருட்களை எடுத்துச் சென்றிருக்கிறீர்கள் என்று பாருங்கள்'

'எங்களுக்குப் பிறகு என்றால், நாங்கள் எப்போது கிளம்பினோம்?'

'1993இல்'

'இப்போது பூமியில் என்ன ஆண்டு?

'2013'

இதோ பிரதமர் வந்துவிட்டார் என்ற அறிவிப்பு கேட்டபோது தொடர்பு அறுந்து போனது.

***

அவர்கள் தங்கள் உடல் உறுப்புகளை ஒருவர் மேல் ஒருவர் பொருத்தி விளையாடும் விளையாட்டினை விளையாடி முடித்திருந்தனர். தொடைகளையும் கால்களையும் இருக்கைகளோடு பிணைப்பான்களால் கட்டிக்கொண்டு மேஜையைச் சுற்றி நிர்வாணமாக அமர்ந்திருந்தனர். பூமி உரையாடலுக்குப் பிறகு மீண்டும் அவர்களுக்குத் தொடர்பு கிடைக்கவேயில்லை. வெளியிலோ மையிருள் மேலும் மேலும் அடர்ந்துகொண்டிருந்தது. ஆதிசேஷன் எங்கே எதை நோக்கி சென்றுகொண்டிருக்கிறது என்று அவர்களால் அனுமானிக்க இயலவில்லை.

'எதைச் சாதித்தீர்கள் நீங்கள்?'

'நாம் உயிரோடு இருப்பதுதான் சாதனை'

'பஷீர் கொடுத்த குறிப்பு நம் ஞாபகங்களை உயிர்ப்பிக்கக்கூடும். நீ என்ன கொண்டு வந்தாய், கலி?'

கலி பூமியோடு பேசி முடித்த கையுடனேயே தான் கொண்டுவந்த

அந்தரங்கப் பொருட்கள் என்னென்ன என்பதைத் தன் பெட்டியில் தேடி எடுத்திருந்தாள்.

'தங்கத்தில் செய்த ஸ்ரீசக்ரம், லலிதா சஹஸ்ரநாமம், நீர் நீக்கிய உலர்ந்த சர்க்கரைப் பொங்கல்'

'நீ என்ன கொண்டு வந்தாய் கல்கி?'

'ஒரு ஆடவனின் புகைப்படம், திருமந்திரம், வெண் குதிரை உருவத்தில் ஒரு பஞ்சுப்பொதி பொம்மை, ஒரு சாட்டை'

'சாட்டையா? ம்ஹும்'

'நீ என்ன கொண்டு வந்திருக்கிறாய் என்று சொல்லவே இல்லையே கண்ணா?'

'என் டைரியில் ஒரு கவிதைத் தொகுப்பினை எடுத்து வைத்ததாய் குறிப்பு இருக்கிறது. ஆனால் என்ன ஏது என்ற விபரங்கள் இல்லை. கண்டுபிடித்தவுடன் சொல்கிறேன்.'

அவர்கள் அமர்ந்திருந்த மேஜைக்கு அருகிலிருந்த ஜன்னலின் வழி பார்க்கையில் கரும் வெளியில் நீர்த்தட்டான்களும் மின்மினிகளும் நிறைந்த தோட்டம் போல விண்வெளி விரிந்திருந்தது. கலி ஆதிசேஷன் விண்கலத்தில் இருந்த மொத்த கையேடுகள், காணொளிப் பதிவுகள், புகைப்படங்கள் எல்லாவற்றையும் ஆராய்ந்து தங்கள் வரலாற்றினை சொல்ல ஆரம்பித்தாள்.

'மகாலிங்கம் சொன்னது உண்மைதான். நாம் பூமி ஆண்டு 1993இல் ஆதிசேஷன் ஒன் என்ற விண்கலத்தில் இந்திய விண்வெளி நிலையமான திரிசங்கு நோக்கிப் புறப்பட்டோம். திரிசங்கில் தங்கியிருந்த நான்கு விண்வெளி விஞ்ஞானிகளை பூமிக்கு அனுப்பிவிட்டு நாம் அவர்களுக்குப் பதிலாக திரிசங்கில் ஒரு வருட காலம் தங்கியிருந்து அதைப் பராமரிப்பது நம் வேலை. பூமி காலப்படி ஒரு மாதகாலம் திரிசங்கில் நாம் தங்கி யிருந்தோம். நாம் பணி விடுவித்த விஞ்ஞானிகள் பத்திரமாக ஊர் திரும்பிவிட்டனர். திரிசங்கு தொடர்ந்து விண்வெளிக் குப்பைகளால் தாக்கப்பட்டுக்கொண்டிருந்தது. செயலற்றுப் போன மீடியா செயற்கைக் கோள்களே குப்பைகளில் அதிகம். நாம் கதிர் வீச்சு வலை ஒன்றைப் பின்னி அதில் அத்தனை குப்பைகளையும் அள்ளிச் சுருட்டி பூமியின் வளி மண்டலத்தில் எறிந்தால் அவை எரிந்து அழிந்துபோகும் என்று திட்டமிட்டோம். அதற்காக திரிசங்கிலிருந்து ஆதிசேஷனில் நாம் ஏறிக்கொண்டு அதை வெடித்து விடுவித்தோம்.'

'ஆனால் ஆதிசேஷன் அதற்குரிய நீள்வட்டத்தில் விழவில்லை'

'சரியாகச் சொல்கிறாய். கரணம் தப்பி ஆதிசேஷன் விண்ணோட் டத்தில் விழுந்தது. விண்ணோட்டமோ ஒளியின் வேகத்துக்கு நிகராக ஓடிக்கொண்டிருந்தது. இரண்டே மாதத்தில் நாம் இங்கு வந்தபோது விண்ணோட்டத்தில் இருந்து வெளியில் விசிறப்பட்டோம். இங்கே நம்

நினைவுகளின் தன்மை தள மாற்றம் அடைந்துவிட்டது. திரும்புவதற்கு வழியில்லை.'

'நினைவுகளின் தன்மையில் தள மாற்றம் என்றால் என்ன?'

'பூமிக் கணக்குப்படி கண்ணனின் மனம் கற்காலத்தில் நிலை கொண்டிருக்கிறது. கல்கி, உன்னுடையதோ எதிர்காலத்தின் நிர்ண யிக்க இயலாத புள்ளியில் இருக்கிறது. என் மனமோ இங்கே இப்போது என்றிருக்கிறது. பூமியில் நம் வாழ்ந்த அனுபவங்கள் அழிந்துவிட்டன. ஆனால் மொழிகளும் கணக்குகளும் பயன்படுத்தும் விதத்தில் தங்கி யிருக்கின்றன'

'அது நல்லதுக்குதான். நினைவுகள் அப்படியே இருந்திருந்தால் குடும்பம் பற்றிய உணர்ச்சிகளில் நம்மை நாம் பறிகொடுத்திருப்போம்'

அவர்கள் மௌனமாக அமர்ந்திருந்தார்கள்.

'இந்த விண்வெளியில் நடப்பதுதான் குதிரை சவாரி செய்வது போல எவ்வளவு இதமாக இருக்கிறது' என்றாள் கல்கி.

***

'பரிசோதனை பண்ணிப் பார்த்துவிடவேண்டியதுதான்' என்றான் கண்ணன்.

அவர்கள் மூவரும் கால்களை விண்கலத்தின் தரையோடு பிணைத்துக் கொண்டு, ஒருவரின் இடுப்பை மற்றவர் கைகளால் அணைத்துக் கோர்த்தபடி, ஜன்னல் வழியே விண்வெளியைப் பார்த்தவாறு அம்மணமாக நின்றிருந்தார்கள். அவர்கள் உடல்களின் துளைகளில் நீள் உறுப்புகளைப் பொருத்திப் பார்த்து விளையாடி அலுத்து விட்டிருந்தனர்.

அவர்களின் முன்னே அந்த அபூர்வ விண்காட்சி விரிந்திருந்தது.

மத்தியில் அந்திம தருணத்தை சந்திக்கப்போகும் அந்த நட்சத்திரம் துவண்டு அமர்ந்திருந்தது. சுற்றி விதவிதமான நிறங்களில் நட்சத்திரத்தி லிருந்து எழும் எரிவாயுக்கள் சிவப்பு, மஞ்சள், ஆரஞ்சு என்று பல வண்ணங்களில் சூழ்ந்து நீள்வட்டத்தில் கனன்றன. வித விதமான வடிவங்களில் அவை தோற்றமளித்துக்கொண்டிருந்தன. சில நீள் வட்டமாய் இருந்தன, சில உருளையாய் அமைந்தன. சில எரிவாயு உருளைகளுக்குப் பச்சை விளிம்புகளும் அலைகளும் இருந்தன.

அந்த நட்சத்திர விண்காட்சியின் மத்தியில் மகாயோனி உயிர்ப்புடன் அடர்ந்திருந்தது.

'கைப்பிடி அளவு தண்ணீரா இதைக் கொண்டு வந்தது?'

'அது கைப்பிடி அளவு கடல்'

கலி தன்னிச்சையாக லலிதா சகஸ்ரநாமத்தைப் பாராயணம் செய்ய ஆரம்பித்திருந்தாள். 'ககாரார்த்தா காலஹந்த்ரீ காமேசீ காமிதார்த்ததா

காம ஸஞ்சீவினீ கல்யா கடினஸ்தன மண்டலா கரபோரூ கலாநாதா-முகீகச-ஜிதாம்புதா கடாக்ஷாஸ்வந்தி -கருணா கபாலி-ப்ராண -நாயிகா.'

***

அவர்கள் தங்கள் செயல்திட்டத்தை ஆப்பரேஷன் 'நீராலானது உலகு' என்று பெயரிட்டனர். ஆதிசேஷனை மகாயோனியை நோக்கி திருப்பி செங்குத்தாகச் செல்லுமாறு திருப்பினர். கண்ணன் அவர்களுக்கு மீண்டும் மீண்டும் விளக்கியது மட்டுமல்லாமல் அதை எழுதி பூமிக்குப் போகிற போது போகட்டும் என்று அனுப்பினான். அங்கே நடக்கவிருக்கும் நட்சத்திரத்தின் மரணத்தை ஒட்டி கருந்துளை ஒன்று ஏற்படும். அது பிரபஞ்சத்தில் தன் எல்லைக்குட்பட்ட அனைத்தையும் உறிஞ்சி அழித்துவிடும். அதன் மறு எல்லையைப் பற்றி மனித அறிவுக்கு எதுவும் தெரியாது. ஆனால் அது புது பிரபஞ்சத்தையே சிருஷ்டிக்கலாம். இந்திய விஞ்ஞானி சந்திரசேகரின் பெயரால் அறியப்படும் சந்திரசேகர் எடை எல்லையை அடைந்துவிட்ட அந்த விண்மீன் தன் ஆகர்ஷண ஒளி எல்லையின் விளிம்பில் கையளவு தண்ணீரை உறிஞ்சி ஆவியாக்கிய போதே பிரும்மாண்டமாய் உக்கிரம் அடைந்துவிட்டது. ஆதிசேஷனிடத்தில் இருந்த ஒரு லாரி நீரையும் மகாயோனி நோக்கி பீய்ச்சி அடித்தால், ஆவியாகுதலில் எடை மேலும் கூடி கருந்துளை உண்டாகிவிடும்.

நீர் அகற்றப்பட்ட சர்க்கரைப் பொங்கலில் நீர் சேர்த்து கலி பரிமாறினாள். அவர்கள் மூவரும் அதை நிதானமாகச் சாப்பிட்டார்கள். கல்கி விண்வெளியில் நடப்பதற்கு உற்சாகம் கொண்டவள் போல காணப்பட்டாள். விண்கலத்தில் இருந்த மொத்த நீரையும் ஆதிசேஷனின் தலைப்பகுதியில் சேகரித்தனர். விசைச்சுருளை தயார்நிலையில் வைத்தனர். ஆதிசேஷனின் முன் குழாய் மூடியை கல்கியின் சாட்டையின் சுழற்றலுக்கு ஏற்ப திறக்கும்படி அமைத்தனர்.

'ஆவுடையில் லிங்கம் பொருந்துவது போல ஆதிசேஷன் மகாயோனி நோக்கி செல்கையில் கல்கியின் சாட்டை சுழற்றலில் அவ்வளவு நீரும் பீய்ச்சி அடிக்க வேண்டும். ஆதிசேஷனை கருந்துளை அதிவேகமாய் முதலில் விழுங்கிவிடும். அதே சமயம் நாம் பக்கத்தில் மிதக்கும் விண்பாறையைப் போய் அடைந்திருப்போம்'

'அங்கேயிருந்து என்ன நடக்கிறது என்று பார்போமா என்ன?'

'யாருக்குத் தெரியும்? ஆலிலையில் மீண்டும் பிறப்போமோ என்னமோ'

அவர்கள் விண்வெளியில் நடப்பதற்கான விசேஷ ஆடைகளை அணியலானார்கள். விண்கலத்திலிருந்த ஆக்சிஜனைக் குழாய் வழி உறிஞ்சி உறிஞ்சி தங்கள் உடல்களிலிருந்த நைட்ரஜனை வெளியேற்றினர். முழு உடையும் அணிந்தபின் கலி எல்லா வாயில்களையும் திறக்க

கல்கி வெள்ளைக் குதிரை ஒன்றில் ஆரோகணித்து பயணிப்பவள் போல முன் சென்றாள். அவள் பின்னாலேயே கலியும் கடைசியாக கண்ணனும் சென்றனர்.

அவர்கள் மூவரும் விண்கலத்திலிருந்து விடுபட வேண்டிய தூரம் வரை நடந்த பின் ஆதிசேஷனை முழுமையாகப் பார்த்தனர். விண்வெளியின் கோலாகலத்தில் பங்கேற்க தயாராக அது நின்று கொண்டிருந்தது.

'ஆமாம் கண்ணா நீ கொண்டுவந்த கவிதைத் தொகுதி என்னவென்று சொல்லவேயில்லையே?'

'நீர் அளைதல் 1993 வெர்ஷன்'

அவர்கள் தங்களை விண்கலத்திலிருந்து முழுமையாக விடுவித்து விட்டனர். கல்கி சாட்டையைச் சுழற்றி ஆதிசேஷனின் முன் குழாய் மூடியைச் சட்டென்று திறந்தாள்.

7

மீனாள் அழுகிறாள், ரகுநந்த

மீனாள் அழுகிறாள், ரகுநந்த

அவளுக்கு அழுகையும், கேவலும், ஒப்பாரியும் பிரார்த்தனைகள். முகத்தை வெளிறிய கைவிரல்களால் ஏதேதோ அவமானங்களிலிருந்து பாதுகாத்துக்கொள்பவள் போல மூடிக்கொண்டு, முழங்கால்கள் தன் குறு முலைகளில் அழுந்த தன்னுடலைக் கொக்கி போல சிறுத்து சுருக்கி கட்டிலில் விழுந்து சப்தமில்லாமல் அழுகிறாள் மீனாள். அவளுடைய நீண்ட கூந்தல் கட்டில் முழுக்க விரிந்து அடர்ந்திருக்கிறது. தன் தாயின் வாழ்க்கையை வாய்பாடு போல மனனம் செய்து ஒத்திகை பார்க்கும் தெரு நாடகக்காரி போல மீனாள் அழுகிறாள். அவளுக்கு அவள் தாயின் முகச்சாயல் இருப்பது தற்செயலானது அல்லவே. மீனாளின் தாய் அவள் தாயின் சாயல் கொண்டிருந்தாளா இல்லையா? அது போலத்தான் இதுவும். எல்லாமே இவ்வாறாக வழிவழியாய் வருவதுதான். மீனாளின் தாய் தனத்திற்கு அழுகை ஒரு உரையாடல்; மீனாளின் பாட்டி செல்லம்மாளுக்கு அழுகை ஒரு பொது அறிவிப்பு; மீனாளின் பூட்டி ஞானத்துக்கு அழுகை ஒரு அவமானம்; மீனாளின் ஓட்டி இயக்கிக்கோ அழுகை ஒரு கௌரவம். முகங்களும், சாயல்களும், வடிவங்களும் ஒன்றுதான். ஆனால் செயல்நோக்கங்கள்தான் வேறு வேறு. ஒவ்வொருத்தியின் வாழ்நாட்களையும் முந்தைய தலைமுறைக் காரி திருடிக்கொள்வாள்.

மீனாள் அழுவதை பலவேசம் மாடிப்படிகளில் நின்றுகொண்டு பார்த்தார். வீட்டின் நடுக்கூடத்திலிருந்து மேல் தள அறைகளுக்கு வளைந்து செல்லும் மாடிப்படி. அதன் மேல் படிகளில் நின்று கொண்டு பலவேசம் மீனாளைப் பார்த்தபோது அவள் முகமும் விரிந்த கூந்தலும் மட்டுமே அவருடைய பார்வைக்குள் வந்தன. மௌனச் சடங்கு ஒன்றிற்கு விதிக்கப்பட்ட குரோத முடிவு என அது அவருக்குப்பட்டது. மீனாளின் தளிர் விரல்கள் தன் தோள்களைப் பிடித்ததால் வெளிறியதோ என்ற எண்ணம் ஏற்பட தன் படுக்கையறைக்குத் திரும்பி மல்லாக்கப் படுத்து 'மீனாள் அழுகிறாள், ரகு நந்த' என்று உரக்கச்

சொன்னார். பலவேசத்தின் மனைவி ஏதோ துர்க்கனவில் கேட்ட சப்தத்திற்கு புரண்டு படுப்பவள் போல திரும்பி தன் கையை பலவேசத்தின் வெற்று மார்பில் போட்டாள். முற்றிய வெண்டைக்காய் போன்ற மங்களத்தின் விரல்கள் அவர் மார்பின் முடிகளில் அளைந்து அடங்கின. படுக்கையறையின் குமிழ் விளக்கின் வெளிச்சத்தில் பலவேசம் மங்களத்தைப் பார்த்தார். தன் ஓட்டினை கழுகுக்குக் களவாடக் கொடுத்த ஆமை போல மங்களம் கிடந்தாள்.

மீனாளை மங்களம்தான் கிராமத்தில் இருந்து கூட்டிக்கொண்டு வந்தாள். பலவேசத்திற்கு சர்க்கரை வியாதி முற்றி கால்களில் வலி நாளுக்கு நாள் அதிகமாவதும் கால்கள் உணர்விழப்பதுமாய் இருந்தது. மங்களம் பலவேசம் கால்களை தினசரி அமுக்கி விட வேண்டும். மங்களத்திற்கோ இரண்டு நிமிடம் கால் அமுக்கினாலே மூச்சு வாங்கியது. பலவேசம் தன் கால்கள் வெளியில் மெத்து மெத்தென்று பஞ்சுப்பொதி மாதிரி மாறி வருவதாகவும் உள்ளேயோ நரம்புகளில் வலி குறுக்கும் நெடுக்குமாய் ஓடுவதாயும் அரற்றினார். மங்களம் தன் முழு புஜபலத் தையும் பிரயோகித்து பலவேசத்திற்கு கால் அமுக்கினாலோ பலவேசத் திற்கு உட்கார்ந்து எழுந்திருப்பதே சிரமமாக மாறுவதாயிருந்தது. பலவேசத்திற்கு நாளாக நாளாக வாழ்க்கையில் பிடிப்பு குறைய ஆரம்பித்தது. மங்களம் பலவேசத்திற்கு கால் பிடிக்கும் தருணங்கள் தான் ஒருவரை ஒருவர் தொடுவது என்பதாகிவிட்டது. 'கால் பிடிப்பு தாம்பத்யம்' என்று தனக்குள் நொந்துகொண்டாள் மங்களம். அவளை தனம் கிராமத்திலிருந்து தொலைபேசியில் அழைத்தபோது பலவேசத்தின் கால் வலியைப் பற்றியே ஒரு பாடு புலம்பித் தீர்த்துவிட்டுதான் தனத்தின் கணவன் காலமாகிவிட்ட செய்தியையே காது கொடுத்துக் கேட்டாள். தனத்தின் ஏழ்மை அவளை ஒரு பணக்காரக் கிழவனுக்கு மூன்றாம் தாரமாய் வாழ்க்கைப்பட வைத்தது. கிழவன் நான்கு குழந்தை களைக் கொடுத்துவிட்டு மண்டையைப் போட்டான். மூத்த தாரங் களின் பிள்ளைகள் தனத்தை தங்கள் தகப்பன் திருமணம் செய்ததை அங்கீகரிக்கவில்லை. கூத்தியாள் என்று பட்டம் கட்டி தனத்தையும் அவள் பிள்ளைகளையும் தெருவுக்குத் துரத்தினர். மங்களம் கிராமத் திற்கு உடனே ஓடிப்போய் தனத்தைப் பார்த்தாள்; தனத்தின் மூத்த தாரங்களின் பிள்ளைகளை வழக்கு போடப்போவதாக மிரட்டி தனத்திற்கும் அவள் குழந்தைகளுக்கும் குடியிருக்க வீடும் வீட்டாரிசிக்கு நன்னிலத்தில் இரண்டு ஏக்கர் நஞ்செய்யும் வாங்கிக் கொடுத்தாள். சென்னை திரும்பும்போது தன் புருசனுக்கு கால் பிடிக்க வீட்டு வேலை செய்ய என்று தனத்தின் மூத்த மகள் மீனாளைக் கூட்டி வந்துவிட்டாள்.

துவைத்த தன் துணிகளைப் பொதி மூட்டையாய் கட்டி மாரோடு அணைத்து நின்ற மீனாளை மங்களம் பலவேசத்திடம் அறிமுகப் படுத்தியபோது அவர் அவளுடைய கைகளில் அடர்ந்திருந்த பூனை

மயிரையும் அவளுடைய நீண்ட கூந்தலையுமே கவனித்தார். இந்தக் குட்டிதான் உங்களுக்கு இனி கால் பிடிப்பாள் என்று மங்களம் கூறிய போதே மதமதர்த்த தன் கால் நரம்புகளில் உயிரோட்டம் திரும்புவதாக உணர்ந்தார். பலவேசத்திற்கு உண்மையில் அப்போது வயிறு ஒரு பக்கமாய் உப்பிக்கொள்ள அதற்கான கை வைத்தியமாய் ஆமைக்கறி சாப்பிட ஆரம்பித்திருந்தார். ஆமைக்கறியும் மீனாளின் கைராசியும் தனக்கு வலியற்ற நாட்களைத் தருமோ என்ற ஆசையை பலவேசம் மனத்தில் ஏற்படுத்தின. இல்லையென்றால் ஆமைகளும் மீனாளும் கிட்டத்தட்ட ஒரே நேரத்தில் வீட்டிற்கு வந்திருப்பார்களா என்ன?

பலவேசத்தின் வியாபார நண்பரான கோயம்புத்தூர் ரங்கசாமிதான் முதன் முதலில் பலவேசத்திற்கு ஆமைக்கறியை அறிமுகப்படுத்தினார். கோயம்புத்தூருக்குப் போன இடத்தில் பலவேசத்திற்கு வயிறு கொதி நிலையின் உச்சத்தை அடைந்து உப்பி விட்டது. கால்கள் ரப்பர் குழல்கள் போல தொய்ந்துவிட்டன. கள் குடித்து ஆமைக்கறி சாப்பிட்டால் எல்லாம் சரியாய்ப்போகும் வாருங்கள் என்று ரங்கசாமி பலவேசத்தைக் கேரளத்துக்குக் கூட்டிப்போனார். கேரளத்து கள்ளுக்கடை ஒன்றில் ஒரு கலயம் கள்ளும் வறுத்த ஆமைக்கறி ஒரு தட்டும் சாப்பிட்ட உடனேயே பலவேசத்துக்கு வயிறு அடங்கிவிட்டது; கால்களில் மதமதர்ப்பு குறைந்து ரத்தம் ஓடுவதன் ஓர்மை கிடைத்தது. சென்னையில் கேரள கள்ளுக்கடைகளில் கிடைக்கும் ஆமைக்கறிக்கு எங்கே போக? பலவேசமும் விசாரித்து விசாரித்து ஓய்ந்துவிட்டார். மங்களம் காவேரிப் படுகை வயல்வெளிகளிலும் குளங்களிலும் கிடைக்கும் சிறிய வகை ஆமைகளை வாங்கலாம் என்று ஆலோசனை சொன்னாள். முதலில் இரு முறை காவேரிப்படுகை ஆமைகளை வருவித்து சாப்பிட்டுப் பார்த்த பின் வீட்டிலேயே கறி ஆமைகள் வளர்ப்பது என்று முடிவாயிற்று. ஆமை புகுந்த வீடும் அமீனா புகுந்த வீடும் உருப்படாது என்ற பழமொழியைச் சொல்லி மங்களம் ஆமைகளை வீட்டில் தொட்டியில் வளர்த்து அவ்வப்போது சமைத்துச் சாப்பிடுவதற்கு ஆட்சேபணை தெரிவிக்காமல் இல்லை. ஆனால் பலவேசம் தன் உடல் நலத்திற்காக ஆமைக்கறி சாப்பிட்டே ஆக வேண்டும் என்று உறுதியாக இருந்து ஆமைகள் நீர்த்தொட்டியை வீட்டிற்குக் கொண்டு வந்து விட்டார்.

நான்கு அடி உயரம் ஆறு அடி அகலம் உள்ள கண்ணாடி நீர்த் தொட்டியை நிர்மாணித்து அதில் காவேரிப்படுகை ஆமைகளை நீந்த விட்டபோது மங்களத்துக்கு இனம்புரியாத மகிழ்ச்சி ஏற்பட்டது. ஆமைகள் தண்ணீர்த்தொட்டிக்குள் நீந்துவதையும், தொட்டிக்குள் மிதவைக் கட்டை ஒன்றின் மேல் கூடி காற்று வாங்கிவிட்டு மீண்டும் தண்ணீருக்குள் நீந்தி மூழ்குவதையும் மணிக்கணக்கில் பார்த்திருப்பதில் மங்களத்திற்கு நேரம் போவதே தெரிவதில்லை. பலவேசத்திற்கோ மங்களமும் ஆமைகளோடு ஒரு ஆமையாய் மாறிவிட்டதாகத் தோன்றியது.

ஆமைகள் நீந்திக்கொண்டிருக்க, மீனாள் அழுகிறாள், ரகுநந்த.

இரவு கடையைப் பூட்டிவிட்டு ஒன்பது மணிக்கு பலவேசம் வீட்டுக்கு வந்தாரென்றால் குளித்து சாப்பிட்டுவிட்டு பத்தரை மணிக்கு படுக்கைக்கு பலவேசம் வந்து விடவேண்டும். பத்தரையிலிருந்து பதினொன்றரை வரை மீனாள் அவருக்குக் கால் அமுக்க வேண்டும். அவர் அப்படியே தூங்கிப்போய் விடுவார் என்றபடிக்கு அட்டவணை தயாரித்தாள் மங்களம். மீனாளை நல்ல வலுத்த நான்கு ஆமைகளை தொட்டியிலிருந்து எடுத்து வரச் சொல்லியிருந்தாள். மீனாள் மீன்வலைக் கரண்டியில் தொட்டியிலிருந்து ஆமைகளைப் பிடித்து பாத்திரத்தில் போட்டபோது அவை தங்களின் வழவழத்த அடிப்பாகங்களைக் காட்டியபடி மல்லாக்க விழுந்தன. ஆமைகளுக்கு தலைகள் பாம்புத் தலைகளைப் போல இருப்பதை மீனாள் கவனித்தாள். வாய் பிளக்கும் போது இரட்டை நாக்குகள் இல்லாமல் இருப்பதை வைத்து மட்டுமே ஆமைத் தலைகள் என்று அறியலாமோ என்று தோன்றியது. உள்ளங்கை யளவு ஆமைகள் பாத்திரத்தில் தங்களின் கோடானுகோடி ஆண்டு களை உதைத்துக்கொண்டிருந்தன. மீனாள் மல்லாக்கக் கிடந்த ஆமை யொன்றின் அடிப்பாகத்தை விரல் நுனியாலும் நகத்தாலும் தொட்டுப் பார்த்தாள். அவளுடைய தீண்டலில் ஆமையின் தலை அங்குமிங்கும் ஆடியது, கால்கள் விதிர்த்துக்கொண்டன. பாத்திரத்தை ஆமைகளோடு மங்களத்திடம் கொடுத்தபோது அவள் தூய தண்ணீரில் கழுவி, கழுவிய வேகத்திலேயே அவைகளின் தலையை அரிவாள்மனையில் அரிந்தாள்; தேங்காய் துருவி போன்ற கத்தியால் ஓடு வேறு கறி வேறு என்று பிரித்தெடுத்து இன்னொரு பாத்திரத்தில் வைத்தாள். மீண்டும் மீனாள் ஓடற்ற தலையற்ற ஆமைக்கறியைக் கழுவும்போது அறியாத கிளர்ச்சி யினால் அவள் குறு முலைகள் விம்மின. ஆமைக்கறியை எலுமிச்சை சாற்றில் நன்றாக வேகவைத்து செட்டிநாட்டு காரக்குழம்பின் மசாலா தடவி எண்ணெய் இல்லாமல் கேஸ் அடுப்பு நெருப்பில் நேரடியாக நன்றாகச் சுட்டு வைத்தாள் மங்களம்.

அரிசிச்சோற்றை குமித்து வைத்து, சூடான வேப்பம்பூ மிளகு ரசம் ஊற்றி, ஒரு துளி பசு நெய் விட்டு, பிசைந்து ஆமைக்கறியை கடித்துக் கொண்டு வாழைப்பூ துவரனைத் தொட்டுக்கொண்டு ஆசு ஊசு என்று சாப்பிடும் பலவேசத்தைப் பார்த்தபடி நின்றிருந்தனர் மீனாளும் மங்களமும். அறுபது வயதிற்கு திடகாத்திரமாய்த்தான் இருக்கிறார் பலவேசம் என்று நண்பர்கள் சொல்வார்கள். தலை வெள்ளை வெளேர் என்று நரைத்துவிட்டது, ஆனால் மார்பில் மயிர் நரைக்கவில்லை. குடிப்பதற்கு கள்ளு மட்டும் கூடவே இருந்திருந்தால் பிரமாதம் போ என்றவாறே பலவேசம் சாப்பிட்டு எழுந்தார். குளித்துவிட்டு ப்டுக்கை யறைக்குள் நுழைந்தபோது அவர் வயிறு குளிர்ந்திருந்தது.

நீர்க்காவி வேட்டியை முழங்காலுக்கு மேல் தூக்கி விட்டு விட்டு மீனாளைக் கால் பிடிக்க மங்களம் சொன்னபோது மங்களத்தின் மேற்பார்வையிலா கால்பிடித்தல் என்று பலவேசம் தனக்குள் கேட்டுக் கொண்டார். மங்களம் பாதங்களிலிருந்து எப்படி ஆரம்பிக்க வேண்டும் என்று மீனாளுக்கு சொல்லிக்கொடுத்தாள். மீனாளுக்கு கைவிரல் நகங்கள் நீளமாயிருந்தன. ஆமைகளின் அடிப்பாகங்களைத் தீண்டியது போலவே மீனாள் அவர் பாதங்களைத் தொட்டு விரல்களை நீவி சொடக்குகள் எடுத்தாள். கணுக்காலிலிருந்து முழங்கால் வரை மீனாளின் இளம் சூடான உள்ளங்கைகள் பிசைய பிசைய பலவேசம் ஒரு பெரிய கடல் ஆமையைப் போல விதிர் விதிர்த்தார். அந்த இளம் கைகள் தன் தொடைகளில் ஏறாதா என்று தவித்துப்போனார். மீனாள் தன் அறைக்குச் சென்ற பிறகும்கூட பலவேசத்திற்குத் தூக்கம் வரவில்லை. மங்களமோ மெல்லிய குறட்டை ஒலியுடன் தூங்கிப்போயிருந்தாள். மங்களத்தின் தாட்டியான தோள்கள் இரண்டினையும் பலவேசம் பின்னாலிருந்து தன் கைகளால் இறுக்கி அழுத்திப் பிடித்தபோது மங்களத்தின் கனவில் நீர்த்தொட்டி ஆமைகள் மிதவைக்கட்டையில் ஒன்றன் மேல் ஒன்று ஏறிக்கொண்டிருந்தன; மங்களமோ கட்டை யொன்றின் இரு நுனிகளைக் கொக்குகள் தங்கள் அலகுகளினால் கவ்விப் பறக்க கட்டை மத்தியை வாயில் கவ்வி வான் பறந்த ஆமையைப் போல பறந்துகொண்டிருந்தாள்.

மறு நாள் காலையில் பலவேசத்தைக் காதலுடன் பார்த்தாள் மங்களம். எத்தனை வருடங்களுக்குப் பின் அப்படிப் பார்க்கிறாள் அவள்! பலவேசமும் உற்சாகமாய் இருந்தார். தன் தலைமுடிக்கு கருப்பு மை அடிக்கலாமா என்ற யோசனை எழுந்தது. கால் நரம்புகளில் வலி இருந்தாலும் மதமதர்ப்பு குறைந்திருந்தது. மீனாள் முந்தைய இரவின் ஆமைத் தலைக் கறியினைக் கடித்துத் துப்பிக்கொண்டிருந்தாள்.

கடைக்கு வந்து வெகு நேரம் ஆன பிறகும்கூட பலவேசம் மீனாளைப் பற்றியே யோசித்துக்கொண்டிருந்தார். வியாபாரத்தைத் தவிர முதன் முறையாக அவர் வேறு எதையும் பற்றி யோசிக்க நேர்ந்ததென்றால் அது அவருக்கு மீனாளைப் பற்றியதுதான். அந்தக் கைவிரல்களின் மென்மை கடின வேலைகள் எதுவும் செய்யாமல் வசதியாக வளர்க்கப்பட்டதால் வந்திருக்கவேண்டும் என்று நினைத்துக்கொண்டார். மீனாளின் அப்பா கிழவனே தவிர வசதியான நிலச்சுவாந்தர்தானே என்று தனக்குத் தானே சொல்லிக்கொண்டார். மீனாளின் அம்மாவும் பதினைந்து வயதிலேயே திருமணம் ஆனவள்தானே கிழவன் எப்படி அனுபவித்திருப்பான் என்று சிந்தனை ஓடியபோது பலவேசத்திற்கு துணுக்கென்றது. குழந்தைகள் இல்லாத தங்கள் வீட்டில் குழந்தையாக மீனாள் இருந்துவிட்டுப் போகட்டும் என்றல்லவா அவர் மங்களத்தின் திட்டத்திற்கு சம்மதித்தார்? என்ன ஆயிற்று அவருக்கு? பலவேசத்திற்கு தான் தன்னைப்பற்றியோ

தன் உணர்வுகளைப் பற்றியோ என்றுமே யோசித்ததில்லை என்று புலப்பட்டது. அன்று அவர் வீட்டுக்குப் போகும்போது மங்களத்திற்கும் மீனாளுக்கும் ஒரு கிலோ ஜிலேபி வாங்கிக்கொண்டு போனார்.

மீனாள் அழுகிறாள், ரகுநந்த.

ஆமைக்கறி வாரத்திற்கு இரு முறைதான். ஆனால் கால் பிடி வைபவமோ தினசரி என்று தொடர்ந்தது. இரண்டு மூன்று மாதங் களுக்குப் பிறகு மங்களத்திற்கு இந்த தினசரிச் சடங்கு அலுத்துவிட்டது. அவள் பலவேசம் கடையிலிருந்து வருவதற்கு முன்பே தூங்கிவிடுகிறாள். மீனாள்தான் வாசல்க்கதவை திறப்பது, மேஜையில் சாப்பாடு பரிமாறுவது, கால் பிடித்து தூங்கவைப்பது என்று மாறிப்போய் விட்டது. பலவேசம் தான் இந்திரபோகம் அனுபவிப்பதாக நினைத்தார். தினசரி கால் பிடிக்கும் பத்தரை மணி எப்போது வரும் என்று காத்திருக்க ஆரம்பித்தார். மீனாளின் அம்மா தனத்திற்கு மங்களம் மாதம் இரண்டா யிரம் ரூபாய் அனுப்பி கொடுத்தாள். மீனாள் மங்களத்தை விட பெரிய மனுஷி போல நடந்துகொள்ளத் தொடங்கினாள்.

ஆமை ஓடுகள் எல்லாவற்றையும் சேகரித்து அட்டையில் ஃபெவிக்கா லால் ஒட்டி வண்ணம் தீட்டி விதவிதமான உருவங்கள் செய்வது மீனாளுக்கு பொழுதுபோக்கானது. மங்களத்திற்கும் மீனாளுக்கும் நாள் முழுவதும் பெரிதாக வேலை எதுவும் இல்லை. நாள் பூராவும் தொலைக்காட்சி பார்ப்பது அல்லது பக்கத்து வீட்டுப் பெண்களுடன் அரட்டை அடிப்பது என்று நாட்கள் நகர்ந்தன. மீனாள் ஆமை ஓடுகளை ஒட்டி செங்கொண்டைக் குருவி ஒன்றைச் செய்தாள். பலவேசம் அந்தக் குருவியை வெகுவாக ரசித்தார்.

தான் எரிந்த சாம்பலிலிருந்து புத்துயிர் பெற்று எழுந்துவரும் பறவையைப் போலவே ஆமையோட்டு செங்கொண்டைக் குருவி பலவேசத்திற்குத் தோன்றியது. தான் காதல் வயப்பட்டுவிட்டோமோ என்று அவருக்கு சந்தேகம் வந்தது. செங்கொண்டைக் குருவி அவர் மண்டைக்குள் கத்திக்கொண்டும் கொத்திக்கொண்டும் இருந்தது. பலவேசம் நீர்க்காவி வேட்டியை விடுத்து வீட்டில் அரை நிக்கர் அணிந்தார். கால் பிடிக்க மீனாள் வரும்போது அரை நிக்கர் அணிந்து கட்டிலில் கிடந்தார். மீனாளுக்கு பலவேசத்தின் அவஸ்தைகள் புரியவில்லை. அவள் அவருடைய கால்களை உலக்கைகள் போல பாவித்தாள். எந்திரத்தனமாக கால் அமுக்கி விட்டுவிட்டு குறித்த நேரம் வந்தவுடன் அவள் பாட்டுக்குப் போய்க்கொண்டிருந்தாள். வெள்ளிக் கிழமை இரவொன்றில் மீனாள் எண்ணெய் தேய்த்துக் குளித்துவிட்டு கூந்தல் அலை பறக்க காலடியில் உட்கார்ந்திருக்கையில் பலவேசம் நிதானமிழந்து அவளை ஆவேசமாகக் கட்டிப்பிடித்து, இறுகத் தழுவி, இதழ்களில் முத்தமிட்டார். மீனாள் அவரைத் தள்ளிவிட்டு அவளுடைய அறைக்கு விசும்பி அழுதவாறே ஓடிவிட்டாள்.

அடுத்த ஐந்து நாட்களுக்கு மீனாள் பலவேசத்திற்கு கால் பிடிக்க வரவில்லை. ஓட்டுக்குள் பதுங்கியிருக்கும் கூர்மம் போல பலவேசம் என்ன ஏது என்று கேட்காமலிருந்தார். மூன்றாம் நாள் சாவகாசமாக மங்களம் மீனாள் வீட்டுக்கு விலக்காக இருப்பதால்தான் கால் பிடிக்க வரவில்லை என்று தெரிவித்தாள். அந்த மூன்று நாட்களும் பலவேசம் கணம் தோறும் செத்துப்பிழைத்தார். கடையில் உட்கார்ந்திருக்கும் நேரமெல்லாம் மீனாள் மங்களத்திடம் என்ன சொன்னாளோ என்று எண்ணம் ஓடிக்கொண்டிருந்தது. அதே சமயம் மீனாளின் உதடுகளின் மென்மையின் நினைவில் அடிவயிற்றில் துடுப்புகள் அசைந்தன. மீனாளோ அவர் கண்களைச் சந்திப்பதை தவிர்த்தாள். மங்களம் தூங்கியபின் பலவேசம் ரகசியமாய் மாடிப்படிகளில் நின்று மீனாளின் அறைக்குள் பார்த்தபோது மீனாள் அழுதுகொண்டிருந்தாள்.

மீனாள் அழுகிறாள், ரகுநந்த.

முதன் முறையாக பலவேசத்திற்கு சாமியார் யாரிடமாவது போகலாமா என்ற எண்ணம் எழுந்தது. மனக்குமைச்சல் தாள முடியாததாக இருந்ததென்றால் கால்கள் வேறு குழலாடி மரத்துப்போய் நிலைகுலைய வைத்தது. ஆறாவது குறுக்குத் தெருவிலிருந்து மெயின் ரோடுக்கு நடந்து கடைக்கு வந்து சேர அவருக்கு முன்பெல்லாம் பத்து நிமிட நேரமே பிடிக்கும். இப்போதோ கடைக்கு வந்து சேர ஒரு மணி நேரம் ஆனது. எப்படி இப்படி ஊர்கிறோம் என்று அவருக்குத் தெரிந்திருக்கவில்லை. எந்த சாமியாரிடம் ஆலோசனைக்குப் போவது என்று தெரியாமல் சிவன் கோவில் ஓதுவாரைப் போய் பார்த்தார். ஓதுவார் ஜோதிடரும்கூட. பலவேசத்தின் ஜாதகத்தைப் பார்த்த ஓதுவார் வெந்நீரில் போட்ட ஐந்து மாதிரி தவிப்பீரே இப்பொழுதெல்லாம் என்றார். நாவுக்கரசர் பாடல் இருக்கிறது தெரியுமோ என்று கேட்ட ஜோதிடர் 'வளைத்து நின்று ஐவர் கள்வர், வந்து எனை நடுக்கம் செய்ய, தளைத்து வைத்து, உலையை ஏற்றி, தழல் எரி மடுத்த நீரில், திளைத்து நின்று ஆடுகின்ற ஆமை போல தெளிவு இல்லாதேன், இளைத்து நின்று ஆடுகின்றேன், என் செய்வான் தோன்றினேனே' என்று பாடிக் காட்டினார். இங்கேயும் ஆமையா என்று பலவேசம் தலையில் கை வைத்து உட்கார்ந்துவிட்டார். ஜோதிடர் சொல்வது எதையும் கேட்கும் மனோநிலை அவருக்கு அதற்குப் பின் இல்லாமல் போனது. ஆமை ஒரு அமானுஷ்ய உயிரினம் என்று தனக்குத்தானே கூறிக் கொண்டார். அடுப்பில் வைத்த கொப்பரை வெந்நீரில் மேலும் கீழும் அலையும் ஆமையை நாவுக்கரசருக்குப் பின் தனக்குத்தான் நன்றாகத் தெரியும் என்று தனக்குத்தானே சொல்லிக்கொண்டார். ஜோதிடர் வீட்டிலிருந்து கடைக்குப் போய் அங்கிருந்து வீடு திரும்ப அவருக்கு இரண்டரை மணி நேரம் ஆனது.

பலவேசம் ஊர்ந்து ஊர்ந்து வீடு வந்து சேர்ந்தபோது வாசலில் மங்களமும் அவளுக்குத் துணையாக மீனாளும் கவலையோடு நின்றிருந்தனர். அன்றும் ஆமைக்கறி அவருக்குத் தயாராக இருந்தது.

மீனாள் கறி சமைக்கையில் ஒரு ஆமையின் கழுத்தில் சணலினால் இறுக்கிக் கட்டி அது தன் தலையை ஓட்டிற்குள் இழுக்க முடியாதவாறு செய்து வைத்திருந்தாள். மேடை அடுப்புக்குப் பக்கத்தில் அது மனிதனாக, ரகு நந்தன் ஆக மாற ஊர்ந்து கொண்டிருந்தது. அதன் துணை ஆமையையோ அவளுடைய ஆமையோட்டு செங்கொண்டைக் குருவியின் அலகில் மாட்டி துடித்துக்கொண்டிருக்கிறது. ஆமைகள் தங்கள் இணைகளைச் சேர யுகாந்திரங்கள் ஆகும்.

பாதித் தூக்கத்தில் பலவேசம் முழித்தபோது இடி விழுந்தாலும் எழுந்திருக்காதவளாய் மங்களம் உறங்கிக்கொண்டிருந்தாள். பலவேசம் மாடிப்படிகளில் இறங்கி கீழே ஓடினார். நடுக்கூடத்தில் இருந்த நீர்த்தொட்டியின் விளிம்பினை கையால் பலவேசம் பற்றியபோது கால்கள் தளர்ந்து வலுவிழந்து கீழே விழுந்தார். அவர் கூடவே நீர்த்தொட்டியும் பலீங் என்ற சத்தத்துடன் கீழே விழுந்து நொறுங்க ஆமைகள் கூடமெங்கும் சிதறின. சத்தம் கேட்டு தன் அறையில் இருந்து எழுந்து ஓடி வந்த மீனாள் ஆமைகளின் நடுவே அரை நிக்கர் அணிந்து வெற்று மார்புடன் பலவேசம் கீழே கிடப்பதைப் பார்த்தாள். அவரை அப்படியே அள்ளி எடுத்து மீனாள் தன் அறைக்குள் கூட்டிச் சென்றாள்.

மீனாள் அழுகிறாள், ரகுநந்த.

8

மதுக்கூடத்தில் ஒரு கண்ணாடி

மாதவன் அந்தக் கண்ணாடியை மதுக்கூடத்தில் கொண்டு வந்து வைத்த நாளிலிருந்துதான் அங்கே வியாபாரம் செழிக்கத் தொடங்கியது என்பது ஹோட்டலில் ஒரு பரவலான நம்பிக்கை. மாதவன் அந்த ஆளுயரக் கண்ணாடியைப் பழம்பொருள்கள் அங்காடியிலிருந்து வாங்கி வந்திருந்தான். தேக்கு மர ஃபிரேமுக்கு வார்னீஷ் அடித்தவுடன் அதற்கு ஒரு புதுப் பொலிவு வந்துவிட்டது. ஆங்காங்கே ரசம் போய் சிறு சிறு வெள்ளைப்புள்ளிகள் கண்ணாடியெங்கும் விரவியிருந்ததை யாரும் பெரிதாக எடுத்துக்கொள்வதில்லை. நீங்கள் அந்த ஆளுயரக் கண்ணாடி யில் உங்களைப் பார்க்கும்போது ரசம் போன புள்ளிகள் வேறொரு கோலத்தினை உங்கள் மேல் வரைந்தன. கோலத்தினைப் பார்ப்பவர்கள் தங்களைப் பார்க்க இயலுவதில்லை; தங்களைப் பார்ப்பவர்கள் கோலத்தினைப் பார்க்க இயலுவதில்லை. நல்ல நிறை போதையில் கண்ணாடியில் பார்க்கையில் கோலங்கள் அதிக உயிர்ப்புடன் திரள் வதான தோற்றம் பெற்றன. காலடிச்சுவடு, கனவு, கல்தூண், முகமூடி, கடற்கரை என தன் உருவத்தின் மேல் கண்ணாடியால் எழுதப்படும் கோலங்களைப் பலர் பல விதமாகக் கண்டனர். கண்டவர் விண்டிலர்.

தன் மேல் வரையப்படும் கோலங்களைவிட தனக்கென்று முகம் இருப்பதே முக்கியமானது என்று மாதவனுக்குத் தோன்றும்; மதுக்கூட கண்ணாடியில் இப்போதெல்லாம் அவனால் தன் முகத்தைப் பார்க்கவே முடிவதில்லை. மாதவன் மதுக்கூடத்தில் வேலை செய்ய வேண்டும் என்று எந்தக் கடவுளுக்கும் நேர்ந்துகொண்டிருக்கவில்லை. அவன் கேடரிங் டெக்னாலஜி படித்து முடித்து வேலை தேடியபோது இந்த மூன்று நட்சத்திர ஹோட்டல் அவனை உடனடியாக வேலைக்கு எடுத்துக்கொண்டது. அவனுக்குக் கல்லூரியில் சீனியரான மிருதுளா அதே ஹோட்டலில் மேலாளராக இருந்ததால் அவள் சிபாரிசின் பேரில் நல்ல சம்பளமும் கிடைத்தது. மாதவன் குடிப்பதில்லை புகைப்பதில்லை என்பதனால் அவனை மதுக்கூட மேலாளராக்கிவிட்டார்கள்.

பழம்பொருள் அங்காடியில் கண்ணாடி வாங்க மாதவன் சென்ற போது மிருதுளாவும் கூட வந்திருந்தாள். மதுக்கூடத்தின் மத்திப் பகுதியில் அசௌகரியமான வெற்றிடம் ஒன்று இருந்தது. அதில் கண்ணாடி வைத்தால் நல்லது என்று மாதவன் யோசனை சொன்னான். நிர்வாகம் ஒத்துக்கொண்டது மட்டுமல்லாமல் பழம்பொருள் மதிப்பு கொண்ட அலங்காரக் கண்ணாடியினை வாங்கும்படி பணித்தது. மிருதுளா அன்று மஞ்சள் நிற கையில்லா ரவிக்கை அணிந்திருந்தாள். மாதவனுக்கு அவளுடைய காட்டன் சிவப்புப் புடவையும் அதற்கு அவள் அணிந்திருந்த வான்கோ மஞ்சள் நிற ரவிக்கையும் பிரமாதமான ஒத்திசைவு கொண்டவையாகத் தோன்றின. மிருதுளாவும் அவனும் கண்ணாடி கண்ணாடியாகப் பார்த்துக்கொண்டு வந்து கொண்டிருந்தார்கள். ஒவ்வொரு பழம்கண்ணாடி முன்னும் அவர்கள் சற்று நின்று கடந்த போது ஜென்மாந்திரங்களைக் கடப்பதான பாவனையை ஒவ்வொரு கண்ணாடியும் அவர்களுக்குக் காட்டியது போலத் தோன்றியது. ஜென்மாந்திரங்களை ஒன்றாக காலத்தில் முன்னோக்கி கடந்தார்களா பின்னோக்கி கடந்தார்களா காலக்குழப்பங்களின்படி கடந்தார்களா என்று சொல்வதற்கில்லை. உண்மையில் ஒவ்வொரு கண்ணாடியையும் ஒரு ஜென்மேந்திரம் போல இருக்கிறதே என்று மிருதுளா தற்செயலாய் சொல்லப்போய்தான் அவர்களுக்கு அப்படித் தோன்ற ஆரம்பித்திருக்க வேண்டும். வித விதமான அலங்கார சட்டகங்களுடன் இருந்த கண்ணாடிகள் காலங்கள் போலவே அவர்களைத் தங்களுக்குள் பிம்பப்படுத்தின. அங்காடியின் நீள்கூடத்தில் ஒரு கண்ணாடியிலிருந்து மறு கண்ணாடிக்குச் சென்றபோது முதல் பிம்பம் நினைவாய் மனதில் தங்கி இரண்டாம் பிம்பத்தைப் பார்ப்பதைத் தீர்மானித்தது. முதல் பிம்பத்தை மீண்டும் பார்க்கலாம் என்று முந்தைய கண்ணாடிக்குச் சென்றால் நினைவில் தங்கிய பிம்பம் அகப்படுவதாயில்லை. புதியதாய் ஒரு சட்டகத்திற்குள் அவர்கள் அகப்பட்டுக் கொண்டிருந்தார்கள்.

கண்ணாடிகளுக்கு நினைவு இருப்பதில்லை என்றான் மாதவன் மெதுவாக. தன்னுடைய ஜென்மேந்திரியம் பற்றிய கூற்று தன் வாயிலிருந்து வந்ததுதானா என்று திகைப்படைந்திருந்த மிருதுளாவுக்கு மாதவன் சொன்னது ஆசுவாசமாயிருந்தாலும் தங்களிடையே ஒரு உறவு வளர்வதான மயக்கம் ஏற்பட்டது.

உண்மையில் அவர்களுக்கிடையே வெறும் ஹாய் பை உறவுதான் இருந்தது. கல்லூரியில் படிக்கும்போது டிஸ்கோவில் கூட்டத்தோடு கூட்டமாய்க் கும்பலாய் நடனமாடியிருக்கிறார்கள். அப்போது மாதவனின் கை மிருதுளாவின் மேல் படக்கூடாத இடங்களில் பட்டதற்கு அவள் எதுவும் சொல்லவில்லை. அவர்களிருவரும் நல்ல ஜோடி என்பது கண்ணாடிக் கடையில்தான் அவர்களுக்குத் தெரிய வந்தது போல.

கடைசியில் மாதவன் வாங்கிய கண்ணாடிக்கு முன் அவர்கள் நின்ற போது ஒரு அழகான புகைப்படம் போல இருந்தார்கள். மாதவன் மிருதுளாவைவிட ஒரு தலை உயரமாக இருந்தான். ரசம் போன வெண்புள்ளிகள் அவர்கள் மாலையும் கழுத்துமாய் இருப்பதான கிறக்கத்தினை ஏற்படுத்தின. இது எதிர்காலக் கண்ணாடி என்று மாதவன் மனதிற்குள் சொல்லிக்கொண்டபோது அவன் காஃப்காவின் வாக்கியமொன்றினை சொல்லிக்கொள்கிறோம் என்று அறிந்திருக்க வில்லை. மிருதுளாவுக்கு அந்தக் கண்ணாடியை ஹோட்டலுக்கு வாங்குவதில் விருப்பமில்லை. ஆனால் மாதவன் பிடிவாதமாய் அந்தக் கண்ணாடியையே வாங்குவது என்று ஒற்றைக்காலில் நின்று வாங்கி விட்டான். மிருதுளாவுக்கு மாதவனுடைய திடீர் அறுதியிடல் ஆச்சரிய மாக இருந்தது. மிருதுளா சட்டென்று திரும்பியபோது மாதவனுடைய பெல்ட்டில் இருந்த சிறு கம்பி அவள் பின் இடுப்பில் கீற அவள் கிளர்ச்சியடைந்ததால் அப்போது அவனை எதிர்த்துப் பேசாமல் இருந்துவிட்டாள்.

ஆனாலும் மாதவனைவிடப் பெரிய அதிகாரியான தான் அவன் இஷ்டப்பட்ட கண்ணாடியை வாங்கிவிட்டோமே என்று அவளுக்குள் குமைந்து கொண்டிருந்தது. மதுக்கூடம் ஹோட்டலின் பேஸ்மெண்ட்டில் இருந்தது. எந்த வெற்றிடத்தை நிரப்ப அந்தக் கண்ணாடியை வாங்கினார்களோ அந்த இடத்தில் வைக்கக்கூடாது என்று மிருதுளா வாதிட்டாள். மாதவன் சின்னதாக ஆட்சேபித்துவிட்டு பின்னால் பேசாமல் இருந்துவிட்டான். கண்ணாடியைப் பல நாற்காலிகளை நகர்த்திவிட்டு இடம் மாற்றி வரிசையில் அடுக்கி மதுப்புட்டிகள் வைத்திருக்கும் உயர் மேஜைக்கு நேர் எதிரில் மிருதுளா சொன்ன இடத்தில் வைத்தார்கள். ஏற்கனவே வெளிச்சம் குறைவாக இருந்த மதுக்கூடத்தில் அக்கண்ணாடியை இன்னும் இருள் கூடிய இடத்தில் வைத்ததால் அதன் வெண்புள்ளிகள் உடனடியாகத் தெரிவதாக இல்லை. பழம் கண்ணாடி என்பதால் அதற்கு ஒரு அமானுஷ்யம் கூடிவிட்டது போல மர்மப்படலம் ஏறிவிட்டது. மதுக்கூடத்தில் இருந்த இதர கண்ணாடிகளின் பிரதிபலிப்புகளையும் அது தன்னுள்ளே வாங்கியதால் அந்தக் காட்சிக்கலவை அசாத்தியமாக இருந்தது. ஹோட்டல் முதலாளி உட்பட எல்லோரும் மிருதுளாவின் அழகு படுத்தும் திறமையைப் பாராட்டினார்கள். மிருதுளாவின் இந்தச் சிறிய வெற்றியில் மாதவன் எரிச்சலும் வியப்பும் அடைந்தான்.

மிருதுளாவுக்கு கண்ணாடியை மதுக்கூடத்தில் அவள் விரும்பிய இடத்தில் வைத்ததில் மேலும் ஒரு வெற்றியும் இருந்தது. அவள் மேல்தளத்தில் தன் அலுவலகத்தில் இருந்து பார்க்கும் மேலாண்மை கண்காணிப்பு கேமரா மதுக்கூடத்தின் கண்ணாடியை நோக்கி வைக்கப்பட்டிருந்தது. கண்காணிப்பு கேமரா வழி மிருதுளாவினால்

மாதவனையும், மதுக்கூடத்தையும் முழுமையாகக் கண்காணிக்க முடிந்தது. ஆட்களில்லா மதிய நேரமொன்றில் மாதவன் கண்ணாடி முன் நின்று குரங்கு சேஷ்டைகள் செய்வதை மிருதுளா பார்த்து வெகுவாக மகிழ்ச்சி அடைந்தாள். மாதவனுக்கு மிருதுளா தன்னை சதா வேவு பார்த்துக்கொண்டிருக்கிறாள் என்ற எண்ணம் இருக்கவில்லை. இன்னொரு மதியம் மாதவன் கண்ணாடி முன் நின்று கண்ணாடியின் வழியே அவனுக்குப் பின்னால் தரையை சுத்தம் செய்துகொண்டிருந்த பெண்ணின் இடுப்பையும் மார்புகளையும் வெறிப்பதை மிருதுளா பார்த்தாள்.

'மிர்தூஸ்' என்று மாதவன் மிருதுளாவைச் செல்லமாக எப்போது இருந்து அழைக்க ஆரம்பித்தான் என்று சொல்ல இயலாது. கண்ணாடி வாங்க அவர்களிருவரும் ஒன்றாகச் சென்ற நாளுக்குப் பிறகுதான் என்று மிருதுளாவும் குரங்குக்குட்டிகளோடு உறங்கும் மிருதுளாவைக் கனவில் கண்டபின்தான் என்று மாதவனும் நம்பினர். அது ஒரு அழகான ஈரக் கனவு. பதின்பருவத்திற்குப் பிறகு அது போன்ற ஈரக் கனவு மாதவனுக்கு வெகு நாட்களுக்குப் பிறகு வந்தது. குற்றாலம் போல மலையும் சாரலுமாய் இருக்கக்கூடிய இடம். அதில் ஒரு கல்மண்டபத்தில் உள்ள மேடையில் மிருதுளா ஆடையில்லாமல் உறங்கிக்கொண்டிருக்கிறாள். அவள் மேல் நாலைந்து குரங்குக்குட்டிகள் படுத்திருக்கின்றன. மண்டபத்தின் தூண்கள் ஓவியச் சட்டகம் ஒன்றினை அமைக்க அதன் வழி வானமும் வானத்தில் நிலவு வெளிச்சமும் தெரிகின்றன. குரங்குக்குட்டிகள் நன்றாக விழித்திருந்தன. மாதவன் மிருதுளாவை நோக்கி நடக்க ஆரம்பிக்கிறான். மாதவனைப் பார்த்த குரங்குக்குட்டிகள் மிருதுளாவை மிரட்சியில் தங்கள் கைவிரல்களால் பிராண்டிப் பிடிக்கின்றன. குரங்குக்குட்டிகளின் விரல் நகங்கள் மிருதுளாவின் தோள்களிலும் பிருஷ்ட வளைவுகளிலும் அழுந்துகின்றன. மிருதுளாவோ சலனமின்றி தொடர்ந்து தூங்கிக்கொண்டிருந்தாள். மண்டபத்தின் தரையில் மாதவன் கால் வைத்தபோது கண்ணாடியில் கால் வைத்தது போல தரை பாளம் பாளமாய் நொறுங்கியது. மாதவன் துள்ளி அவன் கண்களுக்குப் புலப்படாமல் தரையில் படுத்திருந்த குரங்குக்குட்டிகளின் மேல் நளுக் நளுக்கென்று மிதிக்கிறான். மௌனத் திரைப்படமொன்றின் காட்சி போல சப்தமில்லாமல் குரங்குக்குட்டிகள் பாவனைகள் காட்டி ஓடுகின்றன. மேலும் தரைக்கண்ணாடிகள் பாளங்களாக நொறுங்க மாதவன் துள்ளிய வேகத்தில் மிருதுளாவின் மேல் படுத்திருந்த குரங்குக்குட்டிகள் சிதறி ஓடுகின்றன. மாதவனின் உடல் தீண்டலில் மண்டபத்தின் மேடையில் படுத்திருக்கும் மிருதுளாவின் இமைகள் திறக்கின்றன. அவளுடைய இமைகள் திறக்கையில் மாதவன் வெடித்து ஈரமானான்.

மறுநாள் மாதவன் வெல்வெட்டும் பஞ்சும் கலந்த குரங்குக்குட்டி உருவத்தில் செய்த தோள்ப்பையினை வாங்கி மிருதுளாவுக்குப்

பரிசளித்தான். அதைக் கொடுக்கும்போது பரிசுப்பொதியின் மேல் அட்டையில் 'மிர்தூஸுக்கு' என்று எழுதிக்கொடுத்தான். சிறு புன்னகையோடு அதை வாங்கிக்கொண்ட மிருதுளா அதை உடனடி யாகத் திறந்து பார்க்கவில்லை.

மதுக்கூடத்தில் கல்லூரி இளைஞர்களும் யுவதிகளும் ஏற்பாடு செய்திருந்த விருந்து நடந்துகொண்டிருந்தது. எல்லோரும் வெறித் தனமாய் ஆடிக்கொண்டிருந்தார்கள். கிராமத்திலிருந்து நகரத்திற்கு வந்து நகர பழக்க வழக்கங்களையெல்லாம் மாதவன் நன்றாக அறிந்திருப்பவன்தான் என்றாலும் அவனுக்கே அந்த விருந்து கடுமை யான உளத் தொந்திரவுகளை உருவாக்கியது. இளம் பெண்கள் பிருஷ்டங்களின் வளைவுகளும், தொப்புள்களும், மார்பின் பிளவுகளும் வித விதமாய் வெளியில் தெரியும்படி குறைந்த ஆடைகள் அணிந்திருந் தார்கள். கண் மூடித்தனமாய் எல்லோரும் குடித்தார்கள். மாதவன் அதுவரை கேட்டிராத இசை மதுக்கூடம் முழுக்க நிறைந்திருந்தது. மிருக ஒலிகளும் தாப முனகல்களும் நிறைந்திருந்த அந்த இசைக்கேற்ப ஆணுடல்களும் பெண்ணுடல்களும் குழைந்து கொண்டிருந்தன. மதுக்கூட பார் மேஜையின் பின்னால் நின்று கொண்டிருந்த மாதவன் தான் மிருதுளாவுக்கு வாங்கிக் கொடுத்த குரங்குக்குட்டி பொம்மை, சிகரெட் புகையினால் ஆன சிறு மேகங்களில் ஏறி அணைந்து அணைந்து எரியும் விளக்குக்குகேற்ப பல உடல்களின் வழி மிதந்து பயணம் செய்வதை கண்ணாடியில் பார்த்தான். மிருதுளாவும் தான் வாங்கிக் கொடுத்த குரங்குக்குட்டித் தோள்ப்பையை முதுகில் மாட்டிக்கொண்டு ஆடுகிறாளோ என்று மாதவன் ஒரு கணம் எண்ணி மீண்டான். காமவெறியும், போதையும் ஏறியிருந்த சூழலில் மாதவனுக்கும் ஏதாவது உடலைத் தீண்டவேண்டும் போல இருந்தது. மேற்பார்வை பார்க்கின்ற ஊழியரின் தீவிர முகபாவத்துடன் நடனக்கூட்டத்தினூடே செல்லலானான். யாரோ ஒருவர் அவன் கையிலும் ஒரு மதுக்கிண்ணத் தைத் திணித்தார்கள். மாதவன் ஒரு மிடறு குடித்து வைத்தான். மதுவில் கூடவே வேறு போதையும் சேர்த்திருப்பார்கள் போல; மாதவன் முழுக்கோப்பையையும் ஒரே மடக்கில் குடித்தான்.

மதுக்கூடத்தின் மத்தியில் சிறு இடம் உண்டாக்கி அதில் இரு பெண்கள் தலைமுடியை முழுவதுமாக அவிழவிட்டு அவற்றைச் சுற்றி சுற்றி ஆட்டிக்கொண்டே கைகளை முன்னோக்கி நீட்டியவர்களாய் வா வா என்று சைகைகள் செய்து ஆடினர். மாதவனுக்கு எங்கோ தூரத்தில் மிருக ஒலிகள் கேட்டன. கனவில், தூக்கத்தில் நடப்பவன் போல மாதவன் அந்த இரு பெண்களிடையே போய் நின்று கொண்டான். ஆணுடல்களும் பெண் உடல்களும் ஒன்றையொன்று தழுவி சுற்றி நெருங்கி மாதவனை இரண்டு பெண்ணுடல்களின் மத்தியில் தள்ளின. இரு பெண்களின் கூந்தல்களும் மாதவனை முன்னும் பின்னும் வருட

மாதவன் தன் டை, சட்டை, பனியன் எல்லாவற்றையும் ஏதோ ஆவேசத்திற்கு ஆட்பட்டவனாய்க் கழற்றி விட்டெறிந்தான். அந்தப் பெண்கள் இருவரும் தங்களின் மென்மையான கூந்தல்களால் சாமரம் வீசுவது போல தலையைச் சுழற்றி சுழற்றி அவனுடைய வெற்று மேலுடலில் வருடினர். பின்னணியில் ஒலித்த இசையில் உக்கிரம் ஏறியிருந்தது. திடீரென ஹோட்டல் ஊழியர் தங்களோடு சேர்ந்து நடனமாடுகிறாரே என்று கவனிக்கும் நிலையில் நடனக்கூட்டத்தினர் இல்லை. கூந்தல் சுழற்றும் பெண்கள் திரும்பி ஆடியபோதுதான் அவர்களின் முதுகுகளைக் கூந்தல் தவிர வேறெதுவும் மறைத்திருக்க வில்லை என்று தெரிந்தது. அவர்களின் வெற்று முதுகுகளில் சர்ப்பங் களை பச்சை குத்தியிருந்தனர்.

பச்சை சர்ப்பங்களின் வால் நுனிகள் அவர்களின் பிருஷ்டங்களின் வளைவின் ஆழத்தில் இறங்கியிருந்தன. மாதவனுக்கு இரண்டு பெண் தலைகளுடைய சர்ப்பங்கள் ஆடுவது போல தோன்றியது. அவன் எப்படி வெல்வெட் மயிரடர்ந்த குரங்குக்குட்டி புகையில் மிதந்து வருவதை இந்த சர்ப்பங்களைத் தாண்டி கண்டான் என்று தெரியவில்லை. புகையில் நளினமாக மிதந்த குரங்குக்குட்டியை அவன் ஆடியபடியே எட்டி எட்டி பிடிக்க முயற்சி செய்தான். இல்லாத குரங்குக்குட்டியைப் பிடிக்க அவன் செய்யும் யத்தனங்களாய் அவன் அசைவுகள் ரம்மிய மாயின. மெதுவாக சுற்றியிருந்த நடனக்கூட்டம் மாதவனின் போதை நடனத்தைக் கவனிக்கத் தொடங்கியது. அவனைத் தங்களின் கூந்தல் களாலும் தங்கள் இடுப்புகளின் களிவெறியேற்றும் அசைவுகளாலும் சீண்டிய பெண்கள் மேலும் உற்சாகமாயினர். சோடியம் குழல் விளக்கு களும் அணைந்து அணைந்து எரிய, வண்ணக் குமிழ் விளக்குகளின் ஒளிப்புள்ளிகள் மதுக்கூட மெங்கும் அலைய பெண் தலைகள் கொண்ட சர்ப்பங்களின் நடனம் உன்மத்தம் ஏற்றுவதாய் இருந்தது.

குரங்குக்குட்டிகளை மாதவன் முன் ஒன்றும் பின் ஒன்றும் அணைத்ததான பிரமையிலிருந்தான். மதுக்கூடத்தின் கண்ணாடியைத் தன் காமெரா வழி பார்த்த மிருதுளாவுக்கு இரு பெண் தலை சர்ப்பங் களுக்கு இடையில் சிக்கிய உடலாய் மாதவன் தெரிந்தான். மாதவனோடு நடனமாடிய இரு பெண்களும் அவனை முன்னும் பின்னுமாய்க் கட்டி அணைத்தபடியே தொடர்ந்து நடனமாடத் தலைப்பட்டனர். அவர்கள் தங்கள் கூந்தல்களை ஒய்யாரக் கொண்டையாய் இப்போது தூக்கிக் கட்டியிருந்ததால் அவர்கள் முதுகுகளில் இருந்த சர்ப்பங்கள் விளக்கொளி களின் அலைவுறுதலுக்கு ஏற்ப நெளிவதான காட்சியைத் தோற்று வித்தன. முன்னிருந்த பெண்ணைத் தழுவியிருந்த மாதவனுக்கோ தான் தடவுவது பெண்ணின் முதுகு என்று தெரிந்திருக்கவில்லை. அவன் குரங்குக்குட்டியொன்றின் வெல்வெட் முதுகு ஒன்றினை தடவுவ தாகவே நினைத்திருந்தான். மாதவனை அவன் பின்புறமிருந்து

தழுவியிருந்த பெண்ணின் கைகளும் மாதவன் முன்னிருந்த பெண்ணின் முதுகு வரை நீண்டன.

பின்னணியில் மதுக்கோப்பைகள் கருங்கல்லில் மோதி உடைவதான ஒலிகளுடன் இசை தொடர்ந்தது. ஒய்யாரக்கொண்டை பெண் தலைகள் மதுக்கோப்பைகள் உடைய உடைய அவைகளுக்கு ஏற்ப சிலிர்த்து கண்களை போதையில் மீண்டும் சொருகுவதான பாவனை களைக் காட்டின. இரு சர்ப்பங்களின் வழவழத்த நெளிவுகளுக்குள் சிக்கிய மாதவனின் உடலையும் தலையையும் பார்த்த மிருதுளாவுக்கு அந்தக் காட்சியைக் கல்லாய் எங்கேயோ பார்த்திருப்பதாய் நினைவில் தட்டியது. பெண்தலை சர்ப்பங்களிடையே சிக்கிய மாதவன் அவளுக்கு மேலும் வசீகரமானவனாய்த் தோன்றினான். சட்டென்று மிருதுளாவுக்கு நினைவு வந்தது. கோவில் பிரகாரங்களில் வால் நுனிகளில் நின்று ஒன்றையொன்று பின்னி ஒரு தலையாய் நிற்கும் சிறு கற்சிலைகளுள் ஒன்று உயிர் பெற்றுவிட்டதோ? அப்படியா? உண்மைதானா? சிறு கற்சிலை கல் தூணாகிவிட்டதா?

மீண்டுமொருமுறை மதுக்கோப்பைகள் சிலீர் சிலீரென இசையில் உடைய மதுக்கூடத்தின் நிலைக்கண்ணாடி பாகாய் உருகி வழிய ஆரம்பித்தது. கண்ணாடிக் குழைவின் உருகிய பாகின் வழி மாதவன் தான் அணைத்த குரங்குக்குட்டியோடு தாவி கண்ணாடியினுள் நுழைந்தான். மிருதுளா அவனை போதையூட்டப்பட்டவனாக ஒரு கணம்கூட அவதானிக்கவில்லை. அவளுக்கு அவனுடைய முகமூடி கழன்று விழுந்து அவனுடைய நிஜ முகம் இந்தப் பாம்பு நடனத்தின் மூலம் தெரியவந்துவிட்டதாக நினைத்து கோபம் கலந்த ஏமாற்ற உணர்வை அடைந்தாள். மாதவனை ஏதாவது ஒரு விதத்தில் தண்டிக்க வேண்டும் என்று மனதிற்குள் கருவிக்கொண்டாள். இசையாய் உடைந்த மதுக்கோப்பைகள் கிரேக்க மதுக்கோப்பைகளோ? அவைகளின் அடிப்பாகத்தில் டயனோஷியசின் உருவம் செதுக்கப்பட்டிருந்ததா? மதுவின் திரவப் படலத்தில் தன் முகம் பார்க்கிறவன் தன்னைக் காண்கிறானா டயனோஷியசின் உருவத்தைப் பார்க்கிறானா? மிருதுளாவின் எண்ணங்கள் அவள் மேஜையில் இருந்த கிரேக்க மதுக்கோப்பையைச் சுற்றியும் வந்து கொண்டிருந்தன.

கண்ணாடிக்குள் நுழைந்துவிட்ட மாதவனோ ஆரஞ்சு நிற மேகங்கள் நிறைந்த கடற்கரையில் இருந்தான். அதிகாலை. கடற்கரை. நித்தம் சிறுகாலை வந்துன்னை சேவித்தே, வங்கக்கடல் கடைந்த மாதவனை கேசவனை என்று ஏதேதோ மனனம் செய்த வார்த்தைகள் எப்போதோ கேட்ட வார்த்தைகள் மாதவனின் மனதில் ஓடிக்கொண்டிருந்தன. முப்பத்தியிரண்டு வருடங்கள் கழித்து மீண்டும் பிரஜாபதியிடம் திரும்பிய இந்திரனா மாதவன்? ஆனால் எந்த ஜென்மத்தில்? ஜென்மேந்திரியங் களைக் கடக்கவில்லையா மிருதுளாவும் தானும் ஒவ்வொரு கண்ணாடி

தாண்டும்போதும்? சர்ப்பங்கள் இறுக்க கடற்கரையில் நடனம் தொடர்ந்தது.

மதுவோடு என்ன போதைமருந்தைக் கலந்திருப்பார்கள் இந்த நடன விருந்தினர் என்று யோசித்தாள் மிருதுளா. வேறு ஏதோ கனவுகளையும் பிரேமைகளையும் உருவாக்கும் போதையை உட்கொள்ளாமல் மாதவன் இந்த மாதிரியான நடத்தையில் ஈடுபட்டிருக்கமாட்டான் என்று அவள் தனக்குள் சொல்லிக்கொண்டாள். மாதவன் கண்ணாடியின் முன் இரு பெண்களின் அணைப்பில் லயத்தோடு ஆடிக் கொண்டிருந்தான். அவனை வேலையை விட்டு நீக்கிவிடுவார்கள் என்று மிருதுளா நினைத்தாள். ஆனாலும் மதுக்கூடத்திற்குக் கீழே இறங்கிச் சென்று அவனை மீட்டெடுத்துக் கூட்டி வரவேண்டும் என்று அவளுக்குத் தோன்றவில்லை. அவன் அதிக போதையிலும் காமக்களியாட்டத் திலும் நெஞ்சு வெடித்து இறந்துவிடுவானோ என்று சில வினாடிகள் பதறினாள். ஆனாலும் அவள் இருந்த இடத்தை விட்டு நகரவில்லை. தன்னைத் தவிர ஹோட்டலின் மேல் தள நிர்வாகத்தினர் யாருக்கும் மாதவனின் நிலைமை தெரியக்கூடாது என்று அவள் கவனமாக இருந்தாள். அவள் மேலதிகாரி அவள் மேஜையை நோக்கி வந்த போது அவள் தன்னிடமிருந்த அலங்கார கிரேக்க மதுக்கோப்பையைக் காட்டி அதைப் பற்றிப் பேசி அவர் கவனத்தைத் திசை திருப்பினாள். கிரேக்க மதுக்கோப்பைகள் உள்ள மதுக்கூடம் இன்னும் அழகு பெறும் என்று அவள் சொன்னதைக்கேட்ட அவர் ஆமாம் நீயும் மாதவனும் வாங்கி வந்த கண்ணாடியைப் போல என்று சொல்லி நகர்ந்தார்.

மாதவன் குரங்குக்குட்டியாய்த் தன்னை உணர்ந்தான். இரு பாம்புகளுக்கிடையே மாட்டிக்கொண்ட குரங்குக்குட்டியாய் அவன் கடற்கரையில் நடனமாடிக்கொண்டிருந்தான். சர்ப்பப் பெண்கள் அவன் உடலை இறுக்கி மேலும் மேலும் பிணைத்தார்கள். அவன் குரங்குக்குட்டி விரல் நகங்களினால் அவர்களைக் கீறினான். கிறீச்சிட்டு கிறீச்சிட்டுக் கீறினான். அவனுடைய ஒவ்வொரு கீறலும் சர்ப்பப் பெண் களிடம் அதீத தாபத்தினை ஏற்படுத்தின. கடற்கரை பொன்னிறமாய் நீண்டு கிடந்தது. சர்ப்பப் பெண்களின் ஒய்யாரக் கொண்டைகள் தளர்ந்துவிட்டிருந்தன. அவர்கள் மாதவனின் இடுப்பைப் பிடித்துக் கொண்டு இரு புறமும் இழுத்து இழுத்து நடனமாடினர்.

'கண்ணாடிகளின் மேற்புறங்கள் கள்ளமற்றவையல்ல. அவை ஆழ்ப்பிரதிகள் இருப்பதான மாயைகளை உண்டாக்குகின்றன. ஆழ்ப்பிரதிகள் எவற்றுக்குமே இல்லை. எல்லாமே மேற்புறங்கள்தான்' என்று கிரேக்க மதுக்கோப்பையின் அடியில் ஒட்டப்பட்டிருந்த ஸ்டிக்கரில் ஆங்கிலத்தில் எழுதப்பட்டிருந்தது. அதை வாசித்தவாறே மிருதுளா மாதவனின் களி நடனத்தைப் பார்த்துக்கொண்டிருந்தாள்.

கேமராவே அவள் கண்ணாகிவிட்டதுபோல அவள் இயக்கமற்று உறைந்திருந்தாள்.

எவ்வளவு நேரம் மிருதுளா மாதவனை மட்டுமே பார்த்துக் கொண்டிருந்தாள் என்று சொல்வதற்கில்லை. தற்செயலாய் அவளுக்கு மாதவன் கொடுத்த பரிசுப்பொதியைப் பிரித்தே பார்க்கவில்லையே என்பது நினைவுக்கு வந்தது. அவள் தன் மேஜையின் கீழ் இழுப்பறையில் இருந்த பரிசுப்பொதியை எடுத்துப் பிரித்துப் பார்த்தாள். குரங்குக்குட்டித் தோள்ப்பை! அதைத் தடவி தோளில் மாட்டிப்பார்த்தாள். அதன் வெல்வெட்தன்மை அவளை வெகுவாக ஆசுவாசப்படுத்தியது.

ஏதோ ஒரு சக்தியால் உந்தப்பட்டவள் போல மிருதுளா படபட வென்று கீழே மதுக்கூடத்திற்கு இறங்கிப் போனாள். நடனக் கூட்டத் தினரை விலக்கி நடுவில் இரு பெண்களோடு ஆடிக்கொண் டிருந்த மாதவனைக் கையைப்பிடித்து இழுத்தாள். அவன் கழற்றி எறிந்திருந்த அவனுடைய சட்டை, டை, பனியன் ஆகியவற்றைப் பொறுக்கினாள். மாதவனைத் தரதரவென்று மாடிப்படிகளில் இழுத்து வந்து அவனைத் தன் அலுவலகத்தில் இருந்த பாத்ரூமிற்குள் தள்ளினாள். ஹேண்ட் ஷவரினால் அவன் முகத்தில் தண்ணீரை அடித்தாள். அவனுடைய பனியன், சட்டையை மாட்டிவிட்டாள். தன் இருக்கையில் அவனை அமரவைத்து அவன் கையில் கிரேக்க மதுக்கோப்பையில் சுத்தமான நீரை ஊற்றி அவனுக்குப் புகட்டி விட்டாள். மாதவனுக்கு சிறிது தெளிர்ச்சி ஏற்பட்டது. அவர்கள் இருவரும் பிறர் பார்வைக்கு நல்ல ஜோடி என்பதாகவே தோற்றமளித்தனர்.

9

பெண் வேடமிட்ட பெண்

போகத்தின் வழி திசைகளை காலங்களாகவும் ஆசைகளை நிலப்பகுதி களாகவும் மாற்றி அமைக்கின்ற பெண் வேடமிட்ட பெண்ணிடம் சிக்கி போகம் துய்த்து மனப்பிறழ்வடைந்த அரசியல் செயல்வீரனாகிய என் நண்பனின் கதை இது. என் நண்பன் சொல்லக் கேட்டவற்றையும், அவனது டைரிக்குறிப்புகளையும், என் சொந்த அனுபவத்தையும் இணைத்து இக்கதையை உருவாக்கியிருக்கிறேன். இக்கதையை வாசிப் பவர்கள் சித்தப்பிரமையடையக் கூடுமென்று முதலிலேயே எச்சரிக்கப் படுகிறார்கள். மேலும் இக்கதையில் விவரிக்கப்படும் போகதந்திர முறைகள் முழுக்க முழுக்க புனைவுகளே ஆகும் என்றும் அறிவிக்கிறேன். கதையை வாசித்து முடித்தபின் இப்பகுதியை மீண்டுமொருமுறை வாசிக்கவும். அடையாளப் படுத்துதல்கள் அவசியமில்லையென்றாலும் கதையின் வசதிக்காக என் நண்பனின் பெயரை ஜெயராஜ் என்றும் பெண் வேடமிட்ட பெண்ணின் பெயரை ஹம்ஸேஸ்வரி என்றும் என் பெயரைச் சந்திரன் என்றும் குறிக்கிறேன்.

ஹம்ஸேஸ்வரி! வணங்குகிறேன். பெண்களின் பெண்ணே! பேரழகின் இருப்பிடமே! வசீகரத்தின் வசீகரமே! இக்கதையை வெளிச்சொல் வதற்காக என்னை ஏதும் செய்துவிடாதே. ரகசியங்களைக் காப்பாற்றும் சக்தியற்ற பலவீனன் நானென்றாலும் லௌகீக வாழ்க்கையை விரும்பு பவன். லௌகீகத்திற்குத் தேவையான அறிவை ஜெயராஜிடமிருந்து பறித்தது போல என்னிடமிருந்தும் பறித்துவிடாதே. ஹம்ஸேஸ்வரி!

ஹம்ஸேஸ்வரி ஹம்ஸேஸ்வரி ஹம்ஸேஸ்வரி ஹம்ஸேஸ்வரி இல்லை என்னை நீ கைவிடமாட்டாய். எதிர்காலமாயும் எனவே சாவாகவும் இறந்தகாலமாயும் எனவே மரபாகவும் விளங்கும் மேற்கி லிருந்து ஆமாம் மேற்குத் திசையிலிருந்து உன் வெப்ப மூச்சுடன் கூடிய மந்திரக்குரல் ஒலிக்கிறது.

பூமியைத் தீண்டு. பூமியைத் தீண்டு. பூமிமையக் காமாக்னியைத் தீண்டு. பூமியின் ஸ்பர்ஸம் எந்தனுடல் ஸ்பர்ஸம். வா. தீண்டு. தொடு. இப்போதே. இங்கேயே.வா.தீண்டு. சந்திரா உன் குளிர்ந்த ஒளிக்

கிரணங்களால் என்னைத் தழுவு. வா. உன் விரல்களின் வெம்மைக்காக என் இடை குறுகுறுத்துத் துவள்கிறது. தீண்டு. தொடு. இப்போதே இங்கேயே.

எழுதிக்கொண்டிருந்த சந்திரன் கதையை நிறுத்திவிட்டு வெளியே பார்த்தான். ஆமாம் பெண் வேடமிட்ட பெண் பூமிதான் என்று தனக்குத்தானே சொல்லிக்கொண்டான். வெளியே தோட்டத்தில் தூபமாய்ப் பனிமூட்டம் இறங்கிக்கொண்டிருந்தது. மேற்புறத்தில் மட்டும் ஈரம் படிந்து உள்ளே வெப்பமான புழுதியை மறைத்து வைத்திருந்ததால் எழுந்த மண்வாசனை பெண்ணின் நறுமணமென பவளமல்லி மரத்தினைச் சூழந்திருந்தது. மேகங்களிடமிருந்து அப்போது தான் வெளிப்பட்ட நிலவின் ஒளியில் தூரத்தில் தெரிந்த மேற்குத் தொடர்ச்சி மலைகள் ஆசையின் மடிப்புகளென கோடிக்கணக்கான பெண்களின் தாப இடுப்புகளென மடிந்து மடிந்து நீண்டு கிடந்தன. மேகங்களின் வெப்பப் பெருமூச்சுக்களோடு சந்திரன் மலைஇடுப்பு களைத் தழுவ விரைந்தோடிக்கொண்டிருந்தான்.

பூமியின் வசியம், பெண்ணின் வசியம். வசிய கோபத்தில் அவள் உள் நடுங்கிச் சீறியபோது சந்திரனைத் தழுவ ஆவேசமாய் எழுந்தவைதானே மேற்குத் தொடர்ச்சி மலைகள். அப்போது தாபத்தின் கம்பளமெனப் பூத்துக் கிடந்தது காடு. கிரணங்களால் மட்டுமே தழுவ முடிந்த நிலை யில், பௌதீக நெருக்கத்திற்கான வசியத்திலிருந்து விடுபட முடியாமல், கடலலைகளையும், மலையுச்சிகளையும், அல்லி மலர்களையும், பேதலித்த மனித மனங்களையும் பௌர்ணமியன்று ஆர்ப்பரிக்கச் செய்கிறான் சந்திரன். ஜெயராஜுக்கு சித்தப்பிரமை கண்டபோது பேதலித்த அவன் மன அலைகளின் வழி சந்திரன் பௌர்ணமியன்று தாபத்தில் உளறினான். கேள்! பூமியின் இதயத் துடிப்பைக் கேள். அவள் என்னைக் காதலிக்கிறாளா என்று கேட்டுச் சொல். ஒவ்வொரு உயிரின் இடமூச்சின் வழியும் நான் அனுப்பும் காதல் சங்கேதங்களை அவள் காது கொடுத்துக் கேட்டாளா என அறிந்து சொல். காதலினால் உருகி உருகி அழிந்து மரித்துப்போய் வசியத்தினால் மீண்டும் உயிர்பெற்று வளர்ந்து வளர்ந்து வரும் என் அவலத்தை அவள் அறிவாளா? கேள் நன்றாகக் கேள்.

ஜெயராஜ் பெண்களின் பின்னந்தொடைகளைப் போல சூடாயிருந்த மலைமேட்டில் காதை வைத்துக் கேட்டான். பூமியின் துடிப்பு அவனுக்கு நன்றாகக் கேட்டது. சந்தோஷத்தை விகார இளிப்பில் காட்டியபடி, காதை மலைமேட்டில் அழுத்தி, மண்டியிட்டு படுத்துக் கிடந்தவனுக்கு கொலுசு சப்தம் கேட்க ஆரம்பித்தது. இதயத் துடிப்புகளைக் காலில் கட்டியல்லவா பெண்கள் நடக்கிறார்கள் என்றபடி நிமிர்ந்தவனின் முன்னே காலில் கொலுசுகளுடன் ஹம்ஸேஸ்வரி நின்றிருந்தாள். ஹம்ஸேஸ்வரி!

ஜெயராஜ் தன்னிடம் கூறியவற்றை மனத்திற்குள் அசைபோட்டபடி நடந்த சந்திரன் மீண்டும் உட்கார்ந்து அனைத்தையும் எழுதலானான்.

பூமி ஸ்பர்ஸம். போக தந்திரத்தின் முதல் நிலை. அதை ஜெயராஜ் மலையுச்சியில் கண்டுபிடித்தபோது அவன் அரசியல் காரணங்களுக்காகத் தலைமறைவு வாழ்க்கை நடத்தி வந்தான். அப்போது அவன் இந்திய நனவிலி ஜாதிய நனவிலி என்று நம்பினான். பிரச்சாரம் செய்தான். இனவெறியின் உச்சகட்ட கூக்குரல் அது என்று அப்போது அவன் அறிந்திருக்கவில்லை. ஹம்ஸேஸ்வரி என்ற வசியக்காரி, மோகினி, பழங்குடிப்பெண்தான் பூமிதான் இயற்கைதான் எனவே பெண்மை தான் இந்திய நனவிலி என்பதை ஜெயராஜுக்கு உணர்த்தினாள். புணர்ச்சியின் எல்லையின்மையை இயற்கையாய் அவள் விரித்துக் காட்டியபோது இனங்களின் குறுகிய எல்லைகளைத் தாண்டி ஓடும் பெண்மையின் ரகசிய சங்கேதங்களை அவன் புரிந்துகொண்டான். பெண்மையின் ஜீவத் துடிப்பான ரகசிய சங்கேதங்களை அப்போது கலகலத்துக் குதூகலித்துக் கடத்தியது காடு. மலையுச்சியில் அமைந்திருந்த காடு. பெண்ணே நனவிலி நனவிலியே மொழி என்ற சிறிய கலாபூர்வமான உண்மை தனக்கு புத்தி பேதலிக்கும் நாள் வரை தெரியவில்லையே என்று ஜெயராஜ் பின்னால் பலமுறைத் தன்னைத் தானே நொந்துகொண்டான். அறிவுக்கு அப்பாற்பட்டதை அறிவு வழி காண முயன்றதும் சில்லறை அரசியலில் லாபம் காண முயன்றதுமே தன்னுடைய மிகப் பெரிய சறுக்கலகள் என்றுணர்ந்து கேவிக் கேவி அழுத ஜெயராஜ் ஹம்ஸேஸ்வரியின் போக தந்திரங்களுக்குட்பட்டு புத்தி பேதலிக்க மனமுவந்து சம்மதித்தான் என்று நம்ப இடமிருக்கிறது.

பூமியின் ஸ்பர்ஸத்தால் இவ்வாறு ஸ்மரணை பெற்ற ஜெயராஜுக்கு தெற்கின் வலி நிரம்பிய சமகாலத்திய அறிவற்ற வாதம் புரிய ஆரம்பித்தது. போக தந்திரத்தின் அடுத்த நிலையான கீர்த்தனைக்கு ஹம்ஸேஸ்வரி அவனை ஆட்படுத்தினாள். கனமான கறுத்த மேகத்தின் வயிற்றில் நிறைந்துள்ள மழைத்துளிகளை ஒன்றாய்த் திரட்டிக்கொண்டு திடீரென கிளம்பி வரும் புயலானது எவ்வாறு நீல நிறமுள்ள கடலை ஒரு கலக்கு கலக்கி அகாதமான அதன் அடிப்பாகத்திலிருந்து சிறிதும் தங்கு தடையின்றி ஒன்றையொன்று மோதி அடித்து வரும் மலை போன்ற திரைகளை எழுப்பி அந்தக் கடலையே ஒரே கலக்காய்க் கலக்கி விடுகிறதோ அவ்வாறே ஹம்ஸேஸ்வரி ஜெயராஜை ஆட்கொண்டாள். மூடிய அவள் இமைகளில் முத்தமிட்ட ஜெயராஜின் உடல்வெளி பாலைவனமாய் விரிவடைய, ஈரப்பதம் நிரம்பிய மணற் புயலாய் அவள் அவனுள் சுழன்றாடினாள். காற்றையே தங்களைச் சுற்றிய திரையாகக் கொண்டு மிருதுவான இன்பக்கடலில் ஆவேசமாய் அவர்கள் ஆழ்ந்திருக்கையில் தாளவொண்ணா தாபத்தை கமகமவென்ற சுகந்தத்துடன் கீர்த்தனைகளாக இசைத்தது காற்று.

பாடு. பெண்மையின் புகழைப் பாடு.ஆராதனை செய். கற்பூரம் நாறுமோ, கமலப் பூ நாறுமோ, உந்தன் திருப்பவளச் செவ்வாய்தான் தித்தித்திருக்குமோ ஹம்ஸேஸ்வரி ஹம்ஸே ஹம்ஸே

கொஞ்சு. திகட்டத் திகட்டக் கொஞ்சு. கொஞ்சுதல் பிறாண்டலாக, நகக்கீறல் தாபமாக, தாபம் சங்கமமாகட்டும். கொஞ்சு. கீர்த்தனைகளால் கொஞ்சு. இனிய சொற்களால் கொஞ்சு. ஹம்ஸே ஹம்ஸே என்று பிதற்று. உன் மார்பின் அடியாழத்திலிருந்து புறப்படும் இனிய சொற்கள் தாமாகவே மலர்ந்த புஷ்பங்களாய் சொரிந்து மிருதுவான கம்பளத்தை உருவாக்கட்டும். கீர்த்தனையின் இனிய செந்தழல் பாலைவனம் முழுக்க குங்குமப்பூக்களால் நிறைக்கட்டும். கற்றாழைகளும் மலரட்டும். ஈச்சம் மரங்கள் ஜீவசக்தியைத் தங்கள் கனிகளின் வழி பரப்பட்டும். ஹம்ஸே ஹம்ஸே எனப் பிதற்றி பெண்மையைப் போற்று. பெண்மை யைப் போற்றுதும் பெண்மையைப் போற்றுதும்- கனிந்த காதல், இன்னுரையாடி அன்பு புகட்டல், புன்முறுவலுடன் ஆசை தெரிவித்தல், நயந்து மயக்கல், காமத் தீயை அணையாது காத்தல், நயம்படவுரைத்து தன்வசமாக்கல், பெருமூச்செறிந்து மிக்க வலிவுடன் அணைத்துப் பிணித்தல், வாய் திறவாமல் மௌனமாகவிருந்து மனக்கருத்துரைத்தல் கண்களைச் சிமிட்டி காதலையூட்டல் என கீர்த்தனைகள் விரியட்டும். காதலனாகி பெண்மையைப் போற்று. துதிபாடு. பெண்மையை வணங்கு. ஹம்ஸே ஹம்ஸே ஹம்ஸேஸ்வரி ஹம்- என்பது அகத்தையும், அகம் இயற்கையின் வழி தன்னைத் தானே பொருளாகப் பார்த்துக்கொள் வதையும் குறிக்கட்டும். ஸே என்பது இப்பிரபஞ்சத்தில் இயக்கத்தி லிருக்கும் சக்தியைக் குறிக்கட்டும். இரண்டின் இணைவான ஹம்ஸே மனிதப் பிரக்ஞையின் உச்சபட்ச சாத்தியப்பாடான ஹம்ஸாத்மனைக் காணட்டும். ஹம்ஸாத்மன் அகமும் புறமும் இணைந்த தன்னிலையாக எட்டு இதழ்களையுடைய தாமரையாய் மலரட்டும். ஹம்ஸே ஹம்ஸே ஹம்ஸே ஹம்ஸே ஹம்ஸே ஹம்ஸே ஹம்ஸே ஹம்ஸே

காற்றின் கீர்த்தனையில் சொக்கிக்கிடந்த ஜெயராஜை நினைத்துக் கதையை எழுதிக்கொண்டிருந்த சந்திரனுக்கே பொறாமையாக இருந்தது. பொறாமையை மறைத்துக் கொண்டு சந்திரன் தொடர்ந்து எழுதலானான்.

காற்றின் கீர்த்தனையில் சிக்கிய ஜெயராஜ் சாமியாரென்றும் சித்தரென்றும் வைத்தியரென்றும் பழங்குடிகளால் அழைக்கப்பெற்று மரியாதையுடன் நடத்தப்பட்டான். மத்திய அரசாங்கத்தால் பழங்குடி யினரின் மருத்துவராக நியமிக்கப்பட்ட நான் என்னிடம் சிகிச்சைக்கு ஆட்களே வராத நிலையில் காரணமென்னவென்று அறிய முற்பட்டேன். அரசாங்க சம்பளத்தை வாங்கிக்கொண்டு வேலையேயில்லாமல் மலைப்பகுதியில் ஜாலியாக சுற்றி வருவது எனக்கு உகந்ததாக இருந்தாலும் மருத்துவக் கல்லூரியில் படித்ததெல்லாம் மறந்துவிடும்

நிலை ஏற்பட்டதால் மக்கள் என்னிடம் ஏன் வரவில்லை என அறிவதில் ஆர்வம் அதிகமாகியது. வைத்தியராகக் கருதப்பட்ட ஜெயராஜிடம் மக்கள் செல்வதைக் கண்டு நான் பேசாமல் கதை கவிதை எழுதி பொழுதைக் கழித்தேன். ஆனால் ஜெயராஜே கடுமையான ஜுரத்தில் பாதிக்கப்பட்டபோது வேறு வழியில்லாமல் பழங்குடியினர் அவனை என்னிடத்தில் கொண்டு வந்தனர். காற்றின் கீர்த்தனையிலிருந்து விடுபட இயலாதவாறு சிக்கியிருந்த ஜெயராஜ் அப்போதும் ஹம்ஸே ஹம்ஸே என்று அரற்றிக்கொண்டிருந்தான். பௌர்ணமிக்குள் குணமாகி விடவேண்டும் என்றும் பிதற்றினான். அவனை குணமாக்கி விடுவதாக ஆசுவாசப்படுத்திய நான் அவனுடைய முழுக்கதையும் கேட்டேன்.

அப்போதுதான் அவன் தன்னுடைய அரசியல் ஈடுபாடு, தலைமறைவு வாழ்க்கை, ஹம்ஸேஸ்வரியைச் சந்தித்தது, போக தந்திரங்களின் இரண்டாம் நிலையில் இருப்பது ஆகியவற்றை என்னிடம் கூறினான். ஹம்ஸேஸ்வரியினால் மிகவும் ஈர்க்கப்பட்ட நான் அவள் யார் என்பதை அறிவதில் மிகுந்த ஆர்வம் காட்டினேன். ஆனால் எல்லாவற்றையும் என்னோடு பகிர்ந்துகொண்ட ஜெயராஜோ அவள் யார் என்று மட்டும் எனக்குச் சொல்லவேயில்லை. ஹம்ஸேஸ்வரி என்ற பெயரில் பழங்குடிப் பெண் யாருமில்லை என்பதைக் கண்டறிந்தேன். இருந்தபோதிலும் எனக்கு எல்லா பழங்குடிப் பெண்களுமே ஹம்ஸேஸ்வரியாகத் தோன்றினர். விடுமுறை நாட்களில் சமவெளிக்கும் நகரங்களுக்கும் சென்று வந்தபோது அங்கேயுள்ள பெண்களும் ஹம்ஸேஸ்வரிகளாகத் தோன்றினர். மொத்தத்தில் உலகிலுள்ள அத்தனைப் பெண்களின் மேலும் மோகங்கொண்டவனானேன்.

ஹம்ஸே ஹம்ஸே என்று ஜெயராஜோடு சேர்ந்து நானும் மனத்திற்குள் பிதற்றலானேன். எங்கே ஜெயராஜைக் குணப்படுத்திவிட்டால் ஹம்ஸேஸ்வரியை எனக்கு அடையாளம் காட்டாமல் போய்விடுவானோ என்ற எண்ணத்தில் அவனைக் குணப்படுத்துவதைத் தொடர்ந்து தள்ளிப் போட்டு வந்தேன். அவனோ இதையெல்லாம் பொருட்படுத்தக்கூடிய நிலையில் இல்லை. தொடர்ந்து நனவுக்கும் நனவற்ற நிலைக்கு மிடையே பயணம் செய்தபடி, பிதற்றியபடி கிடந்தான்.

பௌர்ணமியும் நெருங்கிக்கொண்டிருந்தது. போக தந்திரத்தின் மூன்றாம் நிலை அன்று வெளிப்படுமென்று உறுதியாக நான் நம்பினேன்.

ஜெயராஜிடம் தொடர்ந்து மூன்றாம் நிலை என்னவென்று கேட்டு நச்சரித்துக்கொண்டிருந்தேன். போக தந்திரங்களை எந்தக் காலத்திலும் எந்த ரூபத்திலும் வெளிச் சொல்ல மாட்டேனென்று சத்தியம் செய்து கொடுத்தபின் மூன்றாம் நிலை கேளிக்கை, கேலி, லீலை, விளையாட்டு, நடனம், கொண்டாட்டம் என்றுரைத்தான். உதய காலத்தில் கிழக்கு நோக்கிச் செல்லவேண்டுமென்றும் அவன் சொன்னான். சூரியோதயமா,

சந்திரோதயமா என்று அவன் குறிப்பிடவில்லையெனினும் சூரியோதயம் என்று நான் புரிந்துகொண்டேன். உதயகால கிழக்கில் இருக்கிறது என் லட்சிய நாடு என்றும் அவன் குறிப்பிட்டான். தன் அரசியல் கொள்கைகளையும் esoteric தாந்தரீகத்தையும் அவன் இணைப்பது பொருத்தமானதாகவோ அர்த்தமுள்ளதாகவோ எனக்குப்படவில்லை என்றாலும் காம வேட்கையால் உந்தப்பட்ட நான் அதைப் பற்றி அதிகம் கவலைப்படாதிருந்தேன்.

பௌர்ணமியன்று அதிகாலை மூன்று மணிக்கு அலாரம் வைத்து முழித்தேன். ஜெயராஜ் நன்றாகத் தூங்கிக்கொண்டிருந்தான். அவனை எழுப்பாமல் மெதுவாகக் கிளம்பி கிழக்கு நோக்கி நடக்க ஆரம்பித்தேன். கும்மிருட்டு. அன்று பகல் கழிந்தால் இரவில் பௌர்ணமி என்றாலும் கருமேகங்கள் பல வானில் அடர்ந்திருந்தபடியால் நிலவொளி தரை யிறங்கவில்லை. காரிருளில் நடக்க மனம் சம்மதிக்கவில்லை. மீண்டும் அறைக்குத் திரும்பி உதயத்தின் பட்சி ஜாலங்களுக்காகக் காத்திருந்தேன். ஜெயராஜ் நன்றாக உறங்கிக்கொண்டிருந்தான். என் மனதை ஏதோ இனம் தெரியாத பயம் பீடித்துக்கொண்டது. நான்கு விஷயங்களை நான் அடியோடு அழித்தால்தான் என்னால் ஹம்ஸேஸ்வரியைக் காண இயலும் என ஜெயராஜ் காய்ச்சலில் உளறியது எனக்கு நினைவுக்கு வந்தது. நான்கு விஷயங்களையும் பேப்பரில் எழுதினேன்: 1. பயம் 2. தெளிவு 3. அதிகாரம் 4. சோம்பல்

பயமிருந்தால் எதையுமே அறிய முடியாது. பயம் ஒழித்து அறிந்தபின் கிடைக்கும் தெளிவோ அறிவு முழுமையடைந்துவிட்டது என்ற மாயையைத் தோற்றுவிக்கக்கூடியது. முழுமையடையாத அறிவினால் கிடைக்கும் அதிகாரம் என்றுமே என்னுடையதல்ல. முழுமையான அறிவினைப் பெற ஒரு கணம் நான் சோம்பினாலும் நான் என்றுமே வெற்றி பெற மாட்டேன். ஜெயராஜின் வார்த்தைகளுக்கு ஏற்ற தர்க்கத்தை நான் எப்படியாவது உருவாக்கிவிடுகிறேன். உதாரணமாக தெளிவு என்பதை அறிவுக்குத் தடையாக யாரும் கருத மாட்டார்கள். ஆனால் என்னால் அதற்கேற்ற தர்க்கத்தை உண்டாக்க முடிந்திருக்கிறது. இவ்வாறு யோசித்து யோசித்தே பொழுதைக் கழித்தேன். கிட்டத்தட்ட இரண்டரை மணி நேரம் இப்படி தூக்கத்திற்கும் விழிப்பிற்கும் இடைப்பட்ட நிலையில் கழித்தபின் சிந்தனையற்ற ஒரு கணத்தில் கிழக்கு நோக்கி ஓடினேன். ஹம்ஸே எங்கிருக்கிறாய் நீ?

பட்சிகள் விழித்துக்கொண்டிருந்தன. அவைகளின் பலவித ஒலிகள் என் கண் முன்னே அலை அலைகளாய் எழும்ப அவற்றின் திடத் தன்மையைக் கிழித்துக்கொண்டு ஓடினேன்.

எப்படி அந்த உயரமான மலைமேட்டினை அடைந்தேன் என்று நினைவில்லை. மூச்சு வாங்கியது. அந்த முகட்டிலிருந்து சடாரென்று

கீழிறங்கியது அதலபாதாளம். மலைச்சரிவு கடற்கரையைத் தொட மலையிலிருந்து வீழ்ந்த அருவி கடலைத் தொட என விநோத உறவில் சமைந்திருந்தது அந்தக் காட்சி.

நான் ஓடி வந்த வேகத்தில் மலைச்சரிவில் விழுந்திருக்கக்கூடுமென்ற சாத்தியம் சட்டென்று உறைத்ததில் அறிவு சூன்யமாக திகைத்த அக்கணத்தில் சூர்யா கடலிலிருந்து உதயமானாள்.

பளபளத்து ஜொலிக்கும் செந்நிற முகம் மோகமே உருவாக கடலில் எழ அவளின் கூந்தல் ஆகாய வீதியாய் விரிந்து கிடந்தது. உதயரேகைகளை மின் வெட்டிய கடலே முலைகளாக காடு அவளின் இடுப்பாயிருந்தது. அவள் முலையிலிருந்து பீறிட்டு மலைமேல் பாயும் பாலேயென தோற்றம் கொண்டது அருவி. அகண்டு விரிந்த அவள் கால்களின் திரிகோண வடிவே மலை முகடாகவும் சரிவாகவும் விகசிக்க அவளுடைய முழங்கால் முட்டியில் நிற்பதேயான பிரேமையை நானடைந்தேன். கலகலவென நகைத்தபடி சூர்யா சிந்திய ரச்மிகளும் ஒளிக்கிரணங்களும் என் வல மூச்சினைக் கட்டி இழுத்து ஆகர்ஷிக்க அதை யோனியின் ஆகர்ஷணமாய் உணர்ந்த நான் ஹம்ஸே என்று கதறியபடி மலைச்சரிவேயென விரிந்த அவள் தொடையிடுக்கில் வீழ்ந்தேன்.

எத்தனை நாட்கள் ஆஸ்பத்திரியில் இருந்தேன் என்று நினைவில்லை. ஆனால் நினைவு திரும்பியபோது கடைசியாக நிகழ்ந்ததனைத்தும் துல்லியமாகக் கண் முன்னே காட்சியாயிற்று. கை, கால், தலை எல்லாம் மாவுக் கட்டு போட்டிருந்தது. பெரும் உயரத்திலிருந்தல்லவா விழுந்திருக்கிறேன்! உயிர் பிழைத்ததே அதிசயமாகத்தானிருக்க வேண்டும். டாக்டர் வந்து பரிசோதித்துவிட்டு எலும்பு முறிவு ஏதுமில்லை என்றாலும் உள்காயங்களைத் தவிர்ப்பதற்காகக் கட்டு போட்டிருப்பதாகச் சொன்னார். ஊரிலிருக்கும் அம்மா, அப்பாவிற்கு செய்தி அனுப்பியிருப்பதாகவும் சொன்னார்.

'ஒரே நாளில் இப்படி டாக்டரும் பேஷண்டும் ஓடிப்போய் மலை முகட்டிலிருந்து கீழே குதிப்பார்களா? நல்ல வேடிக்கை.' டாக்டர் என்னுடைய விபத்து பற்றி விசாரிக்க வந்திருந்த போலீஸ்காரரிடம் சொல்லிக்கொண்டிருந்தார். அப்போதுதான் எனக்கு ஜெயராஜுக்கும் நேர்ந்த விபத்து தெரிய வந்தது.

எனக்குப் பக்கத்து கட்டிலிலேதான் அவனும் உடல் முழுக்க கட்டோடு கிடந்திருக்கிறான். எனக்கு நினைவு வந்தபோதுதான் அவனுக்கும் நினைவு வந்திருக்க வேண்டும்.

எனக்கு அவனைப் பார்த்தும் அவனுக்கு என்னைப் பார்த்தும் சிரிப்பு பொத்துக்கொண்டு வந்தது.

'பௌர்ணமியன்று சூரியோதயம் காணப் புறப்பட்ட முட்டாள் நீ' என்றான் அவன்.

‘பௌர்ணமியன்று சந்திரோதயம் கண்டதன் விளைவு ஒன்றும் என் அனுபவத்திலிருந்து மாறுபடவில்லையே’ என்றேன் நான். இருவருக்கும் சிரிப்பு தாளவில்லை. பக்கத்துப் பக்கத்து கட்டில்களில் மாவுக் கட்டுகளோடு படுத்துக்கொண்டு சிரித்துக்கொண்டிருப்பதைப் பார்த்த போலீஸ்காரருக்கு ஒன்றுமே புரியவில்லை. எங்களிருவருக்குமிடையில் சண்டையையும் சதியையும் எதிர்பார்த்து வந்த அவருக்கு நிலவின் முகத்தோடு கூடிய ஹம்ஸேயைப் பற்றி அவனும், சூரிய முகத்தோடு கூடிய ஹம்ஸேயைப் பற்றி நானும் பேசிக்கொண்டிருந்தது அபத்தமாயிருந்திருக்க வேண்டும். ஆஸ்பத்திரி வராந்தாவில் தொப்பியைக் கக்கத்தில் இடுக்கிக்கொண்டு வழுக்கைத் தலையைத் தடவியபடி அவர் சிகரெட் பிடித்துக்கொண்டிருக்கும் காட்சியை நானும் ஜெயராஜும் பார்த்து விழுந்து விழுந்து சிரித்தோம்.

‘புரட்சியாளர்களுக்கு மட்டும் இப்படி ஒரு ரகசிய பரிபாஷை கிடைத்திருக்குமானால்’ என்று பெருமூச்சுவிட்டான் ஜெயராஜ். நான் அதை ரசிக்கவில்லையென்றாலும் ரகசிய பரிபாஷை என்பதே போக தந்திரத்தின் அடுத்த நிலை என்பதை உணர்ந்து கொண்டேன்.

கிட்டத்தட்ட ஒரு மாத காலம் நாங்கள் ஆஸ்பத்திரியில் கழித்தோம். என் வாழ்நாளிலேயே மறக்க முடியாத ஆனந்த நாட்கள் அவைதாம். எங்களிருவருக்கும் நினைவு தப்பி தப்பி மீண்டு வந்துகொண்டிருந்தது. நினைவு வந்தபோதெல்லாம் நாங்கள் நடந்ததை நினைத்து நினைத்து சிரித்தோம். ஒரே பெண்ணைக் காதலித்து ஏமாந்த இரு நண்பர்களின் அரட்டை போல எங்களின் பேச்சு மற்றவர்களுக்கு அர்த்தமாகியிருக்கக் கூடும். சில நாட்கள் கழிந்தபின் ஜெயராஜுக்கு நினைவு தப்பும்போது நான் நனவுடனிருப்பதும் அவன் நனவுடனிருக்கும்போது எனக்கு நினைவு தப்புவதும் நிகழ ஆரம்பித்தது. இருவரும் நனவுடன் இருக்கும் அபூர்வ தருணங்களில் மயக்கமாக இருக்கும்போதுகூட இருவர் முகத்திலும் புன்முறுவல் மாறவில்லை என்று ஒருவருக்கொருவர் கூறிக்கொண்டோம்.

இன்னும் கேளிக்கை நிலையிலேயே இருக்கிறோம் என்பதும் அறிவு வழி கேளிக்கையை அணுகியதாலேயே கேலிக்குள்ளானோம் என்றும் எங்களுக்குத் தெரியவந்தது.

ஊரிலிருந்து என்னைப் பார்க்க வந்திருந்த என் இலக்கிய நண்பன் மூலமாக ஹம்ஸேஸ்வரிக்கென்று வங்காளத்தில் கோயிலொன்று இருப்பதாக அறிந்தேன். அந்தக் கோயில் தாந்த்ரீக முறைகளின்படி சுழற்பாதைகளால் அமைக்கப்பட்டதென்றும் அபூர்வமான கட்டிடக் கலை என்றும் என் நண்பன் தெரிவித்தான். ஜெயராஜிடம் இதைக் கூறியபோது மேற்கு வங்காளத்தில் மட்டுமல்ல கேரளாவிலும் ஆந்திராவிலும்கூட மனித மனங்களின் உள் அறைகளில் ஹம்ஸேஸ்வரியின் கோவில்கள் உள்ளன என்றான்.

எனக்கு அவன் சொன்னது உடனடியாகப் புரியவில்லை. இரண்டு மூன்று நாட்கள் கழித்து புரிந்தபோது 'நீ ஏன் போக தந்திரங்களும் புரட்சியும், Marxism and Mysticism என்றெல்லாம் புத்தகங்கள் எழுதக் கூடாது?' என்றேன்.

என் கேலியை அவன் சுத்தமாக ரசிக்கவில்லை என்பதை அவன் முகமே வெளிக்காட்டியது. அந்தத் தருணத்தோடு அவன் என்னிடம் பேசுவதை அடியோடு நிறுத்திவிட்டான். ஆரம்பத்தில் இது எனக்கு மிகுந்த வருத்தத்தை தந்தாலும் அவன் முகத்தைத் திருப்பிக்கொண்டு போனபோது சரிதான் போடா என்று இருந்துவிட்டேன்.

இனிய போதை நிரம்பிய ஆஸ்பத்திரி நாட்கள் இப்படித் திரும்பும் என்று நான் ஒருபோதும் நினைக்கவில்லை. ஆனாலும் எனக்கு போக தந்திரங்களின் மூலம் அடையக்கூடிய ஹம்ஸேஸ்வரியின் மேல் மோகம் தீர்ந்தபாடில்லை. ஜெயராஜோ என்னிடம் பேசுவதில்லை. அவனுக்குத் தான் போக தந்திரத்தின் நிலைகள் தெரியும் என்ன செய்வது?

ஒரு நாள் ஜெயராஜ் நினைவு தப்பி தூங்கிக் கிடந்தபோது அவன் டைரியை எடுத்து ஆராய்ந்தேன். அதில் போக தந்திர நிலைகள் அனைத்தும் தேதிவாரியாகக் குறிப்பிடப்பட்டிருந்தன. தந்திர நிலை களோடு அந்தந்த தேதிகளில் நடந்த சம்பவங்களைப் பின்வருமாறு தொடர்புபடுத்தினேன்:

போக தந்திரங்கள்:

1. பூமி ஸ்பர்ஸம்/ஸ்மரணை பெறுதல்/ உள்ளார்ந்த அழைப்பு: ஜெயராஜ் பூமியின் இதயத் துடிப்பைக் கேட்டது
2. கீர்த்தனை- பெண்மையின் புகழ்பாடுதல் - காற்றின் கீர்த்தனை யில் ஜெயராஜ் சொக்கிக் கிடந்தது
3. கேளிக்கை- நான் சூரியோதயத்தையும், ஜெயராஜ் சந்திரோதயத் தையும் கண்டது- ஆஸ்பத்திரி வாசம்
4. விசேஷ அலங்காரம்- ஆஸ்பத்திரியில் மாவுக்கட்டுகளுடன் கிடந்த காட்சி
5. ரகசிய பரிபாஷை- ஜெயராஜ் புரட்சி பற்றி பேசியதை நான் போகமெனவும் நான் போகம் பற்றி பேசியதை ஜெயராஜ் புரட்சியெனவும் புரிந்துகொண்டது
6. சங்கல்பம்- எங்களுடைய குறிக்கோளை அடைவதில் இருவருமே தீவிரமாக இருப்பது
7. பொறுமையும், கடின உழைப்பும்- காலம்தான் பதில் சொல்ல வேண்டும்
8. சங்கமம்- எப்போது? எங்கே? எப்படி? யாரே அறிவர்?

ஜெயராஜுக்கு நான் அவனுடைய டைரியைத் திருடியது தெரிந்திருக்காது என்றே நம்பினேன். இதற்கிடையில் நாங்கள் முற்றாக

க சென்றூதாய் கோத்தும்பி' என்ற மாணிக்கவாசகர் ும் கொண்டுகூட்டி பொருள் சொல்கிறார். மொட்டைத் முழங்காலுக்கும் என்ன முடிச்சு என நல்லுள்ளங்களில் மா எழாதா? இதைத்தான் பரியை நரியாக்கிய படலம் என்று யில் குறித்தேன். ஆவுடையாருக்கு நாமம் சாற்றுதலும், ானின் ஊருலவுத் திருமேனிகளுக்கு உத்திராக்கம் அணிவிப் ் கடன் பணி செய்து கிடப்பது என்று இறும்பூதியிருக் ுலவர் முத்துக்குமாரசாமி? அய்யா! ஒரு கண்ணால் தில்லை தியின் நடனம் மறு கண்ணால் கோவிந்தசாமியின் கிடந்த லம் என்ற சிதம்பரத் திருக்காட்சி தற்கால இலக்கியப் த திறனாய்வு ஒத்து எழுத ஒத்து வருமோ?

மீனவ பத்மினி நாச்சியாரைப் பார்க்க மீனவ சரமும் ுப்புக் கண்ணாடியும், கழுத்தில் வண்ணக் கைக்குட்டையும் ீனவக் குமுகாயத்தினர் சுற்றிக் கும்மாளம் போட மாசித் ின்போது சௌரிராசப் பெருமாள் ஊருலா போவதையும் கறுப்புக் கண்ணாடி அணிந்து சீன்சு கால்ச்சட்டை அணிந்து ன ரயில் வண்டி போல புகை விட்டுச் செல்லும் மு என்ற ளையும் ஒப்பிடுவதே இமாலயக் குற்றம். இந்த முவன்னா வைப் பார்த்தா பாடுவாள் எவளும் 'கைத்தலம் பற்றக் கனா தோழி' என்று?

ுரைப் புலவர் முவன்னா குவன்னா சாவன்னா இதற்குக் ருக்கம் என்ன? சமசுகிருதத்தை தெருமுனை சிற்றங்காடியில் ீர் வாங்குவதற்குக்கூட பயன்படுத்துபவர் அல்லரா அவர்? த்திற்கு சென்றுவிடுகிறார். பாற்கடலைக் கடைந்தபோது விசம் தோன்றியதே அதை உருத்திரன் இனிப்புருண்டை ு போல விழுங்கினாரே அப்போது உருத்திரனைப் பாத்திர ாண்டு உண்மையில் விடமருந்தியவர் திருமாலே என ுரையாசிரியர்கள் சாத்தமுது படைத்திருக்கிறார்களாம். அது திருக்கண்ணமுதா என்ற குடுமிப்பிடிச் சண்டை இப்போது ். இதை வைத்து முவன்னா குவன்னா சாவன்னா என்ன ் வேலையைச் செய்கிறார் என்று பார்ப்போம். விடமருந்தி ருத்த உருத்திரனே திருமாலாகிவிட்டபடியால் அதே ன்படி மீனவப் பாத்திரம் தரித்த சௌரிராசப் பெருமாளே ன்று வாதிடுகிறார். எங்கே போய் முட்டிக்கொள்வது கேட்பார் செவி சுடு கீழ்மை என நம்மாழ்வார் சுட்டினரே து நிலம் நோக்கிப் பொழிகிறது மாரி என்றால் விழுந்த த ரி, வான் என்று எதிர் ஓத்து எழுதுகிறவரிடம் எங்க காதுகுத்தி நெடுநாட்கள் ஆகிவிட்டன என்று மட் தரஇயலும்.

குணமாகிவிட்டோம். இரண்டொரு நாளில் ஆஸ்பத்திரியிலிருந்து வீட்டிற்குப் போகலாம் என்ற நிலையில் ஜெயராஜ் காணாமல் போனான். எங்களுடைய விபத்தைப் பற்றி விசாரிக்க வந்த போலீஸ்காரர் ஜெயராஜின் கடந்த காலத்தைக் கண்டுபிடித்துவிட்டதால் மீண்டும் அவன் தலைமறைவாகிவிட்டான் என்று நம்ப அல்லது யூகிக்க இடமிருக்கிறது. நல்ல வேளையாக போலீஸ்காரர் என்னை ஏதும் கேட்கவில்லை. கேட்டாலும் எனக்கு என்ன தெரியும்?

ஆஸ்பத்திரியிலிருந்து வீட்டிற்குத் திரும்பிய பின் ஏதாவது நிலையை செயல்படுத்த வேண்டி ஏராளமாகப் படித்தேன். அல்டோஸ் ஹக்ஸ்லி, தாமஸ் டிக்வென்ஸி, டோல்கியென், கார்லோஸ் கேஸ்டனெடா, டிமோதி லியரி, ஜான் லில்லி, ஆலென் கின்ஸ்பெர்க், வில்லியம் பர்ரோஸ், உம்பர்டோ ஈக்கோ என்று படித்துத் தள்ளினேன். என்னால் எந்த முடிவுக்கும் வர இயலவில்லை. எதைத் தேடுகிறேன் என்றும் புரியவில்லை. பெண் வேடமிட்ட பெண்; புரியாத சங்கேதம். ஜெயராஜ் இந்நேரம் மார்க்ஸ், எங்கெல்ஸ், லெனின், மாவோ என்று படித்துக் கொண்டிருக்கக்கூடும் என்றும் நினைத்தேன். எல்லாமே வீண் என்று தோன்ற ஆரம்பித்தது. இரவு நீண்ட நேரம் படித்துவிட்டு அன்று படித்துக்கொண்டிருந்த 'The Tibetan book of the dead' என்ற புத்தகத்தைத் தலைக்கடியில் வைத்து தூங்கியபோது அந்த தெளிவற்ற கனவைக் கண்டேன்.

உடல் வெளியையே கோவிலாய் சமைத்த ஹம்ஸேஸ்வரி கோவிலினுள் நின்று கொண்டிருக்கிறேன். ஆறு சக்கரங்களின் வழி வேப்பமரத்தாலான மூலஸ்தானம் நோக்கி ஏணிகள் இடப்பட்டுள்ளன. குழப்பமான சுழற்பாதைகளில் திகைத்து திகைத்து நகர்கிறேன். சந்திர ஒளி இடது நாடியாகவும் சூரிய ஒளி வலது நாடியாகவும் என்னுள் துடிக்கிறது. இடா, பிங்களா, சூஷுும்னா, வஜ்ரக்ஷா, சித்ரீனீ என்று வழிகள் பெயரிடப்பட்டிருக்கின்றன. அகஸ்மாத்தாய் சுழலும் என் வழியில் திடீரென ஹம்ஸேஸ்வரி நிற்கிறாள். பழங்குடி பெண்ணே போல. மின்னும் கறுப்பு உடலுடன். காந்த சக்தி மிக்க கண்களுடன். வலது கை அபயம் அபயம் என. இடது கையில் சங்குடன், மூன்றாவது கையில் வெள்ளை மனிதத் தலையை பிடித்தபடி. நான்காவது கையில் வாளினை ஏந்தியபடி ஹம்ஸேஸ்வரி நிற்கிறாள். ஹம்ஸே ஹம்ஸே என்று நான் அரற்ற முழிப்பு தட்டிவிட்டது. எழுந்து உட்கார்ந்து இக்கதையைப் எழுத ஆரம்பித்தேன். இக்கதையை ஜெயராஜ் சொல்லியிருந்தால் பாரத தேவிதான் ஹம்ஸேஸ்வரி என முற்றிலும் வேறு கோணத்திலிருந்து சொல்லியிருப்பான் என்று பட்டது. ஆனால் அவன் கதையையும் இதற்குள் வாசிக்க முடியும் என்றே நம்புகிறேன். நீங்கள் ஆணாயிருந்து இக்கதையை வாசித்தால் இக்கதைப் பனுவலே ஹம்ஸேஸ்வரியாகவும் நான் கதை சொல்லியாகவும் நீங்கள் ஜெயராஜாகவும் உணர்வீர்கள்.

நீங்கள் பெண்ணாயிருந்து இக்கதையை வாசித்தால் இக்கதைப் பனுவலே ஜெயராஜாகவும் நீங்கள் ஹம்ஸேஸ்வரியாகவும் நான் கதை சொல்லியாகவும் உணர்வீர்கள்.

வேறு சிலர் வேறு விதமாக உணர்ந்தால் கதையின் ஆரம்பப் பீடிகையை தயவு செய்து மீண்டும் வாசிக்கவும். தயவுசெய்து.

குறிப்பு

1991இல் நான் ஸில்வியா என்ற புனைபெயரில் எழுதிய இக்கதை எழுத்தாளர் கௌதம சித்தார்த்தன் ஆசிரியராகச் செயல்பட்டு பதிப்பித்த 'உன்னதம்' இலக்கிய சிற்றிதழில் 1994இல் பிரசுரமாகியது. இக்கதையை, இங்கே மீள்பிரசுரம் செய்யும் பொருட்டு, எனக்கு அனுப்பித் தந்த நண்பர் கௌதம சித்தார்த்தனுக்கு என் உளமார்ந்த நன்றியைத் தெரிவித்துக்கொள்கிறேன்.

10

சில்வியா எழுதாத க
மு என்ற இரா

'மு என்ற இராமதாசு' என்ற சீர்மிகு
அய்ரோப்பிய அம்மையார் பெயருடைய
மார்கழித் திங்கள் எழுதினார் என்பது
வடிகட்டிய பொய். இந்தப் பரியை
குமாரசாமி என்ற புலவரால் இயற்றப்
புறனடைத் தகவலாகக் கொடுக்கப்பட
பெயர்ப்புக்குள்ளாகி அதிலிருந்து சப்
மீண்டும் தமிழுக்கு வந்திருக்கிறது. இப்ப
சேர்த்துக்கொண்டே போனால் மல
யார்தான் உலகுக்குக் காட்டுவது என்ற
இந்த உலத்தத்தினை திண்ணைப் பள்ளி

'மு என்ற ராமதாசு' புனைவு பழைய
மீனவப் பெண்ணாக சீதேவித் தாயார்
பெருமாள் அவரைக் கைத்தலம் பற்ற மீ
கொண்டு செல்லும் நிகழ்வினையும் இர
முதியவர் தான் கல்லூரி மாணவராய்
யில்லாத திருமகள் ஒருவரின்பால்
ஈர்க்கப்பட்டு சிற்றுந்து ஒன்றில் சென்ற
இணைக்கிறது.

இதற்கு ஒத்து எழுதுகிற புலவர் மு
வேடம் தாங்கியிருக்கும் மு உண்மை
ஒப்பிலா இராமகாதையின் தலைம
இராமபிரானே என்று விளம்புகிறார்.
திருகு தாளப் பெருமானன் முத்துக்குப
உடையாரும் இல்லை மாதோ!' என்ற க
தேவர் அவர் தேவரென்றிங்ஙன், பொ
பூதலத்தே, புத்தேதுமில்லாதென் பற்ற

தேவர்க்கே
பாடலைய
தலைக்குப்
வினா எழு
முன்னிசை
எம்பெரும
பதுமே த
கிறாரோ
கனகசபாப
திருக்கோ
பனுவலுக்கு

முதலில்
(கைலி), க
அணிந்து
திருவிழாவ
சிற்றுந்தில்
குப் குப் எ
இராமதாசி
ராவன்னா
கண்டேன்

பொய்ய
காட்டும் த
தேத்தண்ண
வேத கால
ஆலகால
விழுங்கியது
மாகக் கெ
வைணவ உ
சாத்தமுதா
வேண்டாம

சில்லடிக்கு
கண்டம்
தருக்கத்தி
மீனவன்
இதைத்தா
வானிலிருந்
சலமே மா
கெல்லாம்
மறுமொழி

கறுப்புக் கண்ணாடி அணிந்த இராமதாசு கதையில் மீனவப் பெண்ணுடன் கடற்கரையில் கலவி கொள்ளுமிடத்தே அந்த மீனவப் பெண் அப்பப்ப கிருட்டிண கிருட்டிண அம்மம்ம இராம இராம என்று ஒலியெழுப்புகிறாள். அய்ரோப்பிய இலக்கியங்களிலோ அய்ரோப்பிய நாரீமணிகள் உயர் குதிகுளம்பு சப்பாத்துக்கள் அணிந்த தங்கள் கால்களை உயரத் தூக்கி சேசுவே சேசுவே என்று ஒலியெழுப்புகிறார்களாம். கலவியின்போது அய்ரோப்பிய நாரீமணிகள் தங்கள் சப்பாத்துக்களைக் களைவதில்லை என்பதை 219 புறனடைகள் கொடுத்து நிறுவுகிற முவன்னா குவன்னா சாவன்னா இராமதாசு கதைப் பனுவலில் வரும் மீனவப்பெண்ணும் தன் மிதியடியைக் கலவியின் போது கழற்றவில்லை என்ற வெள்ளிடைமலை தகவலை உற்று நோக்கச் சொல்கிறார். அப்பப்ப அம்மம்ம என்று நாமே கத்தத் தோன்றுகிறதல்லவா? ஆனால் இந்த ஒரே ஒரு பனுவல் உள்க் குறிப்பினை வைத்து மட்டுமேதான் இக்கதையின் ஆசிரியர் வெளி நாட்டு இலக்கியம் பயின்ற சில்வியா அம்மையார் என்ற முடிவுக்கு வருகிறார் என்றால் நம்ப முடிகிறதா? ஆனால் அதுதான் உண்மை. மிதியடி கழற்றா கலவி என்பதுதானே அவருடைய கட்டுரைத் தலைப்பு? என்னவொரு நெஞ்சழுத்தம்! என்னவொரு தலைக்கனம்! இந்த அம்மம்ம அப்பப்ப உரைக்கு ஆச்சு செல்லம்மா ஆச்சு என்ற ஆண்குரல் மூச்சிரைப்பினை சேர்க்கவில்லை என்று எதிர் எக்கு வைக்கும் புலவர்காள் மடல்களை யான் விரிவஞ்சி தவிர்த்தனன்.

குழம்பி ஒரு மிடறு தேத்தண்ணீர் மறு மிடறு எனக் குளகம் எழுதும் புளுகன் தற்காலத் திணைக்குறிப்புகள் தருகிறேன் பேர்வழி என சிற்றுந்தில் செல்லும் இராமதாசு காணும் கவின் காண் காட்சிகளில் வரும் மஞ்சள் நத்தி மலர்களை வேங்கை மலர்கள் என திரிப்பதன் உள் நோக்கம் என்ன? சங்கப் பாடலிலே குறிஞ்சிக் கலியினிலே குன்றுகளி லிருந்து கொட்டும் அருவியில் நிறைந்திருக்கும் வேங்கை மலர்களைக் கண்டால் யானைகள் இரண்டு திருமகளின் மேல் நீரைச் சொரிவது போல இருக்கிறது என்றொரு குறிப்பு வருகிறது. நன்று. இதை எல்லோ ராலும் விரும்பத்தக்க குளிர்ந்த மலைச்சாரலில் விரிந்த தண்ணிய பொன்னிறமான வேங்கை மலர்கள் போல சிவந்த பொன்போன்ற நிறத்தவனாய் சீராப்பள்ளி மலையில் வீற்றிருக்கும் செல்வராகிய சிவபிரான் உமையம்மையை ஒரு பாகமாகக் கொண்டு மகிழ்வர் என்ற ஞானசம்பந்தர் பதிகத்தோடு இணைப்பதன் தேவை திருமகளே எரியொடு ஆடிய ஈசனின் பெண் வடிவே என நிறுவுவதற்குத் தானே? இதற்குத்தானே மஞ்சள் நத்தி மலர்கள் வேங்கை மலர் களாய் மாறின? அய்யா முத்துக்குமாரசாமி பெருமகனாரே மாலுக்கு மூத்தவன் ஈசன் அவனே முழு முதற் கடவுள் என நிறுவி என்ன கண்டீர்?

புற சமயிகளான நாணாது உடையின்றித் திரியும் திகம்பர சமணரும், காலையிலும் நண்பகலிலும் கஞ்சியை மட்டும் உணவாக உண்டு வாழும் புத்தரும் என ஞானசம்பந்தர் அதே திருச்சிராப்பள்ளி பதிகத்திலே பாடுகிறாரே அவர்கள் வைணவ சைவ சண்டைகளைப் பார்த்து, கேட்டு எள்ளி நகையாடுவதற்கான நொறுக்குத் தீனி வழங்கியது அன்றி என்ன சாதித்தீர் நீர்? தற்கால இலக்கியத் திறனாய்வு ஓத்து எழுதுவதற்கு மரபிலக்கிய புறனடைகள் எதற்கு என தமிழ்க்குரவர் கேட்டே ஆக வேண்டிய சூழல் சூல்கொண்ட மேகமாய் நம் தலைகளின் மேல் உலவுகிறது.

ஒரே இதழ் அச்சாக்கம் பெற்று பிறகு காணாமல் போன 'வைரசு' என்ற இலக்கிய சிற்றேடே 'மு என்ற ராமதாசு' கதையினை வெளியிட்டிருக்கிறது. வேறு எந்தப் பொத்தகங்களையும் வைரசு வெளியிட்டதாகவும் தகவல் இல்லை. இப்படிப் பெயர் கொண்ட இலக்கிய ஏட்டில் வெளிவரும் கதைகளுக்கு கிருமி நாசினியாய் திறனாய்வு எழுதுவதே சாலப் பொருந்தும். அதைச் செய்தாரா குதிரையிட்டது எத்தனை முட்டையெனெ கணக்கு எழுதும் மீன்னா தெயென்னா முத்துக்குமாரசாமி என்றும் பார்த்து விடுவோம்.

இராமதாசு ஓட்டிச் செல்லும் சிற்றுந்தின் இலக்கம் த. நா. களகூஅ என்று முதல் பத்தியில் வருகிறது. இராமதாசு சௌரிராசப் பெருமாளாகவும் செல்லம்மா செம்படவ நாச்சியாராகவும் உருவு மாறி சீவாத்மா பரமாத்மாவோடு வருணம் மேயும் பெருமணல் உலகில் கலக்கின்ற பத்தியிலே தூரத்திலே நிற்கிறது அந்தச் சிற்றுந்து. இங்கே நான் எந்த முன்னூகத்தையும் முன்னிறுத்தவில்லை. பனுவலினுள் உள்ள சான்றுகளை மட்டுமே குவி ஆடி கொண்டு காண்கிறேன். அங்கே காணப்படுகிற இலக்கமோ த.நா. ககூஎஅ இராமதாசு முதல் பத்தியில் உதைத்து எழுப்பி, சீழ்கை ஒலி எழுப்பி, மஞ்சள் நத்தி மலர்களைக் கம்பு தோறும் கண்டு களித்து தன் செம்படவத் தலைவியைக் காணத் துள்ளி வந்த சிற்றுந்து வேறு; கடைசியில் கடற்கரையில் நிற்கின்ற சிற்றுந்து வேறு! வந்தவர் கதைத் தலைவன் இராமதாசுதானா என்ற அய்யம் எழுகிறதல்லவா? அங்கேதான் இருக்கிறது சூக்குமம். கடற்கரைக்கு வந்து சேர்ந்து தலைவியோடு கலந்த தலைவன் இராமதாசு அல்லன். செம்படவக் குமுகாயத்தினைச் சேர்ந்த கட்டிளம் காளை. பொருந்தும் காமம். தலைவனும் தலைவியும் ஒரே குமுகாயத்தினர் என்பதைச் சிற்றுந்தின் இலக்கம் உள்ளங்கை நெல்லிக்கனி என விளம்பிவிடுகிறது. எனவேதான் 'மு என்ற ராமதாசு' கதையை சீர்மிகு கதையென கணித்தேன். செந்நாப்புலவன் நுதலியது தமிழ். காமாலைக் கண்ணர்கள் விரிக்கும் வஞ்சக வலை தாண்டி சூக்குமம் வெளிப்படும் விதத்தினை ஈண்டு காணும் தமிழ்கூறும் நல்லுலகம். இப்போது சொல்லுங்கள் எழுதியது சில்வியாவோ கில்வியாவோ என்ற

குணமாகிவிட்டோம். இரண்டொரு நாளில் ஆஸ்பத்திரியிலிருந்து வீட்டிற்குப் போகலாம் என்ற நிலையில் ஜெயராஜ் காணாமல் போனான். எங்களுடைய விபத்தைப் பற்றி விசாரிக்க வந்த போலீஸ்காரர் ஜெயராஜின் கடந்த காலத்தைக் கண்டுபிடித்துவிட்டதால் மீண்டும் அவன் தலைமறைவாகிவிட்டான் என்று நம்ப அல்லது யூகிக்க இடமிருக்கிறது. நல்ல வேளையாக போலீஸ்காரர் என்னை ஏதும் கேட்கவில்லை. கேட்டாலும் எனக்கு என்ன தெரியும்?

ஆஸ்பத்திரியிலிருந்து வீட்டிற்குத் திரும்பிய பின் ஏதாவது நிலையை செயல்படுத்த வேண்டி ஏராளமாகப் படித்தேன். அல்டோஸ் ஹக்ஸ்லி, தாமஸ் டிக்வென்ஸி, டோல்கியென், கார்லோஸ் கேஸ்டனெடா, டிமோதி லியரி, ஜான் லில்லி, ஆலென் கின்ஸ்பெர்க், வில்லியம் பர்ரோஸ், உம்பர்டோ ஈக்கோ என்று படித்துத் தள்ளினேன். என்னால் எந்த முடிவுக்கும் வர இயலவில்லை. எதைத் தேடுகிறேன் என்றும் புரிய வில்லை. பெண் வேடமிட்ட பெண்; புரியாத சங்கேதம். ஜெயராஜ் இந்நேரம் மார்க்ஸ், எங்கெல்ஸ், லெனின், மாவோ என்று படித்துக் கொண்டிருக்கக்கூடும் என்றும் நினைத்தேன். எல்லாமே வீண் என்று தோன்ற ஆரம்பித்தது. இரவு நீண்ட நேரம் படித்துவிட்டு அன்று படித்துக்கொண்டிருந்த 'The Tibetan book of the dead' என்ற புத்தகத்தைத் தலைக்கடியில் வைத்து தூங்கியபோது அந்த தெளிவற்ற கனவைக் கண்டேன்.

உடல் வெளியையே கோவிலாய் சமைத்த ஹம்ஸேஸ்வரி கோவிலினுள் நின்று கொண்டிருக்கிறேன். ஆறு சக்கரங்களின் வழி வேப்பமரத்தாலான மூலஸ்தானம் நோக்கி ஏணிகள் இடப்பட்டுள்ளன. குழப்பமான சுழற்பாதைகளில் திகைத்து திகைத்து நகர்கிறேன். சந்திர ஒளி இடது நாடியாகவும் சூரிய ஒளி வலது நாடியாகவும் என்னுள் துடிக்கிறது. இடா, பிங்களா, சூஷும்னா, வஜ்ரக்ஷா, சித்ரீனீ என்று வழிகள் பெயரிடப்பட்டிருக்கின்றன. அகஸ்மாத்தாய் சுழலும் என் வழியில் திடீரென ஹம்ஸேஸ்வரி நிற்கிறாள். பழங்குடி பெண்ணே போல. மின்னும் கறுப்பு உடலுடன். காந்த சக்தி மிக்க கண்களுடன். வலது கை அபயம் அபயம் என. இடது கையில் சங்குடன், மூன்றாவது கையில் வெள்ளை மனிதத் தலையை பிடித்தபடி. நான்காவது கையில் வாளினை ஏந்தியபடி ஹம்ஸேஸ்வரி நிற்கிறாள். ஹம்ஸே ஹம்ஸே என்று நான் அரற்ற முழிப்பு தட்டிவிட்டது. எழுந்து உட்கார்ந்து இக்கதையைப் எழுத ஆரம்பித்தேன். இக்கதையை ஜெயராஜ் சொல்லியிருந்தால் பாரத தேவிதான் ஹம்ஸேஸ்வரி என முற்றிலும் வேறு கோணத்திலிருந்து சொல்லியிருப்பான் என்று பட்டது. ஆனால் அவன் கதையையும் இதற்குள் வாசிக்க முடியும் என்றே நம்புகிறேன். நீங்கள் ஆணாயிருந்து இக்கதையை வாசித்தால் இக்கதைப் பனுவலே ஹம்ஸேஸ்வரியாகவும் நான் கதை சொல்லியாகவும் நீங்கள் ஜெயராஜாகவும் உணர்வீர்கள்.

நீங்கள் பெண்ணாயிருந்து இக்கதையை வாசித்தால் இக்கதைப் பனுவலே ஜெயராஜாகவும் நீங்கள் ஹம்ஸேஸ்வரியாகவும் நான் கதை சொல்லியாகவும் உணர்வீர்கள்.

வேறு சிலர் வேறு விதமாக உணர்ந்தால் கதையின் ஆரம்பப் பீடிகையை தயவு செய்து மீண்டும் வாசிக்கவும். தயவுசெய்து.

குறிப்பு

1991இல் நான் ஸில்வியா என்ற புனைபெயரில் எழுதிய இக்கதை எழுத்தாளர் கௌதம சித்தார்த்தன் ஆசிரியராகச் செயல்பட்டு பதிப்பித்த 'உன்னதம்' இலக்கிய சிற்றிதழில் 1994இல் பிரசுரமாகியது. இக்கதையை, இங்கே மீள்பிரசுரம் செய்யும் பொருட்டு, எனக்கு அனுப்பித் தந்த நண்பர் கௌதம சித்தார்த்தனுக்கு என் உளமார்ந்த நன்றியைத் தெரிவித்துக்கொள்கிறேன்.

10

சில்வியா எழுதாத கதை அல்லது மு என்ற இராமதாசு

'மு என்ற இராமதாசு' என்ற சீர்மிகு கதையை சில்வியா என்ற அய்ரோப்பிய அம்மையார் பெயருடையவர் திருவள்ளுவர் ஆண்டு 2043 மார்கழித் திங்கள் எழுதினார் என்பது கெட்டியான சமக்காளத்தினால் வடிகட்டிய பொய். இந்தப் பரியை நரியாக்கிய படலம் முத்துக் குமாரசாமி என்ற புலவரால் இயற்றப்பட்ட சிற்றிதழ் ஒத்து ஒன்றில் புறனடைத் தகவலாகக் கொடுக்கப்பட்டு அதுவே உருசியன் மொழி பெயர்ப்புக்குள்ளாகி அதிலிருந்து சப்பானிய பாசைக்குச் சென்று மீண்டும் தமிழுக்கு வந்திருக்கிறது. இப்படித் தொடர்ந்து நீரில் உப்பைச் சேர்த்துக்கொண்டே போனால் மண்ணூறல் எடுவித்த நீரினை யார்தான் உலகுக்குக் காட்டுவது என்ற குமுகாய அக்கறையினால்தான் இந்த உலத்தத்தினை திண்ணைப் பள்ளி வழக்கின்படி இடுகிறேன்.

'மு என்ற ராமதாசு' புனைவு பழைய வைணவத் தொன்மம் ஒன்றில் மீனவப் பெண்ணாக சீதேவித் தாயார் தோற்றரவம் எடுக்க சௌரிராசப் பெருமாள் அவரைக் கைத்தலம் பற்ற மீனவனாய் ஊருலவுத் திருமேனி கொண்டு செல்லும் நிகழ்வினையும் இராமதாசு என்ற வழுக்கைத் தலை முதியவர் தான் கல்லூரி மாணவராய் இருந்தபோது தனக்குப் புரை யில்லாத திருமகள் ஒருவரின்பால் பொருந்தாக் காமத்தின்பால் ஈர்க்கப்பட்டு சிற்றுந்து ஒன்றில் சென்ற நிகழ்வின் நினைவலைகளையும் இணைக்கிறது.

இதற்கு ஒத்து எழுதுகிற புலவர் முத்துக்குமாரசாமி இராமதாசு வேடம் தாங்கியிருக்கும் மு உண்மையில் கம்ப நாடன் இயற்றிய ஒப்பிலா இராமகாதையின் தலைமகனே உலகளந்த உத்தமனே இராமபிரானே என்று விளம்புகிறார். இந்தத் தலைகீழ் வவ்வலுக்கு திருகு தாளப் பெருமானன் முத்துக்குமாரசாமி 'இல்லாரும் இல்லை, உடையாரும் இல்லை மாதோ!' என்ற கம்பனின் வரியையும், அத்தேவர் தேவர் அவர் தேவரென்றிங்ஙன், பொய்த்தேவு பேசிப் புலம்புகின்ற பூதலத்தே, புத்தேதுமில்லாதென் பற்றறப் பற்றி நின்ற மெய்த்தேவர்

தேவர்க்கே சென்றூதாய் கோத்தும்பி' என்ற மாணிக்கவாசகர் பாடலையும் கொண்டுகூட்டி பொருள் சொல்கிறார். மொட்டைத் தலைக்கும் முழங்காலுக்கும் என்ன முடிச்சு என நல்லுள்ளங்களில் வினா எழுமா எழாதா? இதைத்தான் பரியை நரியாக்கிய படலம் என்று முன்னிகையில் குறித்தேன். ஆவுடையாருக்கு நாமம் சாற்றுதலும், எம்பெருமானின் ஊருலவுத் திருமேனிகளுக்கு உத்திராக்கம் அணிவிப் பதுமே தன் கடன் பணி செய்து கிடப்பது என்று இறும்பூதியிருக் கிறாரோ புலவர் முத்துக்குமாரசாமி? அய்யா! ஒரு கண்ணால் தில்லை கனகசபாபதியின் நடனம் மறு கண்ணால் கோவிந்தசாமியின் கிடந்த திருக்கோலம் என்ற சிதம்பரத் திருக்காட்சி தற்கால இலக்கியப் பனுவலுக்கு திறனாய்வு ஒத்து எழுத ஒத்து வருமோ?

முதலில் மீனவ பத்மினி நாச்சியாரைப் பார்க்க மீனவ சரமும் (கைலி), கறுப்புக் கண்ணாடியும், கழுத்தில் வண்ணக் கைக்குட்டையும் அணிந்து மீனவக் குமுகாயத்தினர் சுற்றிக் கும்மாளம் போட மாசித் திருவிழாவின்போது சௌரிராசப் பெருமாள் ஊருலா போவதையும் சிற்றுந்தில் கறுப்புக் கண்ணாடி அணிந்து சீன்சு கால்ச்சட்டை அணிந்து குப் குப் என ரயில் வண்டி போல புகை விட்டுச் செல்லும் மு என்ற இராமதாசினையும் ஒப்பிடுவதே இமாலயக் குற்றம். இந்த முவன்னா ராவன்னாவைப் பார்த்தா பாடுவாள் எவளும் 'கைத்தலம் பற்றக் கனா கண்டேன் தோழி' என்று?

பொய்யுரைப் புலவர் முவன்னா குவன்னா சாவன்னா இதற்குக் காட்டும் தருக்கம் என்ன? சமசுகிருதத்தை தெருமுனை சிற்றங்காடியில் தேத்தண்ணீர் வாங்குவதற்குக்கூட பயன்படுத்துபவர் அல்லரா அவர்? வேத காலத்திற்கு சென்றுவிடுகிறார். பாற்கடலைக் கடைந்தபோது ஆலகால விசம் தோன்றியதே அதை உருத்திரன் இனிப்புருண்டை விழுங்கியது போல விழுங்கினாரே அப்போது உருத்திரனைப் பாத்திர மாகக் கொண்டு உண்மையில் விடமருந்தியவர் திருமாலே என வைணவ உரையாசிரியர்கள் சாத்தமுது படைத்திருக்கிறார்களாம். அது சாத்தமுதா திருக்கண்ணமுதா என்ற குடுமிப்பிடிச் சண்டை இப்போது வேண்டாம். இதை வைத்து முவன்னா குவன்னா சாவன்னா என்ன சில்லடிக்கும் வேலையைச் செய்கிறார் என்று பார்ப்போம். விடமருந்தி கண்டம் கருத்த உருத்திரனே திருமாலாகிவிட்டபடியால் அதே தருக்கத்தின்படி மீனவப் பாத்திரம் தரித்த சௌரிராசப் பெருமாளே மீனவன் என்று வாதிடுகிறார். எங்கே போய் முட்டிக்கொள்வது? இதைத்தான் கேட்டார் செவி சுடு கீழ்மை என நம்மாழ்வார் சுட்டினரோ? வானிலிருந்து நிலம் நோக்கிப் பொழிகிறது மாரி என்றால் விழுந்த துளி சலமே மாரி, வான் என்று எதிர் ஒத்து எழுதுகிறவரிடம் எங்களுக் கெல்லாம் காதுகுத்தி நெடுநாட்கள் ஆகிவிட்டன என்று மட்டுமே மறுமொழி தரஇயலும்.

கறுப்புக் கண்ணாடி அணிந்த இராமதாசு கதையில் மீனவப் பெண்ணுடன் கடற்கரையில் கலவி கொள்ளுமிடத்தே அந்த மீனவப் பெண் அப்பப்ப கிருட்டிண கிருட்டிண அம்மம்ம இராம இராம என்று ஒலியெழுப்புகிறாள். அய்ரோப்பிய இலக்கியங்களிலோ அய்ரோப்பிய நாரீமணிகள் உயர் குதிகுளம்பு சப்பாத்துக்கள் அணிந்த தங்கள் கால்களை உயரத் தூக்கி சேசுவே சேசுவே என்று ஒலியெழுப்புகிறார்களாம். கலவியின்போது அய்ரோப்பிய நாரீமணிகள் தங்கள் சப்பாத்துக்களைக் களைவதில்லை என்பதை 219 புறனடைகள் கொடுத்து நிறுவுகிற முவன்னா குவன்னா சாவன்னா இராமதாசு கதைப் பனுவலில் வரும் மீனவப்பெண்ணும் தன் மிதியடியைக் கலவியின் போது கழற்றவில்லை என்ற வெள்ளிடைமலை தகவலை உற்று நோக்கச் சொல்கிறார். அப்பப்ப அம்மம்ம என்று நாமே கத்தத் தோன்றுகிறதல்லவா? ஆனால் இந்த ஒரே ஒரு பனுவல் உள்க் குறிப்பினை வைத்து மட்டுமேதான் இக்கதையின் ஆசிரியர் வெளி நாட்டு இலக்கியம் பயின்ற சில்வியா அம்மையார் என்ற முடிவுக்கு வருகிறார் என்றால் நம்ப முடிகிறதா? ஆனால் அதுதான் உண்மை. மிதியடி கழற்றா கலவி என்பதுதானே அவருடைய கட்டுரைத் தலைப்பு? என்னவொரு நெஞ்சழுத்தம்! என்னவொரு தலைக்கனம்! இந்த அம்மம்ம அப்பப்ப உரைக்கு ஆச்சு செல்லம்மா ஆச்சு என்ற ஆண்குரல் மூச்சிரைப்பினை சேர்க்கவில்லை என்று எதிர் எக்கு வைக்கும் புலவர்காள் மடல்களை யான் விரிவஞ்சி தவிர்த்தனன்.

குழம்பி ஒரு மிடறு தேத்தண்ணீர் மறு மிடறு எனக் குளகம் எழுதும் புளுகன் தற்காலத் திணைக்குறிப்புகள் தருகிறேன் பேர்வழி என சிற்றுந்தில் செல்லும் இராமதாசு காணும் கவின் காண் காட்சிகளில் வரும் மஞ்சள் நத்தி மலர்களை வேங்கை மலர்கள் என திரிப்பதன் உள் நோக்கம் என்ன? சங்கப் பாடலிலே குறிஞ்சிக் கலியினிலே குன்றுகளி லிருந்து கொட்டும் அருவியில் நிறைந்திருக்கும் வேங்கை மலர்களைக் கண்டால் யானைகள் இரண்டு திருமகளின் மேல் நீரைச் சொரிவது போல இருக்கிறது என்றொரு குறிப்பு வருகிறது. நன்று. இதை எல்லோ ராலும் விரும்பத்தக்க குளிர்ந்த மலைச்சாரலில் விரிந்த தண்ணிய பொன்னிறமான வேங்கை மலர்கள் போல சிவந்த பொன்போன்ற நிறத்தவனாய் சீராப்பள்ளி மலையில் வீற்றிருக்கும் செல்வராகிய சிவபிரான் உமையம்மையை ஒரு பாகமாகக் கொண்டு மகிழ்வர் என்ற ஞானசம்பந்தர் பதிகத்தோடு இணைப்பதன் தேவை திருமகளே எரியொடு ஆடிய ஈசனின் பெண் வடிவே என நிறுவுவதற்குத் தானே? இதற்குத்தானே மஞ்சள் நத்தி மலர்கள் வேங்கை மலர் களாய் மாறின? அய்யா முத்துக்குமாரசாமி பெருமகனாரே மாலுக்கு மூத்தவன் ஈசன் அவனே முழு முதற் கடவுள் என நிறுவி என்ன கண்டீர்?

சில்வியா எழுதாத கதை அல்லது மு என்ற இராமதாசு ❦ 95

புற சமயிகளான நாணாது உடையின்றித் திரியும் திகம்பர சமணரும், காலையிலும் நண்பகலிலும் கஞ்சியை மட்டும் உணவாக உண்டு வாழும் புத்தரும் என ஞானசம்பந்தர் அதே திருச்சிராப்பள்ளி பதிகத்திலே பாடுகிறாரே அவர்கள் வைணவ சைவ சண்டைகளைப் பார்த்து, கேட்டு எள்ளி நகையாடுவதற்கான நொறுக்குத் தீனி வழங்கியது அன்றி என்ன சாதித்தீர் நீர்? தற்கால இலக்கியத் திறனாய்வு ஓத்து எழுதுவதற்கு மரபிலக்கிய புறனடைகள் எதற்கு என தமிழ்க்குரவர் கேட்டே ஆக வேண்டிய சூழல் சூல்கொண்ட மேகமாய் நம் தலைகளின் மேல் உலவுகிறது.

ஒரே இதழ் அச்சாக்கம் பெற்று பிறகு காணாமல் போன 'வைரசு' என்ற இலக்கிய சிற்றேடே 'மு என்ற ராமதாசு' கதையினை வெளி யிட்டிருக்கிறது. வேறு எந்தப் பொத்தகங்களையும் வைரசு வெளியிட்ட தாகவும் தகவல் இல்லை. இப்படிப் பெயர் கொண்ட இலக்கிய ஏட்டில் வெளிவரும் கதைகளுக்கு கிருமி நாசினியாய் திறனாய்வு எழுதுவதே சாலப் பொருந்தும். அதைச் செய்தாரா குதிரையிட்டது எத்தனை முட்டையெனெ கணக்கு எழுதும் மீன்னா தெயென்னா முத்துக்குமாரசாமி என்றும் பார்த்து விடுவோம்.

இராமதாசு ஓட்டிச் செல்லும் சிற்றுந்தின் இலக்கம் த. நா. ௧௭௬அ என்று முதல் பத்தியில் வருகிறது. இராமதாசு சௌரிராசப் பெருமாளா கவும் செல்லம்மா செம்படவ நாச்சியாராகவும் உருவு மாறி சீவாத்மா பரமாத்மாவோடு வருணம் மேயும் பெருமணல் உலகில் கலக்கின்ற பத்தியிலே தூரத்திலே நிற்கிறது அந்தச் சிற்றுந்து. இங்கே நான் எந்த முன்னூகத்தையும் முன்னிறுத்தவில்லை. பனுவலினுள் உள்ள சான்று களை மட்டுமே குவி ஆடி கொண்டு காண்கிறேன். அங்கே காணப் படுகிற இலக்கமோ த.நா. ௧௬௭அ இராமதாசு முதல் பத்தியில் உதைத்து எழுப்பி, சீழ்கை ஒலி எழுப்பி, மஞ்சள் நத்தி மலர்களைக் கம்பு தோறும் கண்டு களித்து தன் செம்படவத் தலைவியைக் காணத் துள்ளி வந்த சிற்றுந்து வேறு; கடைசியில் கடற்கரையில் நிற்கின்ற சிற்றுந்து வேறு! வந்தவர் கதைத் தலைவன் இராமதாசுதானா என்ற அய்யம் எழுகிற தல்லவா? அங்கேதான் இருக்கிறது சூக்குமம். கடற்கரைக்கு வந்து சேர்ந்து தலைவியோடு கலந்த தலைவன் இராமதாசு அல்லன். செம்படவக் குமுகாயத்தினைச் சேர்ந்த கட்டிளம் காளை. பொருந்தும் காமம். தலைவனும் தலைவியும் ஒரே குமுகாயத்தினர் என்பதைச் சிற்றுந்தின் இலக்கம் உள்ளங்கை நெல்லிக்கனி என விளம்பிவிடுகிறது. எனவேதான் 'மு என்ற ராமதாசு' கதையை சீர்மிகு கதையென கணித்தேன். செந்நாப்புலவன் நுதலியது தமிழ். காமாலைக் கண்ணர்கள் விரிக்கும் வஞ்சக வலை தாண்டி சூக்குமம் வெளிப்படும் விதத்தினை ஈண்டு காணும் தமிழ்கூறும் நல்லுலகம். இப்போது சொல்லுங்கள் எழுதியது சில்வியாவோ கில்வியாவோ என்ற

வெளிநாட்டு அம்மையாராய் இருக்க இயலுமா? கண்டிப்பாய் இது உள்ளூர் சரக்குதான். சஞ்சலம் கொள்ளற்க. முதல் முறை, இடைமுறை, கடைமுறை, தொழிலில் பிறவாப் பிறப்பு இலை; பிறப்பித்தோர் இலையே எனக் கூறி அமைகிறேன். தெளியட்டும் முத்துக்குமாரசாமி யின் சிந்தை.

11

கல்யாணி ஆச்சியின் கடைசி தினங்கள்

ஒன்றுமே நடக்காதது போல நினைவுகளைச் சப்புகொட்டிக்கொண்டு குத்த வைத்து உட்கார்ந்திருந்தாள் கல்யாணி ஆச்சி. சீவலப்பேரி சுடலைமாடன் அவள் கனவில் வந்து இட்லி சுடவேண்டாம் என்று மிரட்டியதிலிருந்து அவள் கடந்த வாரங்களில் பண்ணி வரும் கலாட்டா கொஞ்ச நஞ்சமல்ல. அவள் உட்கார்ந்திருந்த இயல்பையும் அவளருகே நின்ற அவளுடைய கோட்டிக்கார மகனின் தோரணையும் பார்க்கப் பற்றிக்கொண்டு வந்தது சுப்பிரமணிக்கு. ‘கிழட்டு சவத்துக்கும் கோட்டிக்கார மூதிக்கும் நாலு பொடதில போட்டாத்தான் சரியா வரும். இட்லி சுட மாட்டாளாமே இட்லி. காத்தக் குடிச்சிட்டா காலத்த கழிக்க முடியும்?’ என்று முணுமுணுத்த சுப்பிரமணியை ஆச்சி முறைத்தாள்.

‘என்னலே அங்க வாய்க்குள்ள முணுமுணுக்க?’

‘ஒண்ணுமில்ல ஆச்சி. எல்லாம் என் கிரகத்தச் சொல்லனும்’

என்ன செய்வான் அவன் பாவம்! ஆச்சியை நம்பித்தான் அவன் பிழைப்பு நடந்துகொண்டிருந்தது. திருநெல்வேலி ஜங்ஷனில் இரவு நேர இட்லிக்கடை ஒன்றை அவர்கள் நடத்தி வந்தார்கள். ஆச்சிக்கடை இட்லி ரொம்பவும் பிரசித்தம். ஒவ்வோர் இட்லியும் வெள்ளை வெளேர் என்று மிருதுவாயும் சுடச்சுடவும் இருக்கும். சாப்பிடுகிற ஒவ்வொருத்தனும் கூடவே பயரும் ஆம்லெட்டும் வாங்கிவிட்டான் என்றால் போதும். வியாபாரம் கொழித்துவிடும். குஷியில் வெள்ளிக் கிழமை லீவு விட்டு விடலாம். அத்தனையும் கிழவி கண்ட கனா கெடுத்து விட்டது. அரச மரத்துப் பிடிச்ச சனி பிள்ளையாரையும் பிடிச்சது மாதிரி கிழவிக்கு வந்த கேடு சுப்பிரமணிக்கு லபித்த பட்டினி என்று நாட்கள் கழிந்துகொண்டிருந்தன. கொஞ்ச நாட்களாகவே கல்யாணி ஆச்சியின் நடவடிக்கைகள் எல்லாம் குளறுபடியாய் மாறியிருந்தன. ஆச்சிக்கு வயது எழுபதுக்கு மேலிருக்கும். ஆனால் இந்த வயதிலும் அதிகாலையில் எழுந்து குறுக்குத்துறை தாமிரபரணியில் குளித்துத் துணி துவைத்து பிள்ளையார், முருகன் கோவில்களில் நான்கு தங்க அரளிப் பூக்களைப்

போட்டு கும்பிட்டுவிட்டு வந்தால்தான் ஆச்சிக்கு பொழுது புலரும். ஆச்சி பெரிய உழைப்பாளி. தன் வேலைகளை மிகவும் மகிழ்ச்சியாகச் செய்வாள். இத்தனைக்கும் அவள் வாழ்க்கையில் சந்தோஷப்படும் படியாக ஏதுமில்லை. பதினெட்டு வயதில் சொந்தக்கார கிழவன் ஒருவனுக்கு இரண்டாம் தாரமாக வாழ்க்கைப்பட்டாள். இருபத்தி நான்கு வயதில் விதவையானாள். நாற்பத்தி ஏழு வயதில் வாழ்ந்து கெட்ட குடும்பம் ஒன்றின் அநாதைப் பயலான கோட்டிக்கார சங்கரவேலு அவளுடன் ஒட்டிக்கொண்டான். ஆச்சி அவனைத் தன் சொந்த மகன் என்றே எல்லோரிடமும் சொல்லி வந்தாள். தள்ளாத காலத்தில் சுப்பிரமணியும் அவளுடன் ஒட்டிக் கொண்டான். மூவரும் சேர்ந்தது தான் இட்லிக்கடை. ஆச்சிதான் கிட்டத்தட்ட எல்லா வேலையும் செய்வாள்.

இந்த வயதிலும் ஒரு பெரிய குத்துப்போணிக்கு மாவரைத்து இடுப்பில் தூக்கிக்கொண்டு கைலாசபுரத்திலிருந்து ஜங்ஷனுக்கு வந்துவிடுவாள். மடக்கு மேஜை, நான்கு நாற்காலிகள் இவற்றைத் தூக்கிப்போடுவது, பரிமாறுவது, பில்தொகை சொல்லி கணக்குப் பார்த்து பணம் வாங்கிக் கல்லாவில் போடுவது இவ்வளவுதான் சுப்பிரமணிக்கு வேலை. சங்கரவேலு ஆச்சிக்கு எடுபிடி. உண்மையில் அவன் எந்த வேலையும் செய்யமாட்டான். வாட்ட சாட்டமாய் இருப்பான். முப்பதோ, நாற்பதோ, ஐம்பதோ எது வேண்டுமானாலும் அவன் வயதாய் இருக் கலாம். அவன் மாதிரி உடல்வாகு உள்ளவர்களைச் சாதாரணமாகத் தீவெட்டித் தடியன் என்றழைப்பார்கள். தொப்புளுக்குக் கீழே லுங்கியை இறக்கிக் கட்டிக்கொண்டு மேலே ஒரு அழுக்குத் துண்டை இறுக்கி பெல்ட் மாதிரி கட்டியிருப்பான். சட்டை போடமாட்டான். சும்மாவே உட்கார்ந்திருப்பான். திருச்செந்தூர் முருகனின் தெய்வீக அருள் இருப்பதால்தான் அவனுக்கு சாப்பிடுகிற சாப்பாடு செமிக்கிறது என்பாள் ஆச்சி. சங்கரவேலுவுக்கு எது தெரிகிறதோ இல்லையோ சதா நேரம் என்ன என்று தெரிந்தே ஆகவேண்டும். அதையும் மற்றவர் களிடம் சரியாகக் கேட்கத் தெரியாது. சாப்பிடுகிறவர்கள், சாப்பிடாத வர்கள், போகிறவர்கள், வருகிறவர்கள் யாராக இருந்தாலும் அவனுக்கு நேரம் தெரியவேண்டும்போது அவர்களை வழி மறித்து 'காலம் என்ன?' என்று கேட்பான். அதற்குப் பதிலாய் சரியான மணிதான் சொல்ல வேண்டுமென்பதில்லை. உண்மையில் என்ன பதில் வேண்டுமானாலும் சொல்லலாம். உதாரணத்துக்கு இப்போது நடக்கிற கூத்தைப் பாருங்கள்:

'காலம் என்ன?'

'காலம் அழிவு காலம்டா சங்கரவேலு. சீவலப்பேரி சுடலைமாடசாமி எங்கிட்ட சொல்லுச்சு. சீவனுள்ள மேகம் ஒண்ணு தரையெறங்கி கூத்தாடும் அந்தன்னைக்கு எல்லாம் அழியும்னு மாடன் துடியான தெய்வம்லா. காலம் அழிவு காலம்டா சங்கரவேலு'

‘ஏ ஆச்சி, ஒன் சொள்ள மாடன் பேச்ச விடமாட்ட? சதா இதே பேச்சு. ஆறுமுவத்துமங்கலத்துல போயி பேயோட்டுனாத்தான் சரியா வருவ ஆத்தாவும் பிள்ளையும் வந்துட்டாங்கய்யா பொளப்ப கெடுக்க’

‘எங்கிட்ட சாமி சொன்ன நாலாமத்து நாளு திருநெல்வேலிக்கு பொயலும் வெள்ளமும் வந்துச்சே அதுக்கு என்ன சொல்லுத நீ? கைலாசபுரம் முழுக்க முங்கிப்போச்சு. ஆத்துல பாலத்துக்கு மேல தண்ணி போச்சு. மேகம் தரையிறங்கி கூத்தாடல? கடைசி அம்பது வருசத்துல இப்டி ஒரு வெள்ளம் உண்டுமாலே? உண்டுமா? ஏலே உண்டுமா? ஏதோ பேச வந்துட்டான். மாடசாமியைப் பத்தி பேசின நாக்க இழுத்து வச்சு அறுத்துப் போடுவேன் ஆமா’

‘பெரிய குறிகாரி இவ. போ ஆச்சி. சும்மா இருப்பியா. ஒனக்கு வேல செஞ்சு மடுத்துருச்சு. ஏதுடா சாக்குன்னு பாத்த. வெள்ளம் வந்த பெறவு வேல செய்ய மாட்டேங்கிர. ஒன்னச் சொல்லியும் குத்தமில்ல. வாழ்க்கைல ஒழைச்சு ஒழைச்சு நீயும்தான் என்னத்தக் கண்ட?’

ஆச்சி பதில் பேசவில்லை. சுப்பிரமணிதான் அவனுடைய வழக்கமான கடைசி அஸ்திரமான ‘வாழ்க்கைல நீ என்னத்த கண்ட?’ என்பதைப் பிரயோகித்துவிட்டானே, இனி எப்படி அவள் பதில் சொல்லுவாள்? சுப்பிரமணி அடிக்கடி ஆச்சியிடம் இந்தக் கேள்வியைக் கேட்பான். எந்தவித சுயபிரக்ஞையும் இல்லாமல் வேலை வேலை என்று மட்டுமே இருந்த ஆச்சியை இந்தக் கேள்வி பல சமயம் நிலை குலைய வைத்திருக்கிறது. ஆரம்பத்தில் இதுவெல்லாம் என்ன கேள்வி என்பது போல அலட்சியமாய் இருந்தாள். சுப்பிரமணி அடிக்கடி கேட்க கேட்க யோசித்து பதில் சொல்லவேண்டும் என்று மனத்திற்குள் சங்கல்பம் எடுத்துக்கொண்டாள்.

ஒரு நாள் விடை கிடைத்துவிட்டது போல தோன்றியவுடன் உடனடியாக சுப்பிரமணியிடம் சென்று பெருமையாக, ‘ஏலே சுப்பிரமணி, வாழ்க்கைல நான் என்னத்தக் கண்டேன் என்னத்தக் கண்டேன்னுட்டு சும்மா நீ கேப்பிலா. நா நெல்லையப்பர் கோவில் தேரோட்டம் பாத்திருக்கன்லாலே?’ என்றாள். சுப்பிரமணி அதற்கு அப்படி விழுந்து விழுந்து சிரித்திருக்கத் தேவையில்லைதான். அவனோடு கிட்டத்தட்ட ஒரு மாசம் அவள் முகங்கொடுத்தே பேசவில்லை. சுப்பிரமணி தனக்குத் தெரிந்த அத்தனை தகிடுத்தத்தங்களையும் கருவிகளாய்ப் பயன்படுத்திதான் ஆச்சியை சமாதானம் செய்ய முடிந்தது. நெல்லையப்பர் கோவில் தேரோட்டம், திருச்செந்தூர் சஷ்டி விழா, பாஞ்சாலங்குறிச்சி ரேக்ளா பந்தயம், சுடலைமாடனுக்குரிய பங்குனி உத்திரக் கொடை ஆகியவற்றை ஆச்சி வாழ்க்கையில் கண்ட பெரிய விஷயங்களாக சுப்பிரமணி ஏற்றுக்கொண்டான் அல்லது ஒரு சமயம் ஏற்றுக்கொள்வது போல நடித்தான். ஆச்சிக்கு உள்ளுக்குள் அவன் தான் சொல்வதை ஏற்றுக்கொள்ளவில்லை என்று நன்றாகவே

தெரியும். அவன் ஒப்புக்கொண்டிருந்தான் என்றால் நமுட்டுச் சிரிப்பு சிரித்தபடி கேட்பானேன்? உண்மைக்கும் பெரிய திருவிழாவில் பங்கேற்பதை விட வேறென்ன பெரிய விஷயம் வாழ்க்கையில் இருக்க முடியும் என்று ஆச்சிக்குப் புரியவில்லை. கோபத்தில், உன் சங்காத்தமே வேண்டாம் என்று சுப்பிரமணியை விரட்டி விடலாமா என்று கூட யோசித்தாள். ஆனால் கதை நடக்கவேண்டுமே! சங்கரவேலுத் தடியனை வைத்துக்கொண்டு தனியாக வியாபாரம் செய்ய முடியுமா என்ன? இது தவிர தன்னை அங்கீகரிக்க மறுக்கின்ற இன்னொருவனின் வன்முறைக்கு ஆட்பட்டு வாழ்வதுத்தானே நம் எல்லோருடைய வாழ்க்கையும்? ஆச்சி மட்டும் இந்தப் பொதுவிதிக்கு விலக்காக முடியுமா? இல்லையென்றால் தன்னை அங்கீகரிக்காத மற்றவனைக் கொன்று தீர்த்துவிடவா முடியும்? ஒருவரின் ஜீவித நியாயத்தைக் கேள்விக்குள்ளாக்க இன்னொருவருக்கு என்ன அதிகாரம் இருக்கிறது என்ற கேள்வி சத்தியமானதுதான். ஆனால் நம் சரித்திர விபரீதங்கள் எல்லாம் ஒருவரின் ஜீவித நியாயத்தை மற்றொருவர் மறுக்கப் போய் விளைந்த விபத்துக்களின் தொகுதிதானே? ஆச்சி இந்த மாதிரி யெல்லாம் சிந்திக்காமலேயே, மௌனமான நாகரிக உடன்படிக்கைக்கு உட்பட்டவளாய் சுப்பிரமணியைத் தொடர்ந்து வேலைக்கு வைத்துக் கொண்டாள். அதே சமயத்தில் தான் கண்டுபிடித்த உண்மையின் பல பரிமாணங்களையும் சுப்பிரமணிக்கு உணர்த்தவே ஆச்சி பல தடவை முயன்றாள். இரவு கண் முழித்ததன் அயர்ச்சி நீங்கக் காலை முழுவதும் தூங்கிவிட்டு மதியம் மூன்று மணி வாக்கில் ஆச்சி வழக்கமாக மாவாட்ட உட்காருவாள். அப்போதெல்லால் சுப்பிரமணி முழித்துக் கொண்டே தூங்குவது போல ஒரு கள்ளத் தூக்கம் போட்டுச் சோம்பேறித்தனமாய் படுத்துக் கிடப்பான். மாவை ஒதுக்கி உதவி செய்யும் சங்கரவேலு 'காலமென்ன காலமென்ன' என்று படுத்த ஆரம்பித்த உடனேயே ஆச்சி 'நீயாவது கேளுடா சங்கரவேலு' என்று ஆரம்பித்து திருவிழாக்களின் அருமை பெருமைகளை அளப்பாள். வருடா வருடம் திருவிழா பழக்க வழக்கங்களில் ஏற்பட்ட மாற்றங்கள், பக்தி பரவசம், ஏராளமான மக்கள் ஒரே இடத்தில் கூடுவதால் தெய்வத்திற்கு அதிகரிக்கின்ற சக்தி நின்று கொல்லும் சக்தியாகச் செயல்படுவது என ஆச்சியின் வளவளப்பு நீண்டுகொண்டே போகும்.

சுப்பிரமணி கிட்டத்தட்ட ஒரு வாரம் பொறுத்துப் பார்த்தான். அதற்கு மேல் அவனுக்கு சகிக்கவில்லை. முதலில் தன்னைத் தூங்க விடாமல் கிழவி அறுக்கிறாள் என்று கத்திப் பார்த்தான். பிறகு அவள் சங்கரவேலுவிடம் கதை சொல்ல ஆரம்பிக்கும்போதே சினிமாப் பாடல்களைப் பெருங்குரலில் பாடிப் பார்த்தான். எதற்கும் ஆச்சி அசரவில்லை. சுப்பிரமணியை ரெண்டு அதட்டல் போட்டுவிட்டு அவள் பாட்டுக்குத் திருவிழாப் பெருமை பேசினாள். இதற்கு ஒரு

முடிவு கட்டியே தீரவேண்டும் என்ற வீறாப்பு சுப்பிரமணிக்கு வலுத்து விட்டது. ஒரு நாள் சங்கரவேலுவைப் பிடித்து வைத்து 'என்னாலே தேரோட்டம், கொடைன்னு ஒங்கம்மா கத அளக்கா? திருவிழான்னா மொற மாப்பிள்ள பசங்க மொறப்பொண்ணுங்கள பாப்பானுங்க. ரௌடிப் பயலுக நாலு பொம்பளகள கையப் புடிச்சு இளுப்பானுக' என்று சுப்பிரமணி சொன்னதற்கு சங்கரவேலு கிளுகிளுவென சிரித்தான். 'பாரு, ஒனக்கே சிரிப்பாணி பொங்குது. ஒங்க ஆத்தா ஏன் ஒனக்கு தேரோட்டக் கத சொல்லுதான்னு இப்பல்ல புரியுது' ஆச்சி காது படத்தான் அவன் இப்படிச் சொன்னான். ஆச்சிக்குத் துணுக்கென்றது. 'என்னலே சொல்லுத?' என்றாள் கோபமாக. 'சங்கரவேலுவுக்கு கலியாணம் வேண்டாமா ஆச்சி? அதான் ஆச உண்டாக்குதேன்' இந்த நிகழ்ச்சிக்குப் பிறகு சுப்பிரமணி நிம்மதியாக மத்தியானங்களில் படுத்துக்கிடந்தான். ஒரு முறை சங்கரவேலு 'காலம் என்ன?' என்றதற்கு ஆச்சி 'சும்மா கிட சவமே' என்றாள்.

ஆச்சி அதன் பிறகு மௌனமாக இருந்தாளே தவிர அவளுக்கு சுப்பிரமணி மேல் உள்ளுக்குள் கடுங்கோபம் கனன்றுகொண்டிருந்தது. இந்த சனியன் பிடிச்ச பயல ஒழிச்சுக் கட்டிவிடணும்னு மனத்திற்குள் கருவிக்கொண்டாள். ஆனால் சுப்பிரமணி இல்லாவிட்டால் யார் இட்லிக்கடைக்கு வரும் குடிகாரர்களையும் ரௌடிப்பசங்களையும் சமாளிப்பது? அதிகாலையில் இட்லிக்கடையில் இருந்து திரும்பிய பின் அந்த ஆயாசத்திலும் ஆச்சிக்குத் தூக்கம் வருவது சிரமமாக மாறிவிட்டது. சுப்பிரமணியை எப்படியாவது கதறக் கதற அடித்துவிடவேண்டும் என்று ஒரு சமயமும் தெய்வம் அவனை சரியானபடி தட்டிக்கேட்கும் என்று இன்னொரு சமயமும் நினைத்துக்கொள்வாள்.

ஆனால் சுப்பிரமணிக்கோ தான் ஆச்சியின் வாழ்க்கையின் ஆதார மையங்களைக் குறி வைத்துத் தாக்கி வருகிறோம் என்று சத்தியமாகத் தெரியாது. அவனைப் பொறுத்தவரை ஒவ்வொருவரும் வாழ்க்கையில் ஒரு முறையேனும் சலித்துக்கொள்ள வேண்டும். சலிப்பே ஏற்படாத அளவுக்கு திருப்தியோடு எப்படி ஒருவர் வாழமுடியும்? அதிலும் இளம் வயதில் விதவையான இந்தக் கிழவி, வெந்ததைத் தின்று விதி வந்தபோது சாவோம் என்றிருக்கக்கூடிய இந்தக் கிழவி, உழைப்பைத் தவிர வேறெந்த இன்பத்தையும் அடையாத இந்தக் கிழவி ஒரு முறை கூட சலித்துக்கொள்ளாமல் இருப்பது ஏன்? இப்படியெல்லாம் சுப்பிரமணி யோசிக்கவில்லையென்றாலும் ஆச்சி பெரிய கர்வி என்று அவன் நினைத்ததில் அவன் அறியாத இந்தப் பின்புலம் இருந்தது. அந்தப் பின்புலம் சோதிடம், சூதாட்டம், விதி ஆகியவற்றின் மேல் சுப்பிரமணி வைத்திருந்த நம்பிக்கையால் உருவானது என்று சொல்லலாம்.

திருநெல்வேலி ஜங்ஷனில் நன்னாரி சர்பத் விற்றுக் கொண்டிருந்தவனெல்லாம் நான்கடுக்கு மாளிகை கட்டியது எப்படி? எல்லாம்

லெக்கினாதிபதி அருள். மூலைக்கு இரண்டு அல்வாக் கடை இருந்தும் ஒரே கடையில் போய் அத்தனை கூட்டமும் சாரச் சரிய நிற்பதேன்? புதன் அருளால் கிடைத்த ஜன வசியம். பண்ணையார் குடும்பத்தில் பிறந்த சங்கரவேலு கோட்டிக்காரனாய் திரிவது ஏன்? நீசமடைந்த சந்திரனின் கொடுப்பினை. இது போல பலவாறாக சுப்பிரமணி தனக்குள்ளே பேசிக்கொள்வான். ஆச்சியின் நிம்மதியான திருப்திதான் எந்த கிரகத்தின் சதி என்று அவனுக்கு விளங்கவேயில்லை. ஆச்சி மிகப் பெரிய அதிர்ஷ்டக்காரி என்று முதலில் நம்பிய அவன் அவள் கையால் நாகாலாந்து, மணிப்பூர், திரிபுரா, பொங்கல் பம்பர், அஷ்டலட்சுமி என்று பல லாட்டரி டிக்கெட்டும் வாங்கிப் பார்த்தான். பெருத்த நஷ்டம் ஏற்பட்டதுதான் மிச்சம். தாயக்கட்டம் விளையாடினால்கூட ஆச்சியின் காய்கள் கிடந்து தெவங்கும். காய்கள் கொத்துப் பட்டால் திகையவே திகையாது. ஒரு சிவராத்திரி கண் விழித்து விளையாடினாலும் ஆச்சி ஒரு காய்கூட பழமேற்ற மாட்டாள். ஆனால் 'காலமென்ன' என்று முணுமுணுத்துக் கொண்டே கட்டைகளை சங்கரவேலு உருட்டினா னென்றால் விருத்தமாய்க் கொட்டும். முதலில் பழம் போவான். மற்றவர்களின் காய்களை நிசாரமாய்க் கொத்தித் தள்ளிவிடுவான். தன் ஜாதகத்தின் தசாபுத்திக்கேற்ப கிரகங்களைக் குளிப்பாட்டி தன் எதிர்காலத்தை சுபிட்சமாக்க முடியுமென நம்பிய சுப்பிரமணியின் வாரந்திர அர்ச்சனை போன்ற செயல்களைக் கல்யாணி ஆச்சி, சங்கரவேலு ஆகியோரின் இயல்பான வாழ்க்கை ஏதோ ஒரு விதத்தில் அர்த்தமற்றதாக மாற்றிக்கொண்டிருந்தது. தன்னுடைய செயல்களின் அர்த்தமற்ற தன்மையில் விளைந்த சோகத்தை மறப்பதற்கே ஆச்சியின் வாழ்க்கை அபத்தமானது என்ற பொருள்பட பேசி ஆச்சியை சுப்பிரமணி நோகடித்து வந்தான் என்று விளக்கம் சொல்ல இடமிருக்கிறது. ஒரு வேளை இப்படிப்பட்ட விளக்கங்கள் எல்லாமே பொய்யோ என்னவோ யார் கண்டார்கள்? ஒரு வேளை சுப்பிரமணி ஆச்சியின் மேல் உண்மையான கரிசனத்தினால் அவளைத் துன்புறுத்துகிறோம் என்ற உணர்வேயில்லாமல் இப்படியெல்லாம் பேசி வந்திருக்கலாம். உண்மைக்குத்தான் எப்பொழுதுமே பல பரிமாணங்கள் உண்டே?

தன் திருவிழாப் பெருமைகள் சுப்பிரமணியிடம் தோற்றுவிட்டதைத் தொடர்ந்து ஆச்சி தன் சமையல் திறனைப் பற்றி வளவளக்க ஆரம்பித்தாள். இந்தப் பெருமையின் அவல முடிவு சங்கரவேலு தலையில் போய் முடியும் என்று அப்போது யார்தான் நினைத்திருக்க முடியும்? இட்லிக் கடைக்குக் கூட்டமே தன்னுடைய சமையல் திறனால்தான் என்று ஆச்சி அளந்து கொட்டியதை சுப்பிரமணி அந்த நேரம் சகித்துக்கொண்டிருக்கலாம் அவன்தான் பிசாசுப் பையல் ஆயிற்றே! சும்மாவா இருப்பான். அவன் நிதானமாக எப்படி இரவு நேரத்தில் வேறு கடைகள் இல்லாததால் ஆச்சி கடைக்குக் கூட்டம் வர

கல்யாணி ஆச்சியின் கடைசி தினங்கள் ✦ 103

நேர்கிறது என்பதை விளக்கிச் சொன்னான். ஆச்சியின் கைத்திறமையைப் பாராட்டுகிறவர்கள் அனைவருமே துட்டு ஒழுங்காகத் தராதவர்கள் என்பதையும் அவன் திட்டவட்டமாக நிரூபித்தான். இச்சம்பவத்திற்கு மறுநாள் ஆச்சி முற்றிலுமாக நிதானமிழந்தாள். என்ன செய்கிறோம் என்ற ஓர்மையே இல்லாமல் ஒரு நாள் மதியம் சின்ன தவறு ஒன்றிற்காக சங்கரவேலுவை விறகுக்கட்டையால் அடி அடியென்று அடித்துத் நொறுக்கித் தள்ளிவிட்டாள். ஆச்சியின் கோபத்தையே அறியாத சங்கரவேலு 'காலமென்ன காலமென்ன' என்று கதறி அழுதான். சுப்பிரமணிதான் ஆச்சியிடமிருந்து அவனைக் காப்பாற்ற வேண்டி யிருந்தது. அப்போதும் அவன் ஆச்சியை வாழ்க்கைல நீ என்னத்த கண்ட என்று திட்டினான். மனம் வெம்பி ஆச்சி நொறுங்கிப் போனாள் என்று நிச்சயமாகச் சொல்லலாம். ஆனாலும் ஆச்சி விடவில்லை. சாப்பிட வருகிறவர்களிடம் சரியான பாக்கித் தொகையைக் கொடுக் காமல் சுப்பிரமணி ஏமாற்றுகிறான் என்று ஒரு நாள் கூச்சலிட்டாள். சுப்பிரமணி பதிலுக்கு கத்தினான். விவகாரம் பெரிதாகிவிட போலீஸ், லஞ்சம், கேசு, அடிதடி என்றாகிவிட்டது. முழு வியாபாரத்தையும் ஏறக்கட்ட வேண்டியதாகிவிட்டது. கிட்டத்தட்ட ஒரு வாரத்தை அவர்கள் அரை வயிற்றுக் கஞ்சியுடனும் பட்டினியோடும் கழிக்க வேண்டியதாயிற்று. பசி பொறுக்காத சுப்பிரமணி எரிச்சலின் உச்ச கட்டத்தில் இருந்தபோது ஆச்சி சங்கரவேலுவிடம் அளக்க புதுப் பெருமை ஒன்றைக் கண்டுபிடித்தாள்.

'ஏலேய் சங்கரவேலு, அரளில எத்தன அரளி உண்டு தெரியுமாலே? நா சொல்லுதன் கேள். வெள்ளரளி, வெள்ள அடுக்கரளி, செவ்வரளி, செவ்வடுக்கரளி, கஸ்தூரி அரளி, ஆத்தரளி, வெள்ளக்காசரளி, சிவப்புக்காசரளி, தங்கரளி, சிறு தங்கரளி, மலையரளின்னுட்டு அரளி பதினோரு வகை. அரிசி எத்தன உண்டு தெரியுமா? 'புழுங்கலரிசி, பச்சையரிசி, கறுப்பு நெல்லரிசி, மட்டை நெல்லரிசி, மலை நெல்லரிசி, அருணாவரிசி, உலுவாவரிசி, ஏலவரிசி, கார்போக அரிசி, விளவரிசி, வெட்பாலை அரிசி. கடச்சரக்கு என்னவெல்லாம் தெரியுமா? இஞ்சி, ஏலம், கடுகு, சாதிக்காய், நீர்வெட்டிமுத்து, ரோசாமொட்டு, வெந்தயம், அதிமதுரம், காசுக்கட்டி, கோரோசனை, மஞ்சள், லவங்கப்பத்திரி.' பட்டியல் நீண்டுகொண்டே போனது. தூக்கமின்மையால் சிவந்த கண்களோடு தலைவிரி கோலமாய் உட்கார்ந்திருந்த ஆச்சி பட்டினியால் கரகரத்த குரலில் தொடர்ந்து விதவிதமான பட்டியல்களை அடுக்கிக் கொண்டே போனாள். வாழ்வின் அந்தி முற்றத்தில் தனக்குத் தெரிந்த பட்டியல்களையெல்லாம் வாரி இறைத்துவிட்டு அடங்கிவிட வேண்டும் என்ற வெறியில் அவள் பேசுவது போலத் தெரிந்தது.

முதலில் போனால் போகிறது என்றிருந்த சுப்பிரமணி நேரம் ஆக ஆக பொறுமையிழந்தான். பக்கத்து வீட்டிலிருந்து சுடலையாண்டியை

கூட்டி வந்து ஆச்சியின் பட்டியல்களை விட நீண்ட பட்டியல்களை மனப்பாடமாக ஒப்பிக்க வைத்தான். சுடலையாண்டி நாலாங்கிளாஸ்தான் படிக்கிறான். கெட்டிக்காரப் பயல். ஆச்சி முதலில் மனம் தளரவில்லை. ஆனால் சுடலையாண்டி உரங்களின் வீரியத்திற்கேற்ப ஓங்கி வளரும் விதவிதமான வாயில் நுழையாத ஆங்கிலப் பெயர்கள் கொண்ட அரிசி வகைகளை அடுக்கியபோது ஆச்சிக்கு புறவுலகம் விளங்கிக்கொள்ள இயலாததாய்ப் போயிற்று. சுடலையாண்டி கூறிய அரிசி வகைகள் பயிரிடப்படும் முறைகளை அறிய ஆச்சி பிரம்மப் பிரயத்தனம் செய்தாள். ரசாயன உரங்களின் தன்மையை அவளுக்கு யாராலும் விளக்க இயலவில்லை. அவளுக்குப் புரிந்ததெல்லாம் பயிருக்கு அடிக்கிற பூச்சிக்கொல்லி மருந்தெல்லாம் விஷம் என்பதுதான். சுப்பம்மாள் மகள் பாப்பா அந்த விஷத்தைக் குடித்துதான் செத்துப்போனாள் என்பது கைலாசபுரத்தில் பிரபலமான கதை.

கிட்டத்தட்ட ஒரு வாரத்திற்குப்பின் கடையைத் திறந்தபோது எல்லாமே சுமுகமாக நடக்கும்போலத்தான் இருந்தது. ஆனால் ஆச்சிக்குத் திடீரென்று இளகிவிட்டது. கடையில் நல்ல கூட்டம். ஆச்சி திடீரென்று விஷ அரிசி விஷ இட்லி என்று கூப்பாடு போட ஆரம்பித்து விட்டாள். கடைத்தெருவெங்கும் ஒரே களேபரமாகிவிட்டது.

இனிமேல் திருநெல்வேலி ஜங்ஷனில் கடை வைத்துப் பிழைக்க முடியாது என்றாகிவிட்டது நிலைமை. சுப்பிரமணி தலையில் கைவைத்து உட்கார்ந்து விட்டான். புயலடிப்பதற்கு நான்கு நாட்கள் முன்பு இச்சம்பவம் நடந்த இரவில்தான் ஆச்சிக்கு அந்தக் கனவு மீண்டும் வந்தது.

அந்த விசித்திர கனவையும் விவரித்துதான் ஆக வேண்டும். தங்க அரளிப்பூக்களைப் போல சூரியன் பிரகாசித்துக்கொண்டிருக்கிற முன் மாலை நேரம். சங்கரவேலு தன் விகார இளிப்புடன் சூரியனை மறைத்து மேற்கு நோக்கி 'காலமென்ன காலமென்ன' என்று நடந்து கொண்டிருக்கிறான். அவன் காலடியில் முன்பொரு காலத்தில் மூன்று போகம் விளைந்த வயற்காடு நெருஞ்சிமுள் தோட்டமாய் விரிந்து கிடக்கிறது. நெருஞ்சி முள்புதர்களைச் சுற்றித் தேள்களும் பூரான்களும் கருநாகங்களும் மண்டிக்கிடக்கின்றன. சூரியனை நோக்கி தலைவிரி கோலமாய் தன்நிர்வாணம் மறைக்க நாதியற்று சங்கரவேலு 'கால மென்ன காலமென்ன' என்று ஓலமிட்டு ஓடுகிறான். 'விஷம் பூக்கும் காலமடா' சங்கரவேலு என்கிறாள் ஆச்சி. இவ்வாறு கதறி கதறி அழுது கொண்டே சங்கரவேலுவை அடி அடியென்று அடிக்கிறாள். சங்கரவேலு கெஞ்சுகிறான். அழுகிறான். அவன் உடலெங்கும் ரத்தம் பீறிடுகிறது. ஆச்சி விடுகிறாளில்லை. திருவிழாக்கள் காணாத சுடலைகளின் பீடங்களின் வழி அவர்கள் ஓடுகிறார்கள். 'சீவனுள்ள மேகம் ஒண்ணு தரையெறங்கிக் கூத்தாடும்' என்று வீறிடுகின்றன சுடலை பீடங்கள்.

‘விழு தாயம்’ என்று சொக்கட்டான் உருட்டுகிறான் சுப்பிரமணி. அவன் நெருஞ்சி முட்களையெல்லாம் டிராக்டரினால் உழுது போடுகிறான். உடைமர விதைகளை எல்லா இடங்களிலும் அவன் தூவத் தூவ ஆச்சி கழி கொண்டு சங்கரவேலுவை அடிக்கிறாள். ‘விஷம் பூக்கும் காலமடா சங்கரவேலு’ என்று தொடர்ந்து அழுகிறாள். ஆச்சி இக்கனவின் நடுவில் பலமுறை எழுந்து எழுந்து உட்கார்ந்தாள். சங்கரவேலு படுத்திருக்கும் இடத்திற்குப் போய் போய் பார்த்துவிட்டு வந்தாள். பெரும் குரலெடுத்து சில நேரம் கேவிக்கேவி அழுதாள். ஏன் எதற்கு என்று அவளுக்கு எதுவுமே விளங்கவில்லை. கனவு அவளை விடவில்லை. தீக்கனவின் தீராத வேதனை அவளைக் கடுஞ்சுரத்தில் தள்ளியது. சுடலைமாடசாமி அவளை இட்லி அவிக்க வேண்டாம் என்று சொல்லியதுதான் இக்கனவின் பொருள் என்று அவள் உறுதியாக நம்பினாள். சுப்பிரமணியும் சங்கரவேலுவும் அவள் நம்பிக்கையைப் பகிர்ந்துகொள்ளவேண்டும் என்றும் அவள் எதிர்பார்த்தாள்.

புயலடித்தபின் இரு வாரங்கள் அவள் பிடிவாதமாய் எந்த வேலையும் செய்ய மறுத்துவிட்டாள். கடைசி ஒரு நாள் எதுவுமே பேசாமல் வெறித்துப் பார்த்துக்கொண்டிருந்தாள். அந்தி வேளையில் குத்த வைத்த வாக்கிலேயே கண்மூடாமல் மரித்துப் போனாள் கல்யாணி ஆச்சி. வாயிலும் வயிற்றிலும் அடித்துக்கொண்டு கதறி அழுத சுப்பிரமணிதான் கொள்ளி வைத்தான். சங்கரவேலு ‘காலமென்ன காலமென்ன’ என்றபடி இன்னும் திருநெல்வேலி ஜங்ஷனில் திரிந்துகொண்டுதான் இருக்கிறான்.

குறிப்பு

ஸில்வியா என்ற புனைபெயரில் நான் எழுதிய இந்தக் கதை தமிழ் இந்தியா டுடே இதழில் 1990இல் வெளிவந்தது. பிறகு பல தொகுப்புகளில் நான் அறிந்தும் அறியாமலும் சேர்க்கப்பட்டு விரிவான வாசக தளத்தை இந்தக் கதை எட்டியிருக்கிறது. காவ்யா பதிப்பகம் வெளியிட்ட பேராசிரியர் முனைவர் சு. சண்முகசுந்தரத்தால் தொகுக்கப்பட்ட *நெல்லைச் சிறுகதைகள்* தொகுப்பில் இக்கதை பிரசுரமாகியிருக்கிறது. இத்தொகுப்பின் முதல் பதிப்பு 2000ஆம் ஆண்டிலும் இரண்டாம் பதிப்பு 2011ஆம் ஆண்டிலும் வெளிவந்திருக்கிறது. இத்தொகுப்பை எனக்கு அனுப்பித் தந்து இந்தக் கதையை இங்கே வெளியிட உதவி செய்த நண்பர் சண்முகசுந்தரத்திற்கு என் மனமார்ந்த நன்றிகள்.

12

மர்ம நாவல்

அறிவின் எல்லையைத் தேடிச் சென்ற மு. பைத்தியம் பிடித்துக் காணாமல் போனதும் அதற்காக விசனப்பட்டதும்.

நாபிக்கொடித் தரையில் ஊசலாட கிடுகிடுவென வளர்ந்த வெந்தாடி பூமியைத் தீண்ட அப்போதுதான் ஜனித்த ஆண் குழந்தையொன்று பனிக்காற்றின் வேகத்திற்கெதிரான தளிர் நடையில் திருநெல்வேலி யில் அதிகாலை மூன்று மணி முப்பது நிமிடம் மூன்று நொடிக்குக் காணப்பட்டது. திரும்பிய வெளியெங்கும் வெள்ளையடிக்கப்பட்டச் சுவர்கள் கருங்கண்ணாடியாய் நிற்க சாக்கடைகளில் மல நாற்றம் ஸ்தூலமான அம்மணங் காட்ட அக்குழந்தை கண் உள் இறங்கிய, பற்கள் முன்நீண்ட, வயிறு உப்பிய விகார பிம்பமானது. அல்வாவைப் பார்த்த பட்டிக்காட்டானாய் நாபிக்கொடியில் ரத்தம் காய்வதற்கு முன் பிம்பத்தை நோக்கி நீண்ட கரங்களின் யத்தனிப்பில் மு.மு. என்ற சொல் ஊடக வெளியை நிரப்ப நான் பிறந்தேன். மு. வாகிய நான் பாலுக்காக முலைவற்றிய தாயை ஏக்கக் கண் கொண்டு ரொப்பிய போது தந்தை யென்பவனது சுக்கிலப் பையின்கண், யான் வந்தமைந்த கணப்போது தொடங்கி, தாயென்பவளது சோணிதப்பையின் கண் சென்றடைந்த கணப் போதிற்கு முன் கணப்போது வரையுமாக என்னாலொருவாறு அளவிடப்பட்ட கோடி ஒன்பது லட்சத்தறுபதினாயிரங் கணப்போது பரியந்தம் எவ்வகைத் தடைகளும் வாராதபடி பகுதிப் பேரணுவிற் கிடந்த என் அகத்தினும் புறத்தினும் அருவாகியும், உருவாகியும் சவித்தன் முதலியவின்றி அன்போடும் அருளோடும் பாதுகாத்திருந்த எதற்கு நன்றி சொல்வதென்று குழம்பிப் போய் கள்ளம் பெற்றேன். இந்த இந்தியத் துணைகண்டத்தில் முலைப் பாலில்லாமல் சாகும் இருபது மில்லியன் குழந்தைகளில் நானும் ஒருவனல்ல என்ற மிகப் பெரிய ஆசுவாச உணர்வு ஒன்று போதாதா நான் நன்றி சொல்வதற்கு? ஆனால் யாருக்கு எதற்கு நன்றி சொல்வதென்றுதான் தெரியவில்லை. கள்ளம் பெற்ற நான் சக சிறுவர்களின் உதவியினால் குரூரம் பெற்றேன். முதலில் தவளை நாய் ஆகியவற்றில் துவங்கலாம். தவளையைக் கை

கால் வேறாகப் பிய்த்துக் கயிறுகளில் கட்டி ஆளுக்கொன்றாகப் பிடித்துக் கொண்டு சிந்துபூந்துறையின் தெருக்களில் வெறிபிடித்தவன் போல கத்திக்கொண்டே ஓடுவதில்தான் என்னவொரு ஆனந்தம்! கடைசியில் அதை ஒரு பைத்தியச் சிறுவன் மேலோ அல்லது விதவைக் கிழவியின் மேலோ வீசியெறிய வேண்டும். சைத்தன்களா என்று அவர்கள் ஏசுவதை காதுகுளிரக் கேட்கவேண்டும். பின்னர் நாய். நல்ல கூர்மையான ஜல்லிக் கல்லாய் இருந்தால் நல்லது அதன் வெள்ளை வயிற்றிலோ புட்டத்திலொ ணங்கென்று பட வேண்டும். நாய்களை விட என்னொத்த சிறுமிகள் மாட்டிக் கொண்டால் அதில் கிடைக்கும் பேரானந்தம் ஆஹா இதை விடப் பெரிய வீடுபேறென்றும் உளதோ தாண்டவக்கோனே? தெருவுக்குத் தெரு இங்கு சாக்கடைச் சுத்தம் செய்து மலம் கலந்த அழுக்கைக் குவித்து வைத்திருப்பார்கள். வருகின்ற சிறுமியின் மூஞ்சியில் டக்கென்று எடுத்து வீசிவிட வேண்டும். நாய்க்குப் பொறந்தவனே, அவனே இவனே என்ற சொற்கள் காற்றைத் தங்கள் வாசனையினால் நிரப்பும். சைவத் தேனொழுகும் தமிழ்ச் சொற்கள் செத்தாந்தம் வளர்த்த ஊரய்யா இது. மலத்தை மலத்தால் வெல்வோம். மலச்சாக்கடையிலேயே புரள்வோம் களிப்போம் கூத்தாடுவோம். கொண்டாடுவோம். குழந்தைப் பருவத்திலேயே தத்துவநோக்கு பெற வேறு ஒரு ஸ்தலம் உண்டா இவ்வுலகில்? தேனொழுகும் தமிழ்ச் சொற்கள் மையம் கொடுத்தன. ஸார்வாள், மன்னிக்கனும் ஸார்வாள் உங்களைத் தேடித்தான் வந்திகிட்டுருந்தேன். எங்கப்பாவுக்கு உடம்பு சரியில்லை ஸார்வாள் அதான் வரமுடியலை. தயவுசெய்து மன்னிச்சுக் கிடுங்க ஸார்வாள். சத்தியமா இனிமே அப்படிச் செய்யமாட்டேன். திருடின பொருளைத் தந்துருவேன் ஸார்வாள். போதாதா இவை? ஆறு வயதில் ஐந்து பவுன் சங்கிலியைத் திருடியபின் போலீஸ் நிலையத் திற்குப் போகாமல் சுற்றிக் கொண்டிருந்த போது, பயிற்சி செய்த வார்த்தைகள் வாழ்நாள் பூராவும் பயன்படும்போல. மனமூர்க்கம் பெற்றுவிட்டால் போதும் எந்த சந்தர்ப்பத்திலும் இவற்றையே சொல்லித் தப்பி விடலாம். மு. பெரிய ஆளய்யா என்ற எழுத்தாளர் உலகம் என்னைப் புகழ்ந்ததற்குக் காரணம் இதே வார்த்தைகள்தான். ஆம் இதே வார்த்தைகள்தான். கள்ளம், குரூரம், மூர்க்கம், மும்மலங்கள் பதிபசு பாசம் மும்மலங்கள். மலங்களை வெல்வோம் நாங்கள். இப்படி யெல்லாம் எழுதிக் கொண்டிருக்கும் போதே என்னைப் பற்றித்தான் நான் சொல்லிக் கொண்டிருக்கிறேனோ என்ற சந்தேகம் வாசகா உனக்கு வரலாம். இல்லை இல்லை இல்லை. ஏனெனில் ஏழு வயதிலிருந்து இருபத்தியேழு வயது வரை இருபது ஆண்டுகள் நான் என்ன செய்தேன் என்று எனக்கு நினைவில்லை. பிம்பங்களின் யத்தனிப்பில் 'நான்' பிறந்ததால் ஏராளமான பிம்பங்களின் தொகுப்பாக நான் இருந்தேனாம். எம். ஜி.ஆர். கருணாநிதி இந்திரா காந்தி ஷோபனா ரவி மாளவிகா

கபாடியா ராஜீவ்காந்தி கபில்தேவ் பட்டோடி நவாப் கோல்ட்கஃபே ராணி டீச்சர் மனோகர் ரமேஷ்குமார் பேபி லூஸ்மோகன் பாமா பூமா ரகுனாதன் பாத்திமா சுஜாதா ஸ்வர்ணலதா ஜெயலலிதா பண்ருட்டி பிரபாகரன் என ஏதேதோ பெயர்களும் பிம்பங்களும் என்னைக் கட்டமைத்தன. நான் அவனானேன் அதுவானேன் அவளானேன் அவர்களானேன். மு. இக்காலத்தில் தான் எழுதியவற்றிலெல்லாம் தான் ஆணா பெண்ணா என்று தெரியவில்லை என்று அரற்றியிருப்பதைப் பல விமர்சகர்கள் கவனிக்கத் தவறிவிடுகிறார்கள். 'பிம்பங்களைப் புணரமுடியாது' என்று மிகப்பெரிய உண்மையைக் கண்டுபிடித்தவன் போல அவன் தெருக்களில் கூவிக் கூவிக் சென்றதைப் பல கோடித் தமிழர்கள் தொலைக்காட்சியில் கண்டு களிப்பெய்தனர். இந்தக் காலகட்டத்தில் தனக்கு நிகழ்ந்தவற்றையெல்லாம் மறந்துவிட்டதாக மு.கூறுவது தன் குற்றவாளிக் காலத்தை மறைப்பதற்கான உத்தி என ஒரு போலீஸ்காரரும் பிம்பப் பால்வினை நோய் என ஒரு மருத்துவரும் கூறுகின்றனர். ஒரு வேளை நாம் மு.வைப் பற்றி பேசிக் கொண்டிருக்க வில்லையோ என்னமோ. என்னடா இது ஒரே மர்மமாக இருக்கிறது? யாருடைய வரலாறுதான் தமிழக புண்ணிய பூமியில் இதிலிருந்து மாறுபட்டது? ஆஹாங் அதுதான் வார்த்தை – வரலாறு – கண்டு கொண்டான் மு. வரலாற்றை – வலியாக, ஒழுங்கின்மையாக, அதிகாரத்திற்கான மனிதப் புழுக்களின் போராட்டமாக, சங்கடமாக, மொழியாக, பெண்குறியாக, கண்ணாடியாக, பாம்பாக, வியர்வையாக, ஸ்கலிதமாக, வெறுமையாக, நிழலாக, மைப்புட்டியாக, பூஜ்யமாக – என சரியாக 14 விஷயங்களாக வரலாற்றை மு. உணர்ந்து கொண்டான். நினைவற்றுத் திரிந்த நாட்களில் தன் பெயரைத் திடீரென முநீயாண்டி என்று முழுமையாகக் கூறி எல்லாவற்றையும் திரும்பவும் பெயரிட வேண்டும் என்று தெருக்களில் எல்லாம் கரித்துண்டால் எழுதிப் போட்டானாம். இருபத்தியேழு வயதில் நினைவு வந்தபோது நாவல் எழுதுவதுதான் தனக்கென்று சபிக்கப்பட்டது என்று கூறிய மு. தனக் குள்ளாகவே ஒடுங்கிப்போனான். நாவலின் உண்மையான எதிரிகள் கதைக்களம், கரு, வலைப்பின்னல், கதாபாத்திரம், பின்புலம் என்று கண்டுகொண்ட அவன் 'தரிசனத்தின் முழுமை அல்லது அமைப்பு மட்டுமேதான் 20ஆம் நூற்றாண்டில் எஞ்சிநிற்க முடியும்' என்று தன்னுடைய மர்ம நாவலைத் துவக்கியிருக்கிறான். 'பேய்கள், பூதங்கள், குற்றவாளிகள், சபிக்கப்பட்ட தனியர்கள் ஆகியோர் மெலோடிராமா வையும் பலஹீனத்தையுமே வெளிப்படுத்துகிறார்கள். அவர்களிடம் உள்ள ஒரே பயங்கரம் என்னவெனில் தங்களுடைய கனவிலும் தனிமையைக் கண்டு பயந்து போவதுதான். ஆனால் ஒரு பாலைவனம் அல்லது பொய்யாக அமைக்கப்பட்ட ஜவுளிக்கடைகளின் முகப்பு தோற்றங்கள், முப்பரிமாண போஸ்டர்கள், தொடர்ந்து பிம்பங்களை

வாந்தியெடுக்கும் தொலைக்காட்சி, பிம்பங்களின் அசைவிற்கேற்ப நடனமாடும் எலும்புக்கூடு மனிதர்கள், இவர்களின் குசுப்பண்பாடு, நீதி வரையறைகள், சவத்தன்மை, உள்ளும் வெளியும் விரவியிருக்கும் வெறுமை. இதுவே தமிழகத்தின் இருபதாம் நூற்றாண்டுப் பயங்கரம். இதில் சிக்கிக்கொள்ளும் மனிதன் உடலுக்கு ஒரு நிழலின் அந்தஸ்துகூட கிடையாதென்றும் இருபத்தொன்றாம் நூற்றாண்டுக்குப் போய்க் கொண்டிருக்கும் அவலம். நமது வரலாற்றிற்கு எதிரான மனோ சக்தி எங்கே எங்கே? ஓ என் நகர மக்களே கேளீர்! உயிர்ப்புடன் தொடர்ந்து இவ்வுலகில் இருப்பது எப்படி என்று நாமனைவரும் சேர்ந்து ஆராய்ச்சி செய்வோம். தாடி முளைத்த குழந்தைகள் நமக்கு வேண்டாம். பிம்பங்களிலிருது விடுபடல் அவசியம். வரலாற்றிற்கு எதிரான மனோ சக்தி எங்கே? வரலாறு, ஒருங்கமைப்பு, குறியீட்டு வரையறை, சமிக்ஞை விதிகள் அனைத்திற்கும் கூட்டாகச் சேர்ந்து நாம் எப்படி எதிர்ப்பினைக் காட்டுவது? குறைக்க முடியாத இடைவெளியை, வெறுமையை எதைக் கொண்டு நிரப்புவது? ஆடு பாம்பே விளையாடு பாம்பே பாம்பின் இடைவிடா எழுச்சியால் மட்டுமே அடங்கியிருக் கிறது உயிர்ப்பு என்ற பேச்சினை அவனுடைய நாவலில் வரும் கதாபாத்திர நிழலொன்று சொல்வது உண்மையில் மு.வினுடைய கூற்றுதான் என விமர்சகர்கள் எழுதியிருக்கிறார்கள். வரலாற்றின் பிடியிலிருந்து விடுபட பௌதீகம் மட்டுமே பயன்படும் என்று உணர்ந்த மு.முப்பத்தி மூன்று வயது வரை பௌதீக ஆராய்ச்சியில் ஈடுபட்டான். இப்பிரபஞ்சம் முழுமையுமே பதினான்கு பரிமாண சக்தியினால் ஆளப்படுவதாகவும், நாம் நான்கை மட்டுமே (அகலம், நீளம், கனம், காலம்) பார்ப்பதினால் மீதி பத்தையும் உணர்வதில்லையென்றும் இப்பதினான்கு பரிமாணங்களின் இயக்கமே வரலாறு என்றும் மு.கண்டுபிடித்துக் கூறியுள்ளான். ஆல்பெர்ட் ஐன்ஸ்டீன், நீல்ஸ்போர் போன்றோர் கண்டறிய இயலாத இயற்கையின் அடிப்படை சக்தி களையும் அவற்றின் ஒருங்கிணைவையும் மு. எளிதாக அவிழ்த்து விட்டதாக விஞ்ஞானிகள் நோபல் பரிசுக்கான சிபாரிசுக் கடிதத்தில் எழுதியிருக்கிறார்கள். மு.வின் பௌதீகக் கோட்பாடு 'பூமாலைக் கோட்பாடு' என்றழைக்கப்படுகிறது. உதாரணமாக பதினான்கு வளையங்களால் ஆன ஒரு சங்கிலி இணைப்பு இன்னொரு பெரிய சங்கிலியில் வளையமாக இருப்பதைக் கற்பனை செய்து பாருங்கள். அது இன்னொன்றில் அது மற்றொன்றில் எனத் தொடர்ந்து பதினான்கு சங்கிலிகளை மனதில் கொண்டு வாருங்கள் இதுவே பிரபஞ்சம். இவற்றின் தொடர்ந்த ஒருங்கிணைந்த போக்கினால்தான் பிரபஞ்சம் இயங்குகிறது. வரலாறு நகர்கிறது. கணிதத்தின் மூலம் தன் பௌதிக கோட்பாட்டை நிரூபித்த மு.அப் பதினான்கு சக்திகளைப் பின்வருமாறு பெயரிட்டான்; 1. புவிஈர்ப்பு விசை 2. Quantum mechanics சொல்கிற

வலிமையான சக்தியும் பலஹீனமான சக்தியும். 3. திருநெல்வேலி இரட்டையடுக்கு மேம்பாலம் 4.காலம் 5. வான்கோவின் அறுக்கப்பட்ட காது 6. எலக்ட்ரோமேக்னடிக் சக்தி 7. எர்நெஸ்டோ சேகுவேராவின் துண்டாடப்பட்ட கைகள் 8. திருநெல்வேலியின் வெக்கையும் புழுக்கமும் 9.பெண்குறி 10. பிம்பங்கள் 11.இன்னபிற அல்லது முதலியன 12. அர்த்தங்கள் 13. திருநெல்வேலி மற்றும் கோவில்பட்டி 'இன்டெல்லக்சுவல்ஸ்' 14. பூஜ்யம் அல்லது வெறுமை அல்லது தமிழ். 'இப்பிரபஞ்சத்தையே திருநெல்வேலி கோவில்பட்டி இன்டெலக்சுவல்ஸ் தான் நகர்த்திச் செல்கிறார்கள் என்பதில் துளியும் ஐயப்பாடு எழும்ப முடியாது. ஆனால் பூஜ்யத்தையோ வெறுமையையோ தமிழர்களால் புரிந்துகொள்ளவே முடியாது' என்று தன் மர்ம நாவலில் எழுதிய மு. அப்படைப்பில் பக்கத்திற்குப் பக்கம் வெறுமை அல்லது வறுமையைக் குறிக்கும் வட்டமொன்றை வரைந்து வரைந்து காட்டியிருக்கிறான். நாம் மூன்றாம் உலக நாடொன்றில் இருக்கிறோமென்பதை வலியுறுத்த தொடர்ந்து மூன்று என்ற எண்ணை அவன் பயன்படுத்தியதாகவும் தெரிகிறது. பூஜ்யத்துடன் சில உரையாடல்கள் என்ற அத்தியாயத்தில் 'கட்டுரைகள், ஆய்வுகள், வாழ்க்கைக் குறிப்புகள் ஆகியவற்றை மட்டுமே நாம் எழுதவேண்டும். கழுத்து வியர்வையில் சகதிக்காடாய் மாறிவிட்டது. கிழக்கு ஐரோப்பியா நாட்டின் குளிரும் இதமான சுற்றுச் சூழலும் நமக்கு என்றுதான் வாய்க்கப்போகிறதோ. இந்த எழுத்துப் புழுக்கத்திலிருந்து விடுபட வேண்டும்' என்று எழுதப்பட்டிருக்கிறது. இதைப் படித்த பட்டி இன்டெல்லக்சுவல் சுந்தரராமசாமியின் ஜே.ஜே சில குறிப்புகளைக் காப்பியடித்துவிட்டான் மு. என அபத்தம் உதிர்த்தார், parody, forgery, திரும்ப ஜெ.ஜெ.-யை எழுதுகிறான் என்றெல்லாம் கூச்சல் போட்டார்கள். மு. தான் எந்த எருமை மாட்டின் மீதும் வெற்றிலைச் சாற்றினைத் துப்பவில்லை என்றான். உண்மையாக எழுதுகிறானா, கிண்டலா, குரங்கு சேஷ்டையா என மு வின் மர்ம நாவலைக் கடைசிவரை அனுமானிக்க முடியவில்லை. நாபகோவ், போர்ஹெஸில் ஆரம்பித்து பார்த்தல்மே, பார்த், கூலர், பிஞ்ச்சன், ஹாக்ஸ் வரை யாரை பற்றியும் இக்கேள்வி எழுந்ததில்லை என்பதை நாம் நினைவில்கொள்ள வேண்டும். அர்த்தங்களைத் துறந்துவிட்ட குறிப்பான்களைக் கடல்மடையென மடை கடலென மட கடலென கடமடவென வெனகனவென மனனன கணணதினன திறந்து விடு விட்டான் சுட்டான் தின்னான் மு. ஹெ. செ! மானுடா உனக்கு எப்படியடா அர்த்தம் சாத்தியமாயிற்று? நான் சோப் வாங்கினால்கூட போஃபார்ஸ் துப்பாக்கியும் வாங்கி விடுகிறேனாமே எப்படிச் சத்தியம் இது! சாத்தியம் சத்தியம் மத்திமம் கத்திமம் ரத்திமம் ரத்தம் ரத்தம் ரத்தம் குடி பருகு தின் உறிஞ்சு சீரழி தனிமனித மனப் புரட்சி ஜே கிருஷ்ணமூர்த்தி, ஜிட்டு கிருஷ்ணமூர்த்தி, வான்கோவின் அறுபட்ட

காது சேகுவேராவின் துண்டாடப்பட்ட கைகள் இதற்கெல்லாம் பதில் சொல்லய்யா கிருஷ்ணமூர்த்தி கெடுத்தியே தமிழை ஜே.ஜே. ஜோஸஃப் கெல்லர் ஜான் தி கில்லர் இருபது மில்லியன் குழந்தைகள் பாலில்லாமல் சாகிறதாமே தனிமனிதப் புரட்சி பூஜ்ய தளத்தை அடைய தூய அனுபவம் தேவை. அமைப்புகளை மறந்து விடு பூஜ்யமே உனக்கோர் நமஸ்காரம் பிம்பங்களின் மூலபிம்பமே நீயே கடவுள் உன்னையே துதிப்போம். கற்பின் நாயகன் நீ, அணையா ஜோதி நீ, பெண்குறிகளின் நாயகன் நீ, உன் காலத்தில் வாழ என் நிழலுருவம் என்ன தவம் செய்ததோ. என் நிழலின் பிம்பத்தின் பிம்பத்தினை இந்தத் திருநெல்வேலி மேம்பாலத்தில் பதிவு செய்ய என்னை அனுமதித்த நீயல்லவோ என் நாயகன். ராட்சசக் கண்ணாய் அமர்ந்திருக்கும் இந்த மேம்பாலத்திலிருந்து சிறு பிள்ளையின் மூத்திரக் கண்ணீராய் ஓடும் தாமிரபரணி மண்ணின் தஹிப்பு வானம் அறியா காலம். அர்த்தம் துறந்து ஓடு. என்ன நடக்கிறது இலங்கை அறியாதே வேண்டாம் வேண்டாம் வேண்டாம் வேண்டாம் வேண்டாம் வேண்டாம் வேண்டாம் வேண்டாம் வேண்டாம் வேண்டாம் வேண்டாம் கண்ணனின் சூழ்ச்சி புத்தனின் மௌனம் டி.வி.யில் மகாபாரதம் ஆரம்பித்துவிட்டது. ப்ரூட்டி விளம்பரம் மாளவிகா கபாடிகா கார்த்திக் கல்யாணம் செய்துகொண்டது யாரை ஜீவகாருண்யம் – உடலின் தசைகளெல்லாம் பசியில் திகுதிகுவென்று பற்றி எரியும்போது எது அதை அவிக்கிறதோ அதுவே ஜீவகாருண்யம். காலை உணவு முசுமுசுக்கீரை தூதுவளைக்கீரை அரைப்படி சுண்டக் காய்ச்சிய பால் நித்திய ஒழுக்கம் பகலில் தூக்கம் கூடாது. சுக்கிலத்தை வீணில் விடக் கூடாது உயிரை வீணில் விட்டுவிடலாம். இன்னொருவர் உயிரை விடச்செய்யலாம். பத்துகோடி ரூபாய் கடத்தல் ஹெராயின் பிடிபட்டது. நாம் சாதாரணமாக வாழ்ந்து கொண்டிருந்தாலே அதாவது வெந்ததை தின்று விதி வந்தபோது சாவோம் என்றிருந்தாலே நமது பொருளா தாரத்தினால் வல்லரசுகள் இன்னும் லாபம் பெறுகின்றனவாமே. பிம்பத்தின் நாயகனே என்னடா இது அர்த்தம். என்னால் முடியும் தம்பி. ஜாதி உன்னால் முடியும் தம்பி இது நம்ம ஆளு கண்ணை மூடி பவித்திரம் கொள். ஏலேய் பார்த்தல்மே இங்கே வா cheerful nihilism என்று ஏதோ சொல்கிறயாமே நீ என்னவாக்கும்லே அது? கொஞ்சம் சொல்லேன். ஏழா உனக்குத் தெருயுமாழா இவனுகளுக்கெல்லாம் வேர்களே கிடையாது. பனையேறத் தெருயுமா கள்ளு குடிக்கத் தெரியுமா பருத்திக்காடு தெரியுமா கரிசல் மண் தெரியுமா. குறைந்த பட்சம் மதினிகளையாவது தெரியுமா என்னலே கத கட்றானுக, கேக்கறதுக்கு நாலுபேரு. ஸார்வாள் மன்னிக்கனும். சத்தியமா நாளக்கி உங்கள வந்து பார்த்துவருவன் போல்க்லோர், இன்னாலே அது! இவன் களுக்கு ரூட்ஸ் இல்லமா ரௌடித்தனம் தெரியுமா இவன்களுக்கு யார்

எழுதினார்கள் இது வரை மு. வைப் பற்றிய கதையல்லவா கேட்டுக் கொண்டிருந்தோம். பூமால காணாமப் போய்ட்டான்மா, பைத்யம் புடிச்சுருச்சா அவனுக்கா அவன் காணாமப் போய் எவ்ளோவ் நாளாச் சின்ற நீ. அவனுக்குத்தான் அவராண்ட சொல்லி கானாப் பாட்டு பாட இட்டாந்தேன். அந்தாள் இன்னா இன்னாவோ பேசிக்கிறான். நல்ல சாராயம் ஊத்திகினு வன்ட்டான் போல தென்றல் இனிது வீசிக் கொண்டிருந்த அந்தக் காலைப் பொழுதினில் ஷர்மிளா தன் ஜீன்ஸ் பாண்டை சரி செய்து கொண்டே வெளியே எழுந்து நடந்தாள். இந்த ரமேஷுக்காகத் தான் எவ்வளவு நேரம் காத்துக்கிடப்பது. பாவம் ஒன்றுமறியாத பேதை அவள். இல்லையென்றால் தனது புஷ்டியான மார்புகளும், செழித்து வளர்ந்த பின்பாகங்களும் எந்தவொரு ஆண் மகனின் மனதையும் சுண்டியிழுக்கும் என்பதை அறியாதல்லவா தடங் தடங்கென்று நடை பயிலுகிறாள். நாடு முழுவதும் உள்நாட்டுக் கலகம் நடைபெறும்போது ஒரு அரசியல் தலைவன் உட்கார்ந்திருப்பது என்பது சக்கரத்துடன் இருக்கும் கிருஷ்ணன் பகவத் கீதையை குருஷேத்திரத்தின் நடுவே பாடுவதற்கு ஒப்பானதாகும். 'புதிய' சொற்பிரயோகம் எவ்வளவு சீக்கிரத்தில் கவர்ச்சியடைந்துவிடுகிறது. சிறிதளவு மாற்றியமைக்கப் பட்ட சொற்பிரயோக முறையைக்கொண்டு அடிப்படையான தத்துவ ஞானப் பிரச்சினைகளையும் அடிப்படையான தத்துவ ஞானப் போக்குகளையும் ஒருக்காலும் அகற்றிவிடமுடியாதென்பது எவ்வளவு சீக்கிரம் தெரிந்து விடுகிறது என்பதற்கு ஓஸ்ட்வால்டின் சக்தியியல் ஒரு நல்ல உதாரணமாகும். எப்படியாவது கதை சொல்லாமல் இருந்தால் சரி. தொடற்சியற்றவைகளே நமக்கு வேண்டும். திரும்பத் திரும்ப சொன்னதையேத் திரும்பச் சொன்னால் போச்சு. அது என்ன பிறகு? இது புத்தகமல்ல. இது ஏச்சு, மண்ணைவாரித் தூற்றுதல், Character assassination சாதாரண அர்த்தத்தில் இது புத்தகமல்ல. நீண்ட நாட்களாகக் காத்திருந்து அவமானப்படுத்துதல். கலை என்று சொல்லப் படுவதின் மேல் காறி உமிழப்பட்ட எச்சில். கடவுளின் வேட்டியை அவிழ்த்து விடப்பட்ட உதை. மனிதன், விதி, காலம், அழகு, காதல், அனைத்தின் மேலும் வீசப்பட்ட அலட்சியம் outrage, atrocity, வட்டங்கள் அவற்றின் மையங்கள். நீ குரலழிந்து போகையில் நான் தொடர்ந்து பாடுவேன். உன் நாற்றமடிக்கும் பிணத்தின் மீது நின்று பாடுவேன். உனக்குப் புரியவே கூடாது. உனது புரிதல்களுக்குத் தொடர்ந்து சவால்களை முன் வைப்பேன். கதறி அழு. குற்றமற்றதன்மை கொண்ட மாருதி கார்கள் அவற்றில் வளைய வரும் இளம் கன்னிகள். ஐந்து நட்சத்திர ஹோட்டல்கள். Fashion Shows. நெல்சன் மண்டேலாவுக்கு கறுப்பு உடைகளில் கன்னிகளின் அஞ்சலி. ஆவணக் காப்பகங்களும் பெண்களும். எல்லோருமே எப்படி கர்ப்பம் தரித்தார்கள்? அளவுநிலை பண்புநிலையாக மாற்றமடையும். அணு எடையின் அளவுநிலையே

அவைகளின் பண்புநிலையை நிர்ணயிக்கிறது என்பதும் தற்போது நாம் அறிந்த விஷயம். கூடான் குளமும் பேரழிவும், உண்மையான பண்பு நிலை மாற்றம். வெறுமையை வெளியிலும் கொண்டு வருவோம். மீண்டும் பௌதீகம். மீண்டும் பூமாலை. பொதுவாக உதாரணமாக, ஒழுங்குமுறை, சட்டம், நோக்கம் முதலிய மனித சமூகப் பிரயோகங் களையும் கருதுகோள்களையும் நாம் அவை சம்பந்தப்பட்ட மட்டில் உபயோகித்தாலும், நம்முடைய மொழித் தன்மை காரணமாக அப்படிச் செய்வது அவசியமாக இருந்தாலும் அந்த இயற்கை மட்டுமே எத்தகைய மனித சமூக ரீதியான அளவையையும் கையாள முடியாத ஜீவன். எல்லாம் அமைதியாகிவிட்டது வெறுமைக்குத் தனிமை கிடையாதா என்ன? அலுப்பு தட்டாதா என்ன? வெறுமை வெறுமை யைப் புணர்ந்தால் வெறுமையே எஞ்சும். ஏதாவது பிறக்காதா? நிழலுருவம் மனித கர்ப்பம் தாங்காதா? சூரிய ஒளியின் கடுமை குறையும், பைத்தியம் தணியும். பூமி தொடர்ந்து நம்மை இழுத்துப் பிடித்து வைத்திருக்கும். கிரேக்க ஒலிம்பிக் வீரனைப் போல எழுந்து ஆடி வெளியை ஆட்கொள். ஊடகத்தில் குறியாய் மாறி ஆங்காங்கே அர்த்தம் சிதைந்து தன்னளவில் அர்த்தமற்று வாழ். சூன்யம் நிரம்பி வழியும். பதினான்கு பரிமாணங்களையும் எல்லோரும் காண்பர். Total disintegration. Total formlessness. இதைப் பதிவு செய்ய வேண்டிய அவலம். இன்னபிற முதலியன. அட டொனால்ட் பார்த்தல்மே நீர்தானா ஐயா வில்லன். மார்ம நாவல் யுகம் இடையறாது நீளும். ஆனால் எவனாவது ஒருவன் வரலாற்றின் எதிர்ப்பாளனாக மாறி கடைசி பக்கங்களைக் கிழித்தெடுத்து அர்த்தம் தவிர்ப்பான். இன்னபிற முதலியன ஆகியவை ஆகும் ஆனால் இன்னபிற முதலியன ஆகியவை ஆகும் ஆனால் இன்னபிற பிற. பிற.

குறிப்புகள்

1 'அஸ்வமேதா' என்ற இலக்கிய சிற்றிதழில், collage வடிவத்தில் எழுதப் பட்ட இந்தக் கதை *1987* அல்லது *1988*இல் முதலில் பிரசுரம் ஆனது. பின்னர் *1990*இல் 'கர்நாடக முரசு' தொகுப்பில் பிரசுரமாகியது. லதா ராமகிருஷ்ணனால் ஆங்கிலத்தில் மொழிபெயர்க்கப்பட்டு *2007*இல் பெங்குவின் தொகுதியாக வெளிவந்த The Tenth Rasa என்ற தொகுப்பில் இந்தக் கதை இடம்பெற்றுள்ளது. ஆங்கிலத்திலிருந்து ஃபிரெஞ்ச், ஜெர்மன், ஸ்பானிஷ் ஆகிய மொழிகளிலும் மொழிபெயர்க்கப்பட்டுள்ளது.

2 *1987* அல்லது *1988*இல் ஈழப்போராட்டம் பற்றி திருநெல்வேலியில் நடந்த சிறு கூட்டமொன்றில் நான் உரையாற்றினேன். அந்த உரையில் ஈழப் போராளிக் குழுக்களுக்கு இந்தியா ஆயுதம் வழங்கி பயிற்சி அளித்து வருவதாக வெளிவந்த செய்திகளைச் சுட்டிக்காட்டி இது காந்திய தார்மீகமற்ற செயல்

என்று கடுமையாக விமர்சித்தேன். கூடவே இலங்கை அரசுக்கு பௌத்த அறம் என்று ஒன்று இருக்கிறதா என்று விமர்சித்தும் பேசினேன். ஈழத்து தமிழ் மாணவர் ஒருவருக்கு என் உரையைக் கேட்டு மிகவும் கோபம் வந்து விட்டது. (அவர் பெயரை நான் குறிப்பிட விரும்பவில்லை) அவர் அதன் பின்னர் என்னிடம் பேசுவதையே நிறுத்திவிட்டார். அந்த மாணவரை நான் என் நண்பராகவே நினைத்திருந்தபடியால் எனக்கு அந்த முறிவு மிகுந்த வருத்தத்தைத் தருவதாக இருந்தது. அதைத் தொடர்ந்து உலகமே ஒரு அபத்தம், non sense என்று தோன்றிய உணர்வில் 'மர்ம நாவல்' கதையை எழுதினேன்.

3 Collage கதை ஆனபடியால் 90 சதவீதம் கதை வெவ்வேறு நூல்களிலிருந்து, செய்தித்தாள்களிலிருந்து, விளம்பரங்களிலிருந்து, பாக்கெட் நாவல்களி லிருந்து, அறிவியல் நூல்களிலிருந்து எடுக்கப்பட்ட வாக்கியங்களால் கோர்க்கப் பட்டது. இரண்டு இலக்கிய நூல்களிலிருந்தும் வரிகள் கோர்க்கப்பட்டிருக் கின்றன. ஒன்று ராமலிங்க வள்ளலாரின் நித்ய ஜீவ ஒழுக்கத்திலிருந்து தினமும் சாப்பிட வேண்டிய கீரை வகைகள் இத்யாதி குறித்த வரிகள். இன்னொன்று ஹென்றி மில்லரின் *Tropic of Capricorn*இல் வரும் A kick in the pants of god என்ற வரி. அதை நான் கடவுளின் வேட்டியை அவிழ்த்து விடப்பட்ட உதை என்று இந்தக் கதையில் சேர்த்திருக்கிறேன்.

4 இந்தக் கதையில் காணாமல் போகும் மு கதாபாத்திரத்தைத் திரும்ப பல கதைகளில் கொண்டுவந்திருக்கிறேன். என்னுடைய குட்டிக் கதைகளில் மு மைய கதாபாத்திரம்.

5 போனவருடம் ஜெர்மனியில் நடந்த கருத்தரங்கு ஒன்றில் இந்தக் கதை யைக் குறிப்பிட்டுப் பேசிய ஒரு ஆய்வாளர் எமெர்ஜென்சிக்குப் பிந்திய இந்தியப் பொருளாதார தாராளமயமாக்கலுக்கு முந்தைய காலகட்டத்தின் உளச் சிக்கலைக் காட்டும் கதை என்று வாசித்தார். அக்கறையுடன் கேட்டுக் கொண்டேன்.

6 இதுவரை இக்கதை பிரசுரமானபோதெல்லாம் நடுவில் பக்கத்திற்கு பக்கம் ஒரு வெற்று வட்ட வடிவம் வரவில்லை. ஒரு டைமண்ட் வடிவமே வந்திருக்கிறது. இப்போது அதுவும் வரவில்லை.

13

நாடகத்திற்கான குறிப்புகள்

அன்பிற்குரிய அலெக்ஸ்,

முதலில் என்னுடைய நாடகத்தினை இயக்குவதற்கு நீ இசைந்ததற்கும், மேடையேற்ற முயற்சி எடுத்துக் கொண்டதற்கும் என்னுடைய நன்றியினைத் தெரிவித்துக் கொள்கிறேன். கடந்த இரண்டு வாரங்களாக நடந்துவரும் ஒத்திகைகளைப் பார்த்ததிலிருந்து நாடகத்திற்கு இன்னும் குறிப்புகள் தேவை என்று உணர்கிறேன். தயவு செய்து உன் சுதந்திரத் தினுள் தலையிடுவதாக நினைத்துவிடாதே. தயவு செய்து.

அதே சமயத்தில் போனதடவை மாதிரி இக்குறிப்புகளையும் 'சிறுகதை' என்ற பெயரில் பிரசுரித்து விடவும் கூடாது. அப்பிரசுரத்தை நினைக்கும்போதெல்லாம் அது எனக்கு தபாலில் கிடைத்தபொழுது நடந்த சம்பவம் திரும்பத் திரும்ப ஞாபகத்திற்கு வந்து தொலைக்கிறது.

காண்டீனிலிருந்து கல்லூரிக்கு திரும்பிக் கொண்டிருக்கிறேன் நான். குருடன் ஒருவன் கூட்டிவந்த இளம்பெண் (அவன் மனைவியா? சகோதரியா?) கலெக்டர் ஆபிசுக்கு வழி கேட்கிறாள். நான் காண்பிக் கிறேன். முட்கள் நிரம்பிய ஒத்தையடிப் பாதை. சுட்டெரிக்கும் வெயில். போகிறாள். சிறிது பின்தங்கி நான். திடீரெனக் குருடன் சிறுநீர் கழிக்கவேண்டுமென்கிறான். அவள் பாதையைவிட்டு விலகி அவனுக்கு வெட்ட வெளியைக் காண்பித்து அவன் பேண்ட் ஜிப்பை கீழிறக்கு வதைப் பார்த்துவிட்டுத் திரும்பும்போது நான்! அவளுக்கு குப்பென்று முகம் சிவந்துவிட்டது. பரிதாபமான இனம்புரியாத தர்மசங்கடத் திலாழ்ந்தவனாய், நான் விடுவிடுவென நடந்துவிட்டேன். போன தடவைக் குறிப்புகளை நீ பிரசுரித்தபோது குருடனுடைய இடத்தில் நீயும் அப்பெண்ணின் இடத்தில் நானும் என்னுடைய இடத்தில் வாசகனும் இருந்ததாய் உணர்ந்தேன்.

நான் வெட்டவெளியைக் காண்பித்துக்கொண்டே இருக்கிறேன். நீ உடல் உபாதையைத் தணித்துக் கொண்டே இருக்கிறாய். நான் திரும்பி பார்க்கும்போதெல்லாம் எனக்கு முகம் சிவந்துகொண்டே

இருக்கிறது. மூன்றாம் நபர் தர்மசங்கடமாய் கடந்து சென்றுகொண்டே இருக்கிறான். எனது படைப்பியக்கமே இப்படித்தானோ என்ன இழவோ?

ஆனால் கண்டிப்பாய் இம்முறை அப்படி நிகழ்ந்துவிட அனுமதிக்க மாட்டேன். எனவேதான் உனக்குப் பெயர் கொடுத்துவிட்டேன். அலெக்ஸ் (முழுப்பெயர்: சாந்தன் பி. அலெக்ஸாண்டர்) கேட்டால் வாசகனின் கற்பனைப் பெயராக்கும், இது சிறுகதையானால் அதன் நாடகத்தை இயக்குபவன் அவனாக்கும் என்பேன்.

முதலில் நாடகம் பற்றி எனக்கு இருக்கக்கூடிய சிக்கல்களை வழிநடைப்பதமாய்ச் சொல்கிறேன். சிக்கல்கள் என்பதைவிட விவர்த்தனங்கள் என்று சொல்வது பொருந்தும். நாடகத்தின் ஊடகம் வெளி. இயங்கும் பொருளின் ஊடகமும் வெளி. அண்டசராசரங் களையும் அரவணைத்து, மையமற்று, சகலத்தையும் கவ்விப் பிடித்து நிற்கும் வெட்டவெளி மனித மூளையின் புரிதலுக்கு அப்பாற்பட்டது. வெளிக்கும் அப்பால் என்ற அரூபத்தின் அரூபம் மொழியில் மட்டுமே, அதீத கற்பனையால் சாத்தியம். வெளியின் நிமித்த காரணம் என்ன என்ற கேள்வி மொழி அமைப்பிற்கு உட்பட்டது. பேசும்பொழுது வார்த்தைகளுக்கு இடையில் இடைவெளி விடுவதற்கும் எழுதும் பொழுது வார்த்தைகளுக்கு இடையில் வெற்றிடம் விடுவதற்கும் மொழி அமைப்பு என்ன பதிலைத் தரமுடியும்? மௌனம் மௌனமே ஆகும். மொழியமைப்புகளே மனிதப் பிரக்ஞையாகிப் போன நிலையில், அதன் உள்ளேயுள்ள வெற்றிடங்களுக்கே அது விளக்கமளிக்க முடியாதபோது அகண்ட பெரு வெளியைப்பற்றி மொழியில் என்ன வியாக்கியானம் தரமுடியும்? நான் பௌதிகம் படித்து வானசாஸ்திரத்தில் நிபுணத்துவம் பெற்றிருந்தேனேயானால் ஆர்க்கிமிடீஸ் போல கையில் நெம்புகோலுடன் பெருவெளியில் நின்று கிரகங்களை இடம் மாற்றி நட்சத்திரங்களைத் துவம்சம் செய்து என்ன நடக்கிறதென்று பார்த்திருப்பேன். குறைந்தபட்சம் ஒரு உலோகமுட்டையையாவது ஊதிவிட்டு வெளியின் குணங்களை ஆராய்ந்திருப்பேன். லட்சோப லட்சம் நட்சத்திரங்கள் தினமும் இயல்பாகவே இயற்கை எய்தி விடுவதை அலட்சியம் செய்து உட்கார்ந்திருக்கிறது வெளி. சூரியனே அணைந்துபோனாலும் பால்வீதியே மரித்தாலும் கல்லுளிமங்கனாய் சலனமற்று நிற்கும் வெளி. மனிதன் இப்பிரபஞ்சத்தின் மையமல்ல என்று கண்டுகொண்டதே, கடவுளின் இறப்பிற்குப்பின் ஏற்பட்ட இந்த நூற்றாண்டின் மிகப் பெரிய அவலம். ஒரு கவிஞனாய் இருந்திருந்தால் அவலம் பிளந்து வெளியுடன் உரையாடியிருப்பேன். மௌனத்தைப் பேச வைத்திருப்பேன். கவிதையும் பௌதிகமும் தெரியாமல் தோல்வி யுற்றவனாய் நிற்கும் என்னை வசீகரிக்கிறது பொருள்; வெளிக்கு வெறும் ஊடக அந்தஸ்தை மட்டும் தந்து அதில் நர்த்தனம் புரியும்

பொருள். உள்இயக்க வேக மாறுபாடுகள் உடைய பல பொருள்கள் ஒன்றாய்க் கூடி பொது இயக்க வேகமொன்றிற்கு உட்பட பிறக்கிறது காலமும் இடமும். இடம் ஸ்தூலமெனில் அதன் சூட்சுமம் காலம். இந்த முரணின் இடைவெளியில் மனித ஜீவிதத்தின் உயிர்ப்பு ம் அதன் வரலாறும் இருக்கிறது. பெரும் அவலத்தின் சிதிலங்களென குரல்வளையைப் பிடிக்கின்றன வரலாற்றின் அவலங்கள். பேரவலத்தின் வெட்ட வெளியைச் சுட்டிநின்றால் வரலாற்றின் போக்கை மாற்றிவிட முடியுமென்றே நான் நம்புகிறேன். வெட்டவெளியைச் சுட்ட, வெளியை ஊடகமாகக் கொள்ளும் நாடகமே அல்லது நாடகத்தின் ஒருவகையான நடனமே சிறந்தது என்பது என் எண்ணம். அதனால்தான் நான் நாடகாசிரியன். அதனால்தான் 'திரைகள்' நாடகத்தில் கடைசியில் அத்தனை கதாபாத்திரங்களும் வெளியின் ஊடகத்தன்மை மறுத்து வெளியைத் தங்கள் கடினமான சிடுக்குகள் விழுந்த உடலசைவுகளால் கிழித்து, பிளந்து யதார்த்தம் தேடிச் செல்கையில் சகமனிதனைக் கண்டவுடன் பெருமூச்செறிகின்றனர். வெளியின் கொடூரம் மீறி ஒருவரை யொருவர் இறுகக் கட்டியணைத்து முயங்குகின்றனர்; பைத்தியத்தின் நெடி கலந்த சிரிப்பு வெளியை – காற்று நிரம்பிய வெளியை – நிறைக்கிறது. வர்க்கங்களற்று, ஜாதிகளற்று, பால்பேத மற்று கூட்டாக, பொருளின் குழந்தைகளாய் வெளியை எதிர் கொள்வோம் நாங்கள் என்று சொல்லவேண்டும் அந்தச் சிரிப்பு. ஒத்திகைகளின்போது அச்சிரிப்பின் குணம் சரியில்லை அலெக்ஸ். கண்களில் நீர்வர, நரம்புகள் முறுக்கேறி தங்களை மறந்து வெறியுடன் அனைவரும் சிரிக்கவேண்டும். நான் ஜெஸ்ஸிக்காவைக் கண்டவுடன் சிரிப்பேனே அவ்வொலியின் பெரு ஒலியாய் இருக்க வேண்டும் அந்தச் சிரிப்பு.

***

நேற்று மேற்கண்டவற்றை எழுதி முடித்தபோது இளங்கோவன் வந்தான். படித்துவிட்டு '..நீ என்ன சாகசம் பண்ணினாலும் இது சிறுகதையாகாது' என்றான். எனக்கு குஷி பிய்த்துக் கொண்டது. 'அப்படி நோக்கமெதுவும் இல்லையென்றாலும் சொல்லுமய்யா அடிகளாரே ஏன் இது சிறுகதையாகாது?' என்றேன். உதட்டைச் சுழித்து என் கண்களை நேரடியாய்ச் சந்திக்காமல் 'சம்பவமேயில்லை' என்றான். அது என்ன விதியோ. ஆனால் அதைப் பற்றிக் கேட்காமல் 'நாடகாசிரியன் ஒருவன் சிந்திப்பது சம்பவமாகாதா' என்றேன். 'உங்கள் கூட்டமே ஊரை ஏமாற்றுகிறது' என்று சொல்லிவிட்டுக் கோபமாய் எழுந்து போய்விட்டான். வேட்டை நாய்ப் பாய்ச்சல், இரண்டுபடி விட்டு விட்டு தாண்டுதல் என்றெல்லாம் உவமித்து, என்ன சிந்தித்தான் கதாபாத்திரம் என்று எழுதாமல் அப்படிச் சிந்தித்தான் இப்படிச்

சிந்தித்தான் துக்கப்பட்டான் என்று எழுதினால் சம்பவமாகிவிடும் போல. இளங்கோவடிகளுக்கு ஓர் நமஸ்காரம். நீ பண்ணிய கூத்திற்கு என்னை சாகச ஜாம்பவான் என்கிறான். சாந்தன் பி. அலெக்ஸாண்டர்! கள்ள ராஸ்கல்.

***

'திரைகள்' நாடகத்தின் வடிவம் இந்திய நாடக மரபில் எப்படி உட்கார்ந்திருக்கிறது என்பதைப் பற்றியும் நான் உனக்கு விளக்க வேண்டும். நாடகத்தின் ஊடகம் வெளியென்றேன். அதன் மொழி மனிதன் வெளியுடன் கொள்ளும் உறவின் வகைகளிலிருந்து பிறக்கிறது. அவற்றை யதார்த்த உறவு, கற்பனை உறவு, குறியீட்டு உறவு என மூன்று வகைப்படுத்தலாம். இவற்றைச் சார்ந்து நடிப்பு வகைப்படுத்தப்படும். அதைத் தொடர்ந்து உருவாகும் வெளிகளின் எல்லைகளும் அவற்றின் முறிவுகளும் மட்டுமே என் நாடகத்தில் செய்தியை அறிவிக்கின்றன. இந்த எல்லை முறிவுகள் அதீத குறியீட்டுத்தளத்திலிருந்து/வெளியிலிருந்து பார்வையாளனை யதார்த்த தளத்திற்குக் கூட்டிச் செல்வதற்காகும். இதை எப்படிச் சாதிக்கிறேன் பார். கதை சொல்பவன் தன்னுடைய அடையாளத்தைக் கதை சொல்பவனாகவே வைத்துக் கொண்டிருக்கும் போது அவன் கதையாடல் வெளியின் எல்லைக்குள் நிற்கிறான். சடாரென அவனேதான் சொல்லும் கதையின் கதாபாத்திரமாக மாறி நடிக்கும் பொழுது முதல்வெளியின் எல்லையை மீறி கற்பனை வெளியினுள் பிரவேசிக்கிறான். முப்பத்தாறு சதுர அடிப் பிரதேசத்தைப் பத்துத் தடவை சுற்றிக் குதிரை ஓட்டிவிட்டு ஐயாயிரம் கிலோமீட்டர் கடந்து புதைமணல்ப் பிரதேசத்திற்கு வந்துவிட்டதாகக் கூறும்பொழுது அவன் குறியீட்டுத் தளத்தினுள் இருக்கிறான். தேவதை, திரவமாகும் மலை, நெருப்பு ஆறு, பனிக்கட்டி, நட்சத்திரங்கள் அனைத்தும் சேரும் போது அதீத குறியீட்டுத்தளமாக வெளி மாறுகிறது. இங்கேயிருந்து கொஞ்சம் கொஞ்சமாகக் கீழிறங்கி ஊடகவெளி உடைத்து சகமனிதனைக் கண்ட பெருமகிழ்ச்சியில் உன்மத்தச் சிரிப்பு சிரித்து தொண்டை கமறி சோடா கேட்க பார்வையாளர்களில் ஒருவன் அனைவருக்கும் சோடா கொடுக்க வேண்டும். இந்த வடிவத்திற்கு ஊட்டம் கொடுப்பதற்கு மட்டுமே கதையின் சரடு. அதீத குறியீட்டுத் தளத்தை நாடகம் ஆரம்பித்த ஆறு நிமிடத்தில் அடைந்துவிடவேண்டும். இதிலிருந்து யதார்த்த வெளிக்கு தொண்ணூறாவது நிமிடம்வரும் ஓட்டம் இந்திய நாடக மரபில் கூத்து மரபிற்கு நேரெதிரிடையானது. தெருக்கூத்து, ராம்லீலா, நௌதங்கி என எல்லா நாடகங்களும் யதார்த்த தளத்தில் ஆரம்பித்து அதீத குறியீட்டுத்தளத்திற்குச் செல்லும். உணர்ச்சியின் வேகத்தில் ஆவேசம் வந்து பார்வையாளன் சாமியாட வேண்டும் என்பதுதான் நமது நாடகமரபில் இருந்துவரும் காரியம். Metaphysical thinking நிறைந்த சமூகத்தில் இது கலையாகக் காணப்படலாம். இதை முறியடிப்பதே என் வேலை. இதையே நீ நிகழ்த்த வேண்டும்.

***

நாடகத்தில் பொருள்களைப் பயன்படுத்துவது பற்றி. அதீத குறியீட்டு வெளியில் பொருள்கள் நிஜவாழ்வில் உபயயோகப்படுவது போலவே பயன்படுத்தப்பட வேண்டும். உதாரணமாக, சாட்டை சாட்டையாகவே குறியீட்டுத் தளத்தில் இருக்கும். ஆனால் யதார்த்தத் தளத்தில் அதே சாட்டையைத் தூண்டிலாகப் பயன்படுத்த வேண்டும். பொருட்களுக்கு நாம் சொந்தக்காரர்களென்றும் நம்முடையத் தேவைக்கு ஏற்பவே அவை இருக்கின்றன என்றும் நினைத்துக் கொண்டிருக்கிறோம். கலாச்சாரம் தரும் பார்வை கொண்டே பொருள்களுக்கு அர்த்தம் கொடுத்து நமக்கும் அவற்றுக்குமான உறவை ஸ்தாபித்து வருகிறோம். பொருளை நாம் இன்னும் அறியவில்லை. யதார்த்தத்தில் பொருள் பயன்படு பொருளாக மட்டுமே தேவைக்கேற்ப சூழலுக்கேற்ப அறியப்படும். நமது சமூகத்தில் பொருளைச் சரியான விதத்தில் காலத்தின் நிர்ப்பந்தத்திற்கேற்ப பயன்படுத்த ஆரம்பித்து விட்டால் நாம் உருப்பட்டுவிடுவோம் என்பது என் எண்ணம்.

***

நீதி போதகனாய் செயல்படுகிறேனோ என்று சந்தேகம் கிளம்பியது. அழகியல் அனுபவம் அறவியல் கோட்பாடுகளுக்கு இட்டுச் செல்லாமல் இருந்ததில்லை என்றே அறிகிறேன்.

***

ஒத்திகையின்போது ஜெஸ்ஸிக்கா என்னிடம் வந்து 'உனக்கும் தொந்தி முன் தள்ளுகிறது' என்று கூறிச் சிரித்தாள். நாடகத்தில் தொந்திக் காரர்களைக் கிண்டல் பண்ணுவதற்கு எனக்கு என்ன அருகதை என்று கேட்கிறாளாம். நான் 'குண்டர்களைத்தான் கிண்டல் பண்ணுகிறேன் தடியர்களை அல்ல. நான் தடியனாக்கும்' என்று கூறி மூக்கை நிமிர்த்திக் கொண்டேன். சாப்பாட்டு ஒழுங்கீனத்தால் உடல் பருத்தவன் குண்டன்; இயற்கையாகவே பெரிய பெரிய உறுப்புக்களுடன் பிறந்தவன் தடியன் என்று பிறகு விளக்கமளித்தேன். 'ஹேய் தடியா' என்று ஆரம்பித்து கடிதமொன்று வந்திருக்கிறது. காற்றை ரொப்பினாலும் சரி சேற்றை ரொப்பினாலும் சரி வயிறு ஊதிக்கொண்டே போகிறது. நான் என்ன செய்ய? ஒத்திகைக்கு வரவே வெட்கம் பிடுங்கித்தின்கிறது. தொந்தி வயிறு வெளியுடன் உண்டாக்கும் உறவு தமிழ்க் கலாச்சாரச் சின்னம்.

***

நேற்றிரவு ஹோட்டல் நாகாஸில் சுரேஷ் டாகாவைப் பார்த்தேன். நன்றாகக் குடித்திருந்தான். என்னிடம் குழறி குழறிப் பேசினான். பகற்கனவு காண்பதையே தொழிலாக, கலையாக வளர்த்தவனாம் நான். நீ எப்படி யதார்த்தத்தைப் பற்றிப் பேசுகிறாய் என்றான். யதார்த்தவாதம் என்பதுவும் பழங்கஞ்சியாம். ஸோலா, மாப்பாசான் போன்றவர்களுடன் எனக்கு ஸ்நானப் பிராப்திகூட கிடையாதே என்றேன். பொருளுலகுடன் மிக அடிப்படையாய் மனிதன் கொள்ளும் உறவிற்குத் தமிழ் வார்த்தையென்ன? தெரிந்தால் அதை அவன் நடு நா நடுங்க ஆயிரம் முறை சொல்ல வைப்பேன்.

***

பார்வையும் ஒரு மனிதனின் எல்லையை வெளியில் வரையறுப்ப தாகும். நமது கலாச்சாரத்தைப் பொறுத்தவரை பெண்களின் பார்வை எல்லை ஆண்களை விட சிறியது. சதா குனிந்தே நடக்கும் பெண்கள், கண்களை நேருக்கு நேர் சந்திக்கப் பயப்படும் பெண்கள் இவர்கள் எல்லோரும் என் நாடகம் நகர்ந்து நகர்ந்து யதார்த்த தளத்தை அடையும் போது ஆண்களையொத்த கண்ணசைவுப் பழக்கங்களை மேற்கொள்ள வேண்டும். ஜெஸ்ஸிக்காவைப் பொறுத்தவரை தமிழ்ப் பெண்ணல்ல என்பதாலோ என்னவோ குனிந்து பார்க்க மாட்டேனென்கிறாள். ரூபியோ நேர் எதிர்மறை. கடைசிவரை நிமிரவே மாட்டாள் போலும். ஜெஸ்ஸிக்காவிடம் கார்டன் சில்க் சேலைகளுக்குத் தமிழ் வியாபாரப் பத்திரிகைகளில் வரும் விளம்பரப் படங்களையும் ரூபியிடம் அலங்கார சாதனங்களுக்கு மேற்கத்தியப் பத்திரிகைகளில் வரும் விளம்பரப் படங்களையும் கொடுத்து அவரவர்களுடைய படுக்கையறையில் மாட்டி வைக்கச் சொல். அதிகாலையில் கண் விழித்ததும் அப்படங் களைப் பார்த்து ஐந்து நிமிடமேனும் அவர்கள் தியானம் செய்ய வேண்டும். தினந்தோறும், நாடகம் அரங்கேறும் வரை.

***

அந்தோனின் ஆர்த்தோ பற்றி நான் எழுதிய கட்டுரையைப் படித்து விட்டு சாமந்தா 'ஆர்த்தோ பாதிதான் என்கிறாய், ஆனால் உன் நாடகத்தில் அதற்கான சுவடுகளையே காணோமே' என்றாள். எனக்கு ஒரு நிமிடம் உடம்பெல்லாம் கூசிப் போயிற்று. அவளையே வெறித்தபடி நெடுநேரம் நின்றிருந்தேன். சடங்கியல் தன்மை வாய்ந்த குறி யீட்டுத் தளத்தில் பூர்ஷ்வா மனிதனின் உள்மறைப்புக்களைத் தகர்த்து எறிய யாருக்குத்தான் ஆசையிருக்காது. ஆனால் நம் கலாச்சாரச் சூழலில் சடங்கியல் தன்மையை நாடகத்தினுள் கொண்டு வந்தாலே பார்வையாளன் சாமியாடிவிடமாட்டான் என்பது என்ன நிச்சயம்?

ஆர்த்தோவின் கோட்பாடுகள் செயல்ரூபம் பெற்றது ஜெனெயிடம்தான். ஜெனெபோல எழுதுவதற்கு எனக்கு திராணியில்லை. அவன் கால்தூசி பெறமாட்டேன் நான். ஆனால் இப்பொழுதே 'பால்கனி'யின் தமிழ் மொழிபெயர்ப்பை அனுப்புகிறேன். நீ இயக்குவாயா? சொல் அலெக்ஸ். சாமந்தா மதாம் கதாபாத்திரத்தை ஏற்று நடிப்பாளா? அடுத்தமுறை தியேட்டருக்குள் சமந்தாவைப் பார்த்தேனென்றால் உன் சங்காத்தமே வேண்டாம் என்று போய் விடுவேன், ஆமாம். அண்டோனின் ஆர்த்தோவும் அவனின் சுவடுகளும். தெரியாமல்தான் கேட்கிறேன் இது என்ன தமிழ்நாடா? ஃபிரான்சா?

***

விளம்பரத்துறையைச் சேர்ந்த பெருந்தகையாளர்களின் கூட்டம் நாடக உலகில் பெருத்துவிட்டது. இந்த நக்கிப்பயல்கள் பம்பாய், கல்கத்தா நாடக இயக்கங்களைக் கெடுத்தது போறாது என்று ஒற்றைக் கறிவேப்பிலைச் செடியாய் வளரும் நம் இயக்கத்தையும் தங்கள் தவளை நாக்கால் சுழற்றி விழுங்கிவிடப் பார்க்கிறார்கள். பணப் பற்றாக்குறை என்றால் பிச்சை எடுக்கலாம். கவிழ்ந்து படுத்து கனவு காணலாம். விளம்பரம் மூலம்தான் எளிதாய் பணம் வருமெனில் நான் வேண்டுமானால் வீதி வீதியாய் சென்று 'சொட்டு நீலம் என்று கேட்டு வாங்காதீர்கள். ரீகல் சொட்டு நீலம் என்று கேட்டுவாங்குங்கள்' என்று ஹிஸ்டீரியா குரலில் கூவிக் கூவி விற்றுவருகிறேன். நாடகம் சம்பந்தப்பட்ட எதிலும் (சுவரொட்டி, நுழைவுச் சீட்டு உட்பட) விளம்பரம் வேண்டாம் அலெக்ஸ். இது தவிர விளம்பரங்கள் எனக்கு அஜீரணத்தையும் அதைத்தொடர்ந்து கிலியடிக்கும் கனவுகளையும் தருகின்றன. போன தடவை வந்த கனவைக் கேளேன். நான் ரோட்டில் போய்க் கொண்டிருக்கிறேன்.யாரோ அங்க்கிள் அங்க்கிள் என்று கூப்பிடுகிறார்கள். திரும்பிப் பார்த்தால் ரஸ்னா விளம்பரத்தில் 'ஐ லவ் யூ ரஸ்னா' சொல்லுமே அந்தக் குழந்தை. என் கண்களில் குரூரம், உதடுகளில் விகார இளிப்பு. 'நறுக்' கென்று அதன் மண்டையில் குட்டி கன்னத்தைக் கிள்ளிவிட்டு சிறிய பேனாக் கத்தியை எடுத்து கையில் வைத்துக்கொண்டு 'ஐ லவ் யூ ரஸ்னா' வாடி எங்கே சொல்லு பார்க்கலாம் ஐ லவ் யூ ரஸ்னா என்கிறேன். அது பயந்து பேதலித்துப்போய் நிற்கிறது. எனக்கு முழிப்புத் தட்டிவிட்டது. சுயவெறுப்பில் குலுங்கிக் குலுங்கிக் அழுதேன். விளம்பரம் வேண்டாம் அலெக்ஸ்.

***

மேடையை சுழலும் மேடையாகவும் ஏராளமான ஆளுயுரக் கண்ணாடிகள் நிரம்பியதாகவும் வைத்தல் அவசியம். அதில் சந்தேகமில்லை. ஆனால் எல்லா நடிகைகளும் தங்கள் பிம்பங்களிலேயே

லயித்துப்போய் நின்று விடுகிறார்கள். கண்ணாடிகளின் எண்ணிக்கை யைக் குறைக்கலாமோ என்று தோன்றுகிறது.

***

இசைக்கு பீகார் பழங்குடியினர் பயன்படுத்தும் மாந்திர் என்ற ட்ரம் ஐந்தையும் செண்டை, இடக்கான் மேளங்களையும் பயன்படுத்தலாம். வேறு எந்த வாத்தியமும் வேண்டாம். சிறு சிறு சப்தங்கள் பலவற்றைப் பின்னணியில் பயன்படுத்த வேண்டும். ஊடக வெளியைக் கிழிக்கும் போது அடி பம்ப்பில் தண்ணீர் அடிக்கிற சப்தம். எண்ணெய் போடாத துருப்பிடித்த பம்ப்பாயிருந்தால் நலம். கோரஸ் பாடக பாடகிகள் மெதுவாகக் கூடும் சமயத்தில் அவர்கள் கைகளில் கோலிக்குண்டுகளைக் கொடுத்துவிடு. ஒரே லயத்தில் அவற்றை அவர்கள் ஒலிக்க வேண்டும். அது சரிப்பட்டு வராதென்றால் சலஃபோன் தாளை ஒலிவாங்கி அருகே கசகசக்கலாம். சிறிய மூங்கிற்கழிகளை வைத்து தட் தட் தடாக் தட் தட் தடாக் என்று ஒலி எழுப்பலாம். இதை என்னைத் தூக்கிலிடுவதற்குக் கொண்டு செல்லும்போது மன இறுக்கத்தை அதிகப்படுத்தப் பயன் படுத்தலாம். நான் ஜெஸ்ஸிக்காவை நெருங்கும்போது தேவராட்டத்தில் சொல்லுவார்களே 'தெஹடீஹ தெஹடீஹ லப் டப்' என்று அதைப் பின்னணியில் ராஜசேகரனை விட்டுப் பாடச்சொல். ராஜசேகரனின் குரல் எனக்குப் பிடித்திருக்கிறது. என்னைத் தூக்கிலிடும் காட்சியில் மட்டும் எனக்குப் பிரியமான செபாஸ்டியன் பாக்கின் பிராண்டென் பெர்க் கான்ஸெர்ட்டிலிருந்து ஒரு பகுதியை இசைக்கலாம் என்று ஆசை. ஆனால் அது என் சாவிற்கான சாத்தியப்பாட்டை மகிழ்ச்சி யானதாக மாற்றிவிடும். யோசித்து யோசித்துப் பார்த்தும் இயற்கை யான சப்தம் கற்பனைக்கு அகப்படவில்லை. மொஸார்ட்டின் Tamos என்றொரு இசை நாடகமிருக்கிறது. எகிப்திய சூரியக் கடவுள் வழிபாடு பற்றியது என்று ஞாபகம். என்னைத் தூக்கிலேற்றியதும் அதிலுள்ள Sopranoவின் பகுதியை இசை. நான் தடாலென்று விழுந்தவுடன் அவள் உச்சத்தைத் தொட வேண்டும். ஒரு நிமிடமாகும். பின் மெதுவாக நான் எழுந்து வரும் வரை (கயிறு அறுந்துவிட்டது) மௌனம். நான் மற்றவர் களை, சாவைச் சந்தித்த கண்கள் கொண்டு பார்க்கையில் என் பின்னா லிருந்து ஒளியைப் பாய்ச்சச் சொல்லியிருந்தேனல்லவா அது வேண்டாம். மற்றவர்களின் பின்னாலிருந்து என்மேல் தூய வெள்ளை ஒளியைப் பாய்ச்சு. நான் ஸ்பானிஷ் மாட்டுச் சண்டை வீரனின் லாவகத்துடன் கூசும் கண்களை மறைத்துக் கொண்டு பின்னொதுங்குகிறேன். உடனடியாக பின்னணியில் மொஸார்ட்டின் Basso பாடகன் தொடர்ந்து பெருங்குரலில் பாட வேண்டும். ஜெஸ்ஸிக்கா தன் முகமூடியைக் கழற்றும் காட்சியில் ஒலி வாங்கிக்கருகே பழந்துணியைக் கிழி.

***

நிஜமான முகமூடிகளை நாடகத்தில் பயன்படுத்தவேண்டாம். முகமூடிகளை மொழியின் நுணுக்கத்துடன் கையாளவேண்டும். அப்படிப்பட்ட முகமூடிகளைச் செய்து தரக்கூடிய கலைஞர்கள் நம்மிடையே இல்லை. அதனால்தான் சொல்கிறேன். நிஜ முகத்தையே முகமூடியாய் பாவித்து அவ்வபோது கதாபாத்திரங்கள் அவற்றைக் கழற்றிப் போடவேண்டும்.

***

'நாடகத்திற்குள் நாடகம்' பகுதிக்கு குறிப்புகள் எழுதவேண்டுமென்று நினைத்தபோது அம்மா வந்தார்கள். 'இதைக் குடித்துவிட்டுப் படுத்துத் தூங்கு மணி பன்னிரெண்டு ஆகிறது' ஏதோ ஞாபகமாய் மண்டையை உருட்டிவிட்டு டம்பளரை எடுத்து உறிஞ்சினேன். ரஸ்னா!

***

ஜெஸ்ஸிக்கா ஒத்திகையின்போது 'உன் இறப்பை இவ்வளவு துல்லியமாக நாடகமாக்கியிருக்கிறாயே வேடிக்கையான ஆசாமிதான் நீ' என்றாள். 'அதுதான் கடைசி நிமிடத்தில் தப்பி விடுகிறேனே' என்றேன் உண்மையான வருத்தத்துடன். 'அற்புதமான நடிகன் அற்புதமான நடிகன்' என்று முணுமுணுத்துக்கொண்டே போய்விட்டாள். இவள் முகமூடியைக் கழற்றும் காட்சிக்காகக் காத்திருக்கிறேன்.

***

பார்வையாளனுக்கு அர்த்தத் தயாரிப்பில் முழுச் சுதந்திரம் இருக்க வேண்டும். இதற்குத் தேவையான உத்திகள் வேறு என்னவெல்லாம் உண்டோ அத்தனையையும் கையாளலாம். அதே சமயத்தில் the pleasure of the text, கண்டுபிடிப்பின் ஆனந்தம் இவற்றையும் பார்வையாளனுக்கு வழங்கவேண்டும்.

***

தெருக்கதவை யாரோ தட்டுகிறார்கள். இந்த நேரத்தில் யார்? மாடியிலிருந்து எட்டிப் பார்க்கிறேன். வாஞ்சிநாதன் சுதர்சன். இந்தோ-ஆங்கிலேய எழுத்தாளன். ரகசியமாய்க் கதவைத் திறந்து மாடிக்குக் கூட்டி வருகிறேன்.

'உட்கார். என்ன இந்த நேரத்தில்?'

'தூங்க மாட்டாய் என்று தெரியும். என் சிறுகதைத் தொகுப்பு வெளிவந்துவிட்டது' என்றான் ஆங்கிலத்தில்.

'அதற்கென்ன?'

'உன்னிடம் கொடுக்கலாம்னு வந்தேன். அப்படியே உன் நாடகத்தைப்

பற்றியும் பேசலாம்னு நினைச்சேன்'

'சரி'

'ஏன் எரிச்சல் படறே. அடிப்படை manners கூட உனக்கு மறந்து போச்சு'

'நாடகத்திற்கான நோட்ஸ் எழுதறேன். முடிக்கணும்'

'ஹா, பெரிய நாடகம். ஜாதி மத வர்க்க பேதத்தால் ஜெஸ்ஸிக்கா விடம் நீ லவ் பண்றேன்னு சொல்ல முடியல. அதுக்குன்னு நாடகமா?'

சுதர்சனுக்கு தீர்க்கமான கண்கள்.

'Analysis of powerதான் என் aim.'

'நீட்ஷேயும் ஃபூக்கோவும் தொணைக்கு வந்துடுவாங்களே. அனுபவத்தைக் கற்பனைன்னு ஒதுக்கி தள்ளிட்டுப்போ. இல்லன்னா பதிவு செய். அதுவுமில்லன்னா வாய்விட்டு அழு. ராத்ரி மூணு மணிக்கு நோட்ஸ் எழுதறானாம் நோட்ஸ்'

'கற்பனையாக்க உத்தி ஒன்று வேண்டும். எங்க உன் புக்?'

கொடுக்கிறான். இவனுடைய நட்புதான் எனக்கு எவ்வளவு இதமாக இருக்கிறது. 'A sense of an Ending. Frank Kermode-இடமிருந்து காப்பி அடித்திருக்கிறாய் ராஸ்கல்'

'ஆமாம், ஆமாம். இப்ப என்னாங்கறே?'

அற்புதமான எழுத்தாளன். A sense of an Ending. கற்பனையாக்க உத்தி ஒன்று வேண்டும். உடனுடன் வாழக் கற்றுக்கொள்ள வேண்டும்.

***

தூக்கம் கண்ணைச் சுழற்றுகிறது. அலெக்ஸின் முகம் தெளிவற்றதாய் காற்றில் மிதந்து வருகிறது. சரியான அமுக்கினி மாங்கொட்டை. உன்னிடத்தில் என்னதான் எதிர்வினை? பேசாமடந்தையா நீ? பேனாவில் மை தீர்ந்துவிட்டது. எனக்கு சிரிப்பு பொத்துக்கொண்டு வருகிறது. என்னை ஏன் இந்தப் பைத்தியக்கார சிரிப்பு தொற்றுகிறது?

***

பின்னிணைப்பு

'திரைகள்' நாடகம்

முதல் அங்கம்: ஒத்திகை

இரண்டாம் அங்கம்; நாடகத்தினுள் நாடகம்

கதாபாத்திரங்கள்

நாடகாசிரியன்

ஜெஸ்ஸிக்கா - விளம்பர மாடல், நாடக நடிகை

சாந்தன் பி.அலெக்ஸாண்டர் - நாடக இயக்குநர்

இளங்கோவன் - வழிப்போக்கன்

சாமந்தா - நாடக விமர்சகர்

சுரேஷ் டாகா - மார்வாடி வியாபாரி

ரூபி - துணை நடிகை

வாஞ்சிநாதன் சுதர்சன் - நாடகாசிரியனின் எழுத்தாள நண்பன்

கோரஸ் பாடகர்கள், பாடகிகள்

சிற்றுண்டிச்சாலைத் தொழிலாளர்கள்

கதாபாத்திரங்களின் பெயர்கள் அனைத்தும் கற்பனையே. யாரையும் குறிப்பிடுவன அல்ல

காட்சி:

நாடகாசிரியன் குறிப்புகள் எழுதிக்கொண்டிருக்கிறான். ஒத்திகைக் கான ஆயத்தங்கள் நடந்துகொண்டிருக்கின்றன.

குறிப்பு

வெற்று அலட்டல்களால் மட்டுமே நிறைந்த எண்பதுகளின் சென்னையில் செயல்பட்ட ஆங்கில மேடை நாடகக் குழுக்களை கிண்டல் செய்து ஸில்வியா என்ற புனைபெயரில் என்னால் எழுதப்பட்ட இந்தக் கதை 'கிரணம்' இலக்கியச் சிற்றிதழில் **1988**இல் முதல் பிரசுரம் கண்டபோது வேடிக்கை கதையாக வாசிக்கப்படவில்லை என்பது என் நினைவு. நாகார்ஜுனன் **1990**இல் தொகுத்து வெளியிட்ட 'கர்நாடக முரசும் நவீன தமிழ் இலக்கியத்தின் மீதான ஓர் அமைப்பியல் ஆய்வும்' என்ற metafiction collectionஇல் இந்தக் கதையும் இடம்பெற்றிருந்தது. நான் என்னுடைய இதர கதைகளைச் சேகரித்து வைத்துக் கொள்ளாதது போலவே 'கர்நாடக முரசு' தொகுதியையும் பத்திரமாக வைத்துக்கொள்ளவில்லை. யாரிடமாவது இந்தத் தொகுதி கிடைக்குமா என்று விசாரித்தபோது விநியோகமாகாமல் இருந்த அச்சுப் பிரதிகளை யெல்லாம் நாகார்ஜுனனும் கோணங்கியுமாய் சேர்ந்து கடலில் தாழ்த்திவிட்டதாய் ஒரு வதந்தி கேள்விப்பட்டேன். நாகார்ஜுனனிடமோ கோணங்கியிடமோ இந்த வதந்தி உண்மையா என்று விசாரிக்க சந்தர்ப்பம் அமையவில்லை. வதந்தி சுவாரஸ்யமாயிருந்தபடியால் கேட்பதற்கு மகிழ்ச்சியாகவே இருந்தது.

'மைத்ரேயி' கதையை வெளியிட்டதைத் தொடர்ந்து குவியும் கடிதங் களைப் படித்து நான் உண்மையிலேயே மிகவும் உற்சாகமாகி விட்டேன். புதிய இளம் வாசகர்களுக்கு புனைவின் வித்தியாசமான சாத்தியப்பாடுகள் மிகவும் வியப்பளிக்கின்றன போலும். அவர்களுக்காகவே தேர்ந்தெடுக்கப்பட்ட 15 ஸில்வியா கதைகளை மட்டுமாவது தேடிப்பிடித்து இந்தத் தளத்தில் வெளி யிடலாம் என்றிருக்கிறேன். என்னுடைய புதிய கதைகளை வெளியிடும்போது நண்பர்களுக்கு பழைய ஸில்வியா கதைகளை வாசித்த அனுபவமும் இருக்கு மென்றால் நல்லதுதானே.

நண்பர் வாசுதேவன் அவர் பழைய பேப்பர்காரரிடம் போட்ட ஒன்பது பிரதிகள் போக மீதி இருந்த ஒற்றைப் பிரதி 'கர்நாடக முரசு' தொகுப்பை உடனடியாகக் கொடுத்து உதவினார். அவருக்கு என் மனமார்ந்த நன்றிகள்.

நாடகத்திற்கான குறிப்புகள்

14

மு குட்டிக் கதைகள்

மூன்று ஃபேஸ்புக் குட்டிக் கதைகள்

நேற்றிரவு விநாடிக்கு ஒரு தரம் மின்சாரம் போவதும் வருவதுமாய் இருந்தது. ஒரு முக்கியமான கட்டுரையை இறுதி செய்து அனுப்ப வேண்டிய நிர்ப்பந்தத்திலிருந்தேன். கட்டுரை வரலாற்றுத் தரவுகள், அவற்றிற்கான ஆவணங்கள், புனைவுகள், ஆவணங்களும் நினைவுகளும், தொன்மங்கள், நாட்டார் வழக்காறுகள் ஆகியவற்றிற்கிடையிலான உறவுகளை ஆராய்வது. மின்சாரம் தொடர்ந்து விளையாட்டு காட்டிக் கொண்டே இருந்ததால் என் கட்டுரையின் மைய வாதத்தை குட்டிக் கதைகளாக எழுதி வைத்துக்கொண்டால் எனக்கு வாதத்தின் தொடர்ச்சியை நினைவு வைத்துக்கொள்ள உதவியாக இருக்கும் என்று தோன்றியது. ஐபேடில் மூன்று குட்டிக்கதைகள் எழுதி அவற்றை ஃபேஸ்புக்கில் வெளியிட்டேன். ஃபேஸ்புக்கில் ஓடிக்கொண்டிருந்த இதர திரிகளோடும் கதைகள் இயைபும் ஒவ்வாமையும் பெற்றன. சரி அவற்றை இங்கே சேகரித்து வைத்துக்கொள்வோமே என்று பதிவாக வெளியிடுகிறேன். ஏற்கனவே வாசித்துவிட்ட நண்பர்கள் மன்னிக்கவும்.

***

'புற்களின் நுனிகளில் பலி ஆட்டின் ரத்தத்துளிகள். மந்தை மந்தையாய் மேய்கின்றன இதர ஆடுகள்'. மேற்கோளுக்குள் இருப்பதால் அது புனைவு வரி அதை மறந்துவிட்டு ஆட்டுக்கால் பாயா சாப்பிடு என்கிறார் வழி தப்பிய ஆடெனஅறியப்பட்டவர். கருப்பு ஆடு ஆமோதித்து தலையாட்டுகிறது.

***

மேய்ப்பருக்கு ஆடுகள் அதிகம். வீடு திரும்பிய மகனுக்காக அடித்த கொழுத்த ஆடு மேய்ப்பரின் கையில் குட்டியாய் வெள்ளையாய் ஓவியத்தில் கண்டது. கறியைக் கடித்துச் சுவைத்த மகனுக்கு மேய்ப்பரின்

கையில் பாந்தமாய் கள்ளமற்றிருந்த குட்டி செல்லமாய் சிணுங்குவது கேட்டது.

***

சுடு மண் சிற்பத்தில் ஆடு சமைத்து மேய்ப்பரிடம் கொடுத்தான் வீடு திரும்பிய மகன். பழக்கத்தில் மேய்ப்பரின் கை அன்பின் கதகதப்புடன் தடவ ஓவிய வெள்ளைக் குட்டி ஆடும் ஆசுவாசமாய் சிணுங்கியது. ஆனால் கடைசி இரவு உணவின் போது யாருக்கும் அந்தச் சிணுங்கல் கேட்கவில்லை.

***

குறிப்பு

குட்டிக் கதைகளுக்கு உபயோகங்கள் அதிகம். மத குருமார்களே குட்டிக்கதைகளைச் சரியாக பாவிக்கத் தெரிந்தவர்கள். மலையாள வாடை வீசுவதாக தமிழ்ச்சூழல் இருக்கிறது என்பதற்காக 'குட்டி' என்றால் இளம் பெண் அல்ல என்று நான் அகராதி அர்த்தம் கொடுக்கவும் வேண்டுமோ?

15
டிவிட்டர் கதைகள் 1-20

1. கதை நீட்சி

'பஸ்ஸிலிருந்து இறங்க மறுத்தவள் கதை' படித்து முடித்தபோது என்னை பஸ்ஸிலிருந்து வெளியே தூக்கிப் போட்டனர் கதை நீள்வது அறியாமல்.

2. ஆள் மாறாட்டம்

அரிதாரம் கலைந்தவுடன் ஆள்மாறாட்டம் உறுதியாகிவிட்டது. அவள் பிரும்மமல்ல மாயையே. என்ன, கண்ணுக்குப் புலனாகிறாள்.

3. நுண்ணுணர்வு

கிழவன் ஆட்டெலும்பை வைத்து ஆட்டுக்கறி வதக்கினான். சுற்றிலும் ஆடுகள் தன் போக்கில் புல் மேய்ந்து கொண்டிருந்தன.

4. கற்பனை வளம்

ஒற்றைச் செருப்பை வைத்து அவள் முழு லாவண்யத்தையும் கற்பனை செய்தான். தாடை இறக்கமும் கோரப்பல் வரிசையும் கற்பனைக்குத் தப்பின.

5. சரித்திரம்

மீண்டும் ஆள் மாறாட்டம்! ஆனால் இம்முறை பிடிபடவில்லை. ஒரிஜினல் யாரென்று அனைவருக்கும் மறந்துவிட்டது.

6. வைராக்கியம்

பாலைவனவாசி மீன் சாப்பிடமாட்டேன் என்று ஏன் சபதம் மேற்கொள்ள வேண்டும்? ஆனாலும் சபதமின்றி வைராக்கியம் ஏது? சபலம், சலனம், சபதம், சடலம் என எந்த வார்த்தையும் இங்கே பொருந்தும்.

7. குற்ற உணர்வு
அப்பம் பிரித்துக் கொடுத்த பூனைக்கு குற்றவுணர்ச்சி மிகுந்து விட்டது. எலிகளையும் விழுங்கி விட்டது.

8. ஒற்றை எழுத்து கவிதை
இன்னும் சுருக்கமாய்ச் சொல் என்றார்கள். ஒற்றை எழுத்தில் கவிதை எங்கே என்று தொடை தட்டினார்கள். 'வோ'

9. ஹெகலின் கள்ளக்குழந்தைகள்
ஹெகலின் கள்ளக் குழந்தைகள் வரலாறெங்கும் நிறைந்திருக்கிறார்கள் என்ற அரசன் தன் குழந்தைக்கு இளவரசு பட்டம் கட்டவில்லை. வரலாறு நகர்ந்தபோது இளவரசர்கள் தேவைப்படவில்லை

10. லயம்
கரும்பலகையில் சாக்கட்டியினால் கிறீச்சிட்டபோது தோன்றியது: லயம் என்பதொரு மாயம். அது மனிதர்களுக்கு மேன்மையுணர்வு சாத்தியம் என்று பொய்யுரைக்கிறது.

11. பெருந்தன்மை
இரு ஆண்கள் ஒரு பெண்ணைக் காதலிக்கிறார்கள் என்ற மட்டில் பழைய கதைதான். யாருக்கும் விட்டுக்கொடுக்க பெருந்தன்மையில்லை. மூவரும் சேர்ந்து வாழ்ந்தார்கள்.

12. படக்கதை
படத்திற்கேற்ப கதை எழுத வேண்டும் என்பது மேலிடத்து உத்தரவு. முட்டைக்கு மயிர் முளைத்த பிம்பம் கதாநாயகனாகியது.

13. வேகம்
வேகம் என்றால் என்ன என்று இந்த உலகம் அறிந்திருக்கவில்லையே என ஆமையிடம் தோற்ற முயலுக்கு வருத்தமாக இருந்தது.

14. முகமூடி
அவள் முகமூடியைக் கழற்றி மேஜையின் மேல் வைத்தாள். முகமே முகமூடியாகியிருந்தது.

15. நீல நிற ஜீன்ஸ்
நீல நிற ஜீன்ஸ் அணிந்த புத்தன் எல்லாவற்றையும் பார்த்து அதிசயிக்கச்

சொன்னான். நீல நிற ஜீன்ஸையே எல்லோரும் பார்த்து அதிசயித்தார்கள்.

16. ஆமைக் குஞ்சுகள்

ஆமைக் குஞ்சுகள் முட்டைகளிலிருந்து வெளிவந்து கடலை அடைய ஓரடி இடைவெளியே இருக்கும். குஞ்சு பொரிந்து கடலடைவதற்குள் கடல் பருந்துகள் தூக்கிச் சென்றன.

17. டெலிபதி

டிவிட்டர், தொலைபேசி, ஃபேஸ்புக், புறா, மேகம் என எல்லாம் தோற்றாலும் இருக்கவே இருக்கிறது டெலிபதி என்று கூறி பிரிந்தார்கள். மௌனம் நிம்மதியாயிற்று.

18. ஆலிங்கனம்

பீமனின் இரும்புப் பிரதிமையை நொறுக்கிவிட்டு அழுதான் குருட்டு அரசன். குழந்தையாய் விளையாடியபோது துரியனேது பீமனேது என்ற நினைப்பில்.

19. சுழல் நாற்காலி

சுழல் நாற்காலியில் சுழன்றபடி கடகடவென்று சிரித்து கடைசி காட்சியில் தன்னை வெளிக்காட்டும் வேதாந்தி இந்த மர்ம நாவலில் வெளிப்படாமல் போனது நாற்காலியின் துரதிருஷ்டம்தான். அது சரியாய் சுழலவில்லை.

20. மர்ம முடிச்சு

கடைசியில் அந்த மர்ம முடிச்சு அவிழ்ந்து விட்டது. புத்தனை விஷ்ணு அவதாரமாக்கியது திட்டமிட்ட சதியல்ல. திட்டமிடப்படாத சதி. அவ்வளவுதான்.

16

மக்கா! இருக்கியா?

மு வுக்கு ஞாயிற்றுக்கிழமை அதிகாலையிலேயே ஊரிலிருந்து ஃபோன் வந்து விட்டது.

'மக்கா! இருக்கியா?!'

'இருக்கேங்'

'என்ன அணக்கத்தையே காணோம், நானும் நாலஞ்சி வாட்டி கூப்டேன் பீப் பீப்புன்னு சத்தந்தானடே வருகு?'

'வேல ஜாஸ்தி. ஃபோனுக்கு டாப் அப் பண்ணல'

'கனெக்சன் புடுங்கிட்டானா? புக்கு என்ன ஆச்சு?'

'எந்த புக்கு?'

'அதாண்டே 'உங்களுக்கு ஒரு மாதிரி இருக்கிறதா?'

'வோ அதுவா, சவத்து மூதிய விட்டுத் தள்ளுங்க'

'ஹே நல்ல டைட்டில்லா இப்டி விட்லாமா? ஆரோ ஒரு பியூனு காசு புடுங்கப் பாக்கான்னியே அதனாலியா?'

'எந்தப் பியூனு?'

'அதாம்பா அந்த எட்டாங்கிளாஸ் தோத்த பய'

'வோ, அவனா? நாந் தப்பா சொல்லிட்டேன். அவன் பழைய எஸ்ஸெஸ்ஸி பாசாம். சர்டிஃபிகேட்லாம் இருக்காம்'

'பொய் பொய்யாட்டு சொல்லி குண்டில கரண்டு கம்பிய வச்ச மாரில்லா துள்ளுகான் அப்டின்ன'

'இன்னும் துள்ளிகிட்டுதான் கிடக்காங்'

'என்ன சொல்லுகாங்?'

'முன்னால என் கோமணம் துவைச்சான்னு சொன்னானில்லையா'

'சொன்னானா! அப்டியா! நீ இன்னும் கோமணமாடே கட்டுக?'

'அவன் கட்டுகாங் போலுக்கு அதனால நானுங் கட்டுகேங்கான்'

'சரி, நல்லா கசக்கிப் பிழிஞ்சு துவைச்சானா?'

'அப்டிதாங் சொன்னாங்'

'நல்லா துவைக்க தொழிலு பாப்பானோ?'

'இல்ல இலக்கிய விமர்சனமாம்'

'எது?'

'கோமணங் கசக்ககு'

'வோ'

'இப்போ ஆர் ஆரு ஒளுங்கா கழுகுதான்னு பாக்கானாம்'

'அய்யே! இது என்னவாம்?'

'இது சமூக விமர்சனமாம்'

'எது? ஒவ்வொருத்தனயா மோந்து மோந்து பாக்கதா?'

'அப்டிதாங் சொல்லுகாங்'

'ஒரு பாடு கஷ்டம் உண்டும்'

'ஆருக்கு?'

'அவன் மூக்குக்குத்தாந்'

'வோ'

'கிடக்காங் மயிராண்டின்னு விடுடே. சோலியப் பாப்பியா'

'அப்டிதான் எல்லாருஞ் சொல்லுதாக. ஆனா நாந்தான்'

'வேப்பில அடிச்சு பாக்கியாக்கும்? இதெல்லாம் தேறாத கேசுடே. நம்ம பண்டாரவிளை நாடார்கிட்ட கூட்டுப்போவோமா?'

'எதுக்கு?'

'சில சமயம் சுளுக்கெடுத்துவிட்டா மெண்டெலு சரியாகிடும் பாத்துக்க'

'சொன்னா ஒருபாடு கூப்பாடு போடுவானே. கூடவே கும்மியடிக்கக் குட்டிப் பிசாசுக் கூட்டம் வேற இருக்கு பாத்துகிடுங்க'

'நம்ம தெக்கூட்டுப் பயல் கிடந்தானில்லையா, அவனெ இப்படித்தான் கெட்ட ஆவி பிடிச்சு ஆட்டிச்சு பாத்துக்க. ஒன் ஆளு மாரியே நாக்க துருத்துகான், கண்ண உருட்டுகான், காஞ்சனா பட ராகவேந்திரா லாரன்ஸ் கணக்கா பல்ல கடகடன்னு நெறிக்கான், கடிக்கான். துண்ணூரு போட்டு பாத்தது, உடுக்கடிச்சு பாத்துச்சு'

'ம்ஹ்ம், அப்றம்'

'உடுக்கடிக்கு டிரம்முன்னா டிரம்மு எம்ட்டி டிரம்முன்னு பதிலுக்கு ஆடுகான் பாத்துக்க'

'ம்ஹ்ம்'

'அற்புத ஆவி எளுப்புதல் கூட்டத்துக்குபோய்தான் சரியாச்சு'

'வோ'

'ஒன் ஆளும் வார்த்த பேசுகானில்லையா'

'பின்னெ, அதில் அவன் ஸ்பெஷலிஸ்டாக்கும்'

'கட்டு விரியன் பாம்புகளே மனந்திரும்புங்கள் சுவிசேஷ ஜெபம் இருக்கில்லா அத ஓதிப் பாரேன்'

'ப்ச்சு. சும்மாவே காண்ட்டுன்னா கண்ட்டுங்கான், தெரிதான்னா தெர்தாங்கான், இதுல சுவிசேஷம் வேறயா'

'வலுத்த கேசாட்டுல்லா இருக்கு. வேற வழியேஇல்ல. பேய பேயேதான் சொஸ்தப்படுத்தும் பாத்துக்க. காஞ்சனா படமிருக்கில்லா அதயே பத்து தடவ பாத்து அது மாரியே ஆடச் சொல்லு. எல்லாஞ் செரியாயிடும். சேசுவுக்குத் தோத்திரம். வைக்கட்டா'

'சரி'

மக்கா! இருக்கியா? ♦ 135

17

மாமா

'யானைக்கால் பப்படம் உண்டாடே' என்று கேட்டுக்கொண்டே உள் நுழைந்த மாமாவைப் பார்த்து வெலவெலத்துப் போனான் மு. மாமா பின்னாலேயே மட்டிப் பழம் ஒரு தார், செவ்வாழை ஒரு தார், நேந்திரன் பழ சிப்ஸ் இரண்டு கிலோ, நான்கு ஓலைப்பட்டி நிறைய கருப்பட்டி, ஆறு பாக்கெட் சக்கா பிரதமன் என்று ஒரு குட்டி நாகர்கோவிலே அவரைத் தொடர்ந்து உள் நுழைந்து மு வின் ஒற்றை அறை அப்பார்ட்மெண்டை நிறைத்தது. மாமாவின் மகள் வீட்டில் ஏராளமாய் உறவினர்களாம். கொஞ்சம் தனியாய் சடவாரலாமே என்று மு வீட்டிற்கு வந்தாராம். ஒரு வாரம் இருப்பாராம்.

மு அவசர அவசரமாய் படையெடுப்பும் ஆக்கிரமிப்பும் என்று டிவிட்டர் அறிவிப்பு வெளியிட்டு தோழிகள் வீட்டுக்கு வருவது எல்லாவற்றையும் ஒரு வாரம் தள்ளிப்போட்டான். மாமா, மு வுக்கு ஒண்ட சிறிதாய் இடம் கொடுத்துவிட்டு முழு வீட்டையும் ஆக்கிர மித்தார். மு வுக்கு மாமா சொந்த மாமா இல்லை; தாயாய் பிள்ளையாய்ப் பழகிய கூட்டத்தினால் மாமா. மு மருமக்க வழி வெள்ளாளன் இல்லையே என்று மாமாவுக்கு பெரும் சிரிப்பு உண்டு. நேரடியாகவும் மறைமுகமாகவும் அதை இடித்துக் காட்டுவார். மு பேச்சிலர் பாயாக ப்ரெட்டும் ஜாமும் அவசர அவசரமாய் செய்து சாப்பிட்டுவிட்டு வேலைக்கு ஓடிக்கொண்டிருந்தது மாமாவிடம் ரத்தக் கண்ணீரை வரவழைத்தது. மாமாவுக்காக மு மாகி நூடுல்ஸ் விசேஷமாக செய்து போட்டபோது நம் ஊர்க்காரப் பயல் இப்படி நகரத்தில் வந்து கஷ்டப்படுகிறானே என்று அவருக்கு அனுதாபம் மிகுந்து விட்டது.

மாமா பிரமாதமாக கதை சொல்லுவார். இலக்கியத்தில் எங்கெல்லாம் நாஞ்சில் நாட்டு வெள்ளாள உணவு வகைகள் குறிப்பிடப்படுகின்றன என்று மாமா பேசுவதைக் கேட்க பெரும் கூட்டமே கூடும். கவிமணி தேசிய விநாயகம் பிள்ளை மருமக்கள் வழி மான்மியம் நூலில் அவியல் பொரியல் தீயல் துவையல் என்று பாடியிருப்பதை மாமா மேற்கோள் காட்டி சாப்பாட்டுக் கதைகள் சொல்வதைக் கேட்க ஊரே கூடும்.

இங்கே நகரத்தில் மாமாவின் நாஞ்சில் நாட்டு சமையல் குறிப்பு இலக்கியத்தைக் கேட்க யாருமில்லை என்பதில் மாமாவுக்குப் பெரிய மனக்குறை. மகள் வீட்டிலிருந்து தப்பி, மு வீட்டில் மாமா தங்குவது அதனால்தான். மு வைப் பிடித்து வைத்து சக்க பழ அல்வா செய்வது எப்படி, புளிசேரி மரச்சீனி அப்பளம் இணைக்கு உகந்த வேறு இணையைச் சொல்ல முடியுமா என்றெல்லாம் கதை சொல்வார்; மு வுக்கு எச்சில் ஊறும், மனம் பதறும், ஊர் விட்டு வந்தோமே என்று கண் கலங்கும். மாமாவுக்கு மு கண் கலங்குவதைப் பார்த்து உற்சாகம் பீறிடும். நாஞ்சில் நாட்டுக் கல்யாணங்களில் தான் பந்தி விசாரித்த சம்பவங்களையும் அண்டா அண்டாவாக எரிசேரி, புளிசேரி என்று ஆக்குப்பறைகள் நிறைந்திருப்பதையும் மாமா மேலும் மேலும் விவரிப்பார். மு வின் கனவுகளெல்லாம் ஆக்குப்பறைகளாகிவிடும். அவன் சதா ஒரு சாம்பார் வாளியைத் தூக்கிக் கொண்டு நடப்பதான பிரேமை கொள்வான். மாமா ஒரு வாரம் தங்கியிருந்ததில் மூன்றாம் நாளே கண்ணுக்குத் தெரியாத சாம்பார் வாளி மு வின் கைக்கு வந்துவிட்டது. தன் மடிக்கணினியைத் தூக்கிக் கொண்டு அலுவலகம் செல்வதுகூட சாம்பார் வாளியைத் தூக்கிக்கொண்டு பந்தி விசாரிக்க போவது போல இருந்தது.

மு அலுவலகத்திற்கு சென்றிருக்கும்போது பொழுதுபோகாத நேரத்தில் மாமா மு வின் டிவிடி படங்களைப் பார்த்துக் கொண்டிருந்தார். சார்லி சாப்ளினின் கறுப்பு வெள்ளைப் படங்கள் மாமாவுக்கு மிகவும் பிடித்துப்போயின. முவின் மேல் அதனால் மாமாவுக்குப் பிரியம் அதிகமானது. மு மாமாவுக்கு சாப்ளின் பிடித்தது எப்படி என்று சூசகமாக விசாரித்தான். சாப்ளின் படங்களில் எத்தனை காட்சிகளில் வண்டி வண்டியாய் ஐஸ்கிரீமும் மேற்கத்திய உணவுப்பண்டங்களும் வருகின்றன என்று மாமா ஆர்வமாய் கணக்கு சொன்னார்.

முவுக்கு உபவாசம் இருந்துவிடலாமா என்னும் அளவுக்கு மனம் முழுக்க நாஞ்சில் நாட்டு ஆக்குப்பறைகளாகிவிட்டன. உரித்த நேந்திரன் பழம் ஒன்றினை சாப்பிடாமல் வேண்டாத நாவலைக் குப்பைக் கூடையில் போடுவதைப் போல நான்காம் நாள் காலையில் தூக்கிப்போட்டான். அலுவலகத்திலிருந்து தாமதமாக வந்தால்கூட மாமா காத்திருந்து கதை சொன்னார்.

மாமாவின் கதைகளிலிருந்து தப்பிப்பதற்கே மு மாமாவைப் பக்கத்து வீட்டுக் குழந்தைகளிடம் அறிமுகம் செய்து வைத்தான். குழந்தைகள் சனிக்கிழமை மாலை தோறும் மொட்டைமாடியில் ஏதாவது நடனமாடிக்கொண்டிருந்தனர். மாமாவுக்கு அந்த வார நடனத்தில் பங்குபெற அழைப்பு வந்தது. மாமா உற்சாகமாக குழந்தைகளோடு ஐக்கியமாகிவிட்டார். அந்த வாரம் காண்வெண்ட் டான்ஸ். எல்லோரும் ஆளுக்கொரு குடையைக் கையில் வைத்துக்கொண்டு ஒன் டூ த்ரீ என்று

மூன்று எட்டு முன்னால் வர வேண்டும் குடையை விரிக்கவேண்டும். அடுத்த ஒன் டு த்ரீ யில் பின்னால் மூன்று எட்டு போய் பக்கவாட்டில் குடையை விரித்துக் காட்டவேண்டும். குடை இல்லாத கை இடுப்பில் ஊன்றியிருப்பது அவசியம்.

மாமா மொட்டைமாடி காண்வெண்ட் டான்சில் பங்கேற்றது களேபரமாயிருந்தது. மாமா பரத நாட்டிய கலைஞர் போல இடுப்பில் கையை ஊன்றியிருந்தார். மறு கையில் அரையாள் நீளமுள்ள மான் மார்க் குடை. குழந்தைகள் சுற்றி நின்று கோரசாக ஒன் டு த்ரீ க்கு பதிலாக எரிசேரி புளிசேரி துவையல் என்று பாட மாமாவும் பாடிக்கொண்டே மூன்று எட்டு முன் வந்து குடையை விரித்துக் காண்பித்தார். அவியல் பொரியல் பப்படம் என்று குழந்தைகள் பாடியபோது பின்னால் மூன்று எட்டு போய் இடது பக்கவாட்டில் குடைவிரிப்பு. மீண்டும் எரிசேரி புளிசேரி துவையலுக்கு முன் நோக்கி நடை குடை விரிப்பு. கிச்சடி பச்சடி பழங்கறிக்கு பின்னால் மூன்று எட்டு போய் வலது பக்கவாட்டில் குடை விரிப்பு. பப்படம் பிரதமன் பாயாசம் என்ற வரிக்கு மூடிய குடையை மாமா தலைக்குமேல் வேலுத்தம்பி தளவாய் சுருள் வாளை சுழற்றியது போல சுழற்றி முன்னால் தரையில் ஊன்றி கிங்கரன் போல் போஸ் கொடுத்தார். மு விற்கு மொட்டைமாடியே ஆக்குப்பறையாகி விட்டது போல இருந்தது. குழந்தைகள் ஒவ்வொன்றும் குட்டி அண்டா போல தோன்றின. ஆனால் குழந்தைகளிடையே மாமா மிகவும் புகழ் பெற்றவராகிவிட்டார்.

முவை சந்திக்க நேரும்போதெல்லாம் இப்போது குழந்தைகள் உங்கள் மாமா எப்போது திரும்ப வருவார் என்று கேட்கின்றனர்.

18

பழைய காதலியின் புது நண்பன்

அற்ப புழுவையும் தொடர்ந்து ஈர்க்குச்சியால் சித்திரவதை செய்தால் அதுவும் திரும்பி முறைக்கும்தானே அந்த நிலைமையில் இருந்தான் மு. அவனுடைய பழைய காதலி இடிதடியனாய் ஒரு புது நண்பனுடன் சென்னைக்குத் திரும்பிவர ஃபேஸ்புக், டிவிட்டர், குறுஞ்செய்திகள், கூகுள் ப்ளஸ், பஸ், என்று நண்பர்கள் வட்டாரம் கூடிக்கூடிக் கும்மி அடித்தது. மு இடிதடியனைப் பற்றி துப்புத் துலக்கினான். பழைய காதலியின் புது நண்பன் குண்டன், தொப்பையன், காது மடல்களில் கரடி மயிர் வளர்ந்தவன் என்று கொஞ்சம் கொஞ்சமாய் முவிற்கு உற்சாகமூட்டும் வகையில் துப்புத் துலங்கிக்கொண்டிருந்தது. அவன் ஒரு லேவாதேவிக்காரன் என்பது தெரியவந்தவுடன் மு புல்லரித்துப் போனான். நண்பர்கள் வட்டாரத்திற்கு ஷேம் ஷேம் பப்பு ஷேம் என்று செய்தி அனுப்பிவிட்டு பழைய காதலியையும் அவளுடைய புது நண்பனையும் தன் ஒற்றை அறை ஸ்டுடியோ அபார்ட்மெண்டிற்கு விருந்திற்கு அழைக்க முடிவு செய்தான்.

தன் அலுவலகத் தோழியைத் தன் விருந்திற்கு சமையல் ஒத்தாசை செய்ய வரமுடியுமா என்றதற்கு அவள் காட்டமாக மறுத்துவிட்டாள். மு தான் ஆட்டோவில் பார்த்த குட்டைப் பாவடைக்காரியைப் பற்றி அவ்வப்போது சப்புகொட்டி சப்புகொட்டி பேசிக்கொண்டிருந்ததே காரணம். மு தானே தனியாக எது வந்தாலும் பார்க்கலாம் என்று களத்தில் இறங்கத் தீர்மானித்தான்.

The soap opera of the year என்று நண்பர்கள் வட்டாரத்தில் கிசுகிசுக்கப்பட்ட நாளும் வந்தது. மு காலையிலேயே சலூன் போய் தலைமுடி வெட்டி முள்ளம் பன்றி மயிர்போல் spiky ஆக மாற்றிக் கொண்டான். மூன்று நாள் தாடியை மழிக்கவில்லை. 44 என்று பெரிய எழுத்தில் முன் பக்கம் எழுதிய கையில்லா பனியன் போட்டு அரை டிரௌசர் போட்டுக்கொண்டான். அலுவலகத்திற்கு விடுப்பு சொல்லி விட்டு மதியம் வாக்கில் பழைய காதலிக்கு ஃபோன் செய்து அவள் நண்பனுக்கு என்ன பிடிக்கும் என்று கேட்டான். பழைய காதலி முதலில் அலட்டு அலட்டென்று அலட்டினாள்; இரவு உணவுக்கு வர முடியாது

என்றாள். மாலை தேநீருக்கு வருகிறார்களாம்; அவனுக்கு பிரெட் ஆம்லெட்டும் தக்காளி தொக்கும் போதுமாம். மு தலையில் அடித்துக் கொண்டே பிரெட் ஆம்லெட்டும் தக்காளித் தொக்கும் தூ என்று டிவிட்டர் இட்டு நண்பர் வட்டாரத்தையே கிளுகிளுக்க வைத்தான்.

பழையகாதலி மு விற்குப் பிடித்த மஞ்சள் கவுண் அணிந்திருந்தாள். இரண்டு கால்களிலும் வேறு வேறு நிறத்தில் ஒற்றை வார் செருப்பு அணிந்திருந்தது முவை வெகுவாகக் கவர்ந்தது. புது நண்பன் குண்டனாகவோ தொப்பையனாகவோ இல்லை. ஆஜானுபாகுவாய் மினுங்கும் கோதுமை நிறத்தில் இருந்தான். டீன் ஏஜின் அரும்பு மீசையே இன்னும் இருந்தது. கண்களில் சினேகமும் குழந்தைமையும் இருந்ததைக் கண்ட மு தானோ இவன் என்று ஒரு கணம் மயங்கி மீண்டான். நீங்கள் minimalist poetஆமே இவள் சொன்னாள் என்று அவன் புன்னகைத்த போது முவிற்கு கால் தளர்ந்து போனது. பழைய காதலிக்கு இவனை ஏன் பிடித்திருக்கிறது என்று முவிற்குத் தெரிந்து விட்டது.

உணவு மேஜையில் அவர்கள் அமர்ந்தபோது அவள் புதிதாய் ரிம்லெஸ் கண்ணாடியைக் கைப்பையிலிருந்து எடுத்து அணிவதை மு பார்த்தான். சாதாரணமாகவே கன்னாடி அணிந்த பெண்களைப் பார்த்தால் மனம் நெகிழ்ந்துவிடும் முவின் இதயம் படபடவென்று அடித்துக்கொண்டது. முவின் மனதிலிருப்பதையே சொல்வதாக புது நண்பன் அவளைப் பார்த்து You look gorgeous in those glasses என்றான். Dalai Lama also looks gorgeous in those Ray Ben glasses என்றாள் பழைய காதலி. அன்று மாலை முழுவதும் அவர்கள் பேசியதிலேயே அந்த ஒரு வாக்கியம்தான் சுவாரசியமானது. மற்றபடி அவர்கள் உணவு உடை என்றே பேசிப் பொழுதைக் கழித்தார்கள்.

புது நண்பன் தான் தக்காளித் தொக்குவோடு கொஞ்சம் இஞ்சிச் சட்னியும் செய்வதாகச் சொல்லி முவையும் அவன் பழைய காதலியையும் தனியே விட்டு விட்டு அடுக்களைக்குப் போனான். மு உன் தோல் அதே பளபளப்புடன் இருக்கிறது என்று அவள் கையை வருடிக் கொடுத்தான்.

இஞ்சிச் சட்னி முவுக்குப் பிடித்துப் போய்விடவே ஒரு வெட்டு வெட்டினான். ஆஜானுபாகுவும் சளைத்தவனாயில்லை. அவனும் ஒரு பிடி பிடித்தான். பழைய காதலி பராக்குப் பார்த்துக்கொண்டிருந்தாள்.

அவர்கள் சீக்கிரமே கிளம்பிவிட்டார்கள். All are made in the same factory என்ற நாடகத்தைப் பார்க்கப்போவதாகச் சொன்னார்கள். அவர்களைக் கை குலுக்கி அனுப்பிவிட்டு கணினிக்கு மு திரும்பியபோது நண்பர் வட்டாரம் முழுக்க சாட்டில் உட்கார்ந்திருந்தது.

இஞ்சிச் சட்னி அதிகம் சாப்பிட்டதில் முவிற்கு வயிறு அப்செட் ஆனது. மு Oops என்று டிவிட்டர் இட்டுவிட்டுத் தூங்கிப் போனான்.

19

ஆட்டோ

ஒரு குட்டைப் பாவாடை அழகிக்கு ஆட்டோ ஓட்டும் பெரும்பேறு இன்று மு வுக்கு கிடைத்தது. மு வின் ஆட்டோ டிரைவர் நண்பன் மு வை தன் ஆட்டோவை நுங்கம்பாக்கம் வரை ஓட்டி வர முடியுமா என்று கேட்கப் போக மழைக்காலத்தில் ஆட்டோ டிரைவர்களின் நட்பின் முக்கியத்துவம் கருதி மு சரியென்று சம்மதித்தான்.

நந்தனம் சிக்னலில் குட்டைப் பாவடை அழகி ஒருத்தி மு ஓட்டி வந்த ஆட்டோவை வழி மறித்தாள். மு ஆட்டோ வராது என்று சொல்லி சிக்னல் தாண்டுவதற்குள் அவள் உள்ளே சாடி ஏறிவிட்டாள். மு ஆட்டோ வராது என்றான் முறைப்பாக. கூப்பிட்டால் வருவதற்குத்தான் ஆட்டோ என்றாள் அவள். பின் நோக்கும் கண்ணாடியில் மு அவளைப் பார்த்தான். அவள் கண்களில் பிடிவாதமான குரோதம் இருந்தது. நான் ஆட்டோ டிரைவர் இல்லை என்றான் மு. நான் பயணியில்லை என்றாள் குட்டைப் பாவாடை.

மழை பிரளயமே வந்ததுபோல் அடித்துப் பெய்ய போக்குவரத்து ஸ்தம்பித்துவிட்டது. மு கீழே இறங்கி டார்பாலின் திரைகளை இழுத்து மூடிவிட்டு டிரைவர் சீட்டில் மீண்டும் உட்கார்ந்துகொண்டான். அண்ணாசாலையில் பிரளய மழையில் மு வும் குட்டைப் பாவாடைக் காரியும் மட்டுமே உள்ள சின்னஞ்சிறு தனி உலகு எதிர்பாராமல் உருவாகிவிட்டது.

நான் திரும்பிப் போகவேண்டும் என்றான் மு எங்கோ பார்த்தபடி. மு வின் கண்களைப் பின் நோக்கும் கண்ணாடியில் சந்தித்த குட்டைப் பாவாடை நாமென்ன ஒன்றாகவேவா போய்க்கொண்டிருக்க முடியும்? நானும்தான் திரும்பிப் போக வேண்டும் என்றாள். சண்டை எதனையும் பாதியில் நிறுத்திவிட்டு ஆட்டோவில் ஏறிவிட்டாளோ? அம்மணி பெயர் என்ன என்றான் மு மெதுவாக. மழை வலுத்ததில் இன்னும் இருண்டுவிட்டது. பெயரைத் தெரிந்தால் என்னைத் தெரிந்ததாகி விடுமா என்றாள் அவள் காட்டமாக.

அரை மணி நேரம் வார்த்தைகளற்ற சலிப்புகளோடும், கள்ளப் பார்வைகளோடும், இருந்த இருக்கை அசைவுகளோடும், மனத்தின் ஏச்சுக்களோடும், அவர்கள் கழித்தது பல ஆண்டுகளை அவர்கள் ஒன்றாய்க் கழித்தது போன்ற உணர்வை அவர்களிடையே ஏற்படுத்தி யிருந்தது.

மழை விடுகிற மாதிரியும் இல்லை, ட்ராஃபிக் கிளியர் ஆகிற மாதிரியும் இல்லை என்ற மு நன்றாகத் திரும்பி அவளைப் பார்த்தான். கடுஞ் சினத்தில் தாக்கத் தயாராக இருக்கும் சிறுத்தைக் குட்டி போல அவள் ஆட்டோவில் ஏறியபோது இருந்ததாய் அவனுக்கு ஞாபகம். எது தெரிந்தால் உங்களைத் தெரிந்ததாகும் என்று கேட்டான் மு. கடந்த அரைமணி நேரத்தில் அவள் முழுமையாய் இறுக்கம் தளர்ந்திருப் பதாய் தோன்றியது. கண்களில் மினுங்கும் சிறு சீண்டலுடன் இந்த ஆட்டோவை என்றாள். இப்போதாவது உங்கள் பெயரைச் சொல்லலாமே என்ற மு வேறொரு ஆளாக ஆட்டோ டிரைவராகவே முழுமையாக மாறியிருந்தான். அவள் என் பெயரை குட்டைப்பாவாடை என்று வைத்துக்கொள்ளேன் என்ற போது தன் உயிரையும் உடலையும் முன்பின் அறியா டிரைவரிடம் ஒப்படைக்கும் பயணியாயிருந்தாள்.

அவர்கள் பின் நோக்கியிருக்கும் கண்ணாடியில் தங்கள் ஆட்டோ ஆராய்ச்சியை ஆரம்பித்தார்கள். முன் இருக்கை, பின் இருக்கை, வேகமூட்டி, வேகத்தடை, மேல் கூரை, கீழ்த்தளம், இடைக்கம்பி, நடுக்கம்பி, ஒலிப்பான் என்று அவர்கள் ஆய்வு தொடர்ந்தது. வெளியில் வெள்ளம் கரை புரண்டோடியதையும், மழை மேலும் மேலும் வலுத்துப் பெய்ததையும் அவர்கள் அறிந்திருக்கவில்லை.

20

நட்பின் அரசியல்

மு அவனுடைய தோழியோடு அந்த இரவு நடனத்திற்கு வந்திருந்தான். ஆனால் நடனமாடாமல் உணவு மேஜையிலேயே இருவரும் உட்கார்ந் திருந்தார்கள். மு ஏதோ ஆழ்ந்த சிந்தனையிலிருந்தான். இன்று இரவாவது ஏதாவது நடக்கும் என்று எதிர்பார்த்திருந்த தோழி நேரம் செல்லச் செல்ல பொறுமை இழந்துகொண்டிருந்தாள். முவைப் பிடித்து உலுக்கி என்னதாண்டா விஷயம் சொல்லித் தொலையேன் என்றாள். மு அவளைத் தீர்க்கமாகப் பார்த்தபடியே, முகத்தை இறுக்கமாக வைத்துக்கொண்டு, நம் நட்பு அரசியல் தூய்மையுடையதா அரசியல் தூய்மையற்றதா என்று கேட்டான்.

தோழிக்கு தலையும் புரியவில்லை வாலும் புரியவில்லை. மு, உனக்கு என்னமோ ஆகிவிட்டது, இந்த லிஃப்ட் தாத்தா உன் தலையில் திருஷ்டி பூசணியை உடைத்ததிலிருந்து நீ ஒழுங்காகவே இல்லை. உனக்கு என்ன பிரச்சினை மு, என் செல்ல மு என்றெல்லாம் ஆங்கிலத் திலும் தமிழிலுமாக தோழி பிலாக்கணம் வைக்க ஆரம்பித்தாள்.

மு உடனே ஒரு சின்ன பிரசிங்கியாகி விட்டான்.

தோழீ! கேள்! மூாக் தெரிதா பால் டி மேன் இறந்தபோது ஆற்றிய நட்பு, கடமை, கடப்பாடு குறித்த பேச்சு இருக்கிறதே அது கட்ட விழ்ப்பின் வரலாற்றின் முக்கிய தருணம். அதுதான் அரசியல் தூய்மை யற்றும் நட்பு கொள்ளலாம் என்று எனக்குக் கற்பித்தது.

நான் டிஸ்கோ வருவதற்கு முன் ஷாம்பூ போட்டு குளித்துவிட்டுதான் வந்தேன், மு என்றாள் தோழி பரிதாபமாக.

நான் அதைச் சொல்லவில்லை மண்டு. நான் யாரோடு வேண்டு மானாலும் நண்பனாய் இருப்பேன் என்கிறேன்.

சரி, இருந்துக்கோ. ஆனா, அதைச் சொல்வதற்கு எதற்கு மூாக் தெரிதா?

அதாவது இன்றைக்கு மனித உறவே அதிகாரம், அதிகாரமின்மை என்று மாறியிருக்கிறது.

சரி, ஓக்கே.

தமிழ் சினிமாவிலிருந்து நேற்றைக்கு எழுதப்பட்ட நவீன சிறுகதை வரை காதலுறவுகள், டாவுகள் உட்பட எல்லாமே அதிகார உறவுகளின் சிக்கல்களின் கதை சொல்லலாயிருக்கிறது. இனி வரும் கதை சொல்லல் நுண்சித்தரிப்புகளே ஆகும். பெருங்கதையாடல்களுக்கு எதிரான...

ஷ்ஷ்ஷ்ஷ்

'நான்' என்பதே நினைவுகளின் தொகுப்பாகவும், புலன் வரலாறு களின் தொகுதியாகவும்

மு! Give me a break! Don't you have a body?

நிகழ்த்திக்காட்டுதலை, பாவனையைக்கொண்டே வாழ்க்கை

ம்ஹ்ம், now you are talking, டான்ஸ் ஆடலாமா, போலாமா?

மு முகம் கொஞ்சம் தெளிவடைந்திருந்தது. தோழி கையைப் பிடித்துக்கொண்டு பதில் பேசாமல் மு டான்ஸ் ஃப்ளோரை நோக்கி நடந்தான்.

தூய்மையற்ற இடங்களிலும் தொடுவாயா மாட்டாயா என்றாள் தோழி.

21

மின் தூக்கி இயக்குநர்

பணி ஓய்வு பெற்றபின் காட்டில் தபசியாய் சுற்றிக் கொண்டிருந்த அவர், மு வேலை பார்க்கும் அலுவலகக் கட்டிடத்தில் மின்தூக்கி இயக்குநராய் சேர்ந்தார். மு வின் அலுவலகம் இருந்த கட்டிடம் ஏழு மாடி; வயதானதால் இப்பவோ அப்பவோ பொடிந்து உட்கார்ந்துவிடும் என்பது போல இருக்கும். அந்தக் கட்டடத்திற்கான மின்தூக்கியோ அதற்கும் மேல். துருப்பிடித்த இரும்புக் கம்பிகள் கொண்ட வாயில், பொத்தல்கள் நிறைந்த கீழ்த்தளமும் மேல்த்தளமும் என்று இருக்கும் மின்தூக்கியில் ஏறுபவர்கள் உயிரைப் பணயம் வைத்துதான் ஏற வேண்டும். இந்த மின்தூக்கியை இயக்குவதுதான் முதியவரின் வேலை.

மு வைத் தவிர முதியவரை ஆரம்பத்தில் யாருக்கும் பிடிக்கவில்லை. முதல் காரணம் மின்தூக்கியில் கைபேசியில் பேசிக்கொண்டே வரும் பெண்களுக்கும் ஆண்களுக்கும் முதியவர் சத்தம் போட்டு பாடல் களைப் பாடிக்கொண்டே மின் தூக்கியை இயக்குவது பிடிக்கவில்லை.

ஒரு சமயம் முதியவர்,

'அள்ளிநீரை இட்டதேது? அங்கையில் குழைந்ததேது?
மெள்ளவே முணமுணவென்று விளம்புகின்ற மூடர்காள்
கள்ளவேடம் இட்டதேது கண்ணைமூடி விட்டதேது?
மெள்ளவே குருக்களே, விளம்பிடீர் விளம்பிடீர்'

என்று பாடியது தாங்கள் கைபேசியில் பேசுவதைத்தான் கிண்டல் பண்ணி பாடுகிறார் என்று பெண்கள் தங்கள் மேலதிகாரிகளிடம் புகார் செய்துவிட்டனர். இலக்கிய அஞ்சலிக் குறிப்புகளின் திரட்டி தயாரிக்கும் முதான் பெரியவர் பாடுவது சித்தர் பாடல் என்று சமாதானம் செய்து வைத்தான். பெரியவருக்கும் மு விற்கும் இப்படி நல்ல நட்பு உருவாகி விட்டது.

மின்தூக்கியின் மேல் நோக்கிய பயணம் மின்தடையால் பாதியில் நின்றுவிட்டால் பெரியவருக்கு குஷி தாள முடியாது. அவர் சத்தம் போட்டு பாடுவது அந்த மாதிரி சமயங்களில் பிறர் ஓடி வந்து மின்தூக்கி யினுள் மாட்டிக்கொண்ட ஆட்களைக் காப்பாற்ற உதவியாகவே இருந்தது.

அவர் மின்தூக்கியில் மின்சாரமில்லாமல் சிக்கிக்கொண்டபோது

'பட்டம் அற்றுக் காதற்றில் பறந்தாடும் சூத்திரம் போல்

வெட்டு வெளியாக விசும்பறிதல் எக்காலம் ?'

என்று பாடியது ஏழு மாடி கட்டிட பொது ஜனங்களிடையே நல்ல வரவேற்பு பெற்றது.

காம்ப்ளெக்சிலுள்ள கடைகள் பூஜை போடும்போதெல்லாம் திருஷ்டி பூசணிக்காய் பெரியவர் கையினால் உடைத்தால் சுபிட்சம் என்றும் நம்ப ஆரம்பித்தார்கள்.

மு அவருக்கு ஒரு நாள் தேநீர் வாங்கிக் கொடுத்தான். பதிலுக்கு அவர்

'பாற்சுவைப் பூட்டிப் பதியில் வைத்துச் சீராட்டிக்

காற்பசுவை ஒட்டி அதில் கட்டி வைப்பது எக்காலம்?' என்று பாடினார்.

முவின் தோழிக்கு இந்த மின்தூக்கி உரையாடல்களும் குலாவல்களும் கொஞ்சமும் பிடிக்கவில்லை. ஹேய் மு! நீ ஏற்கனவே அரை வட்டு, இந்தக் கிழத்தோடு சேர்ந்து நீயும் முழு வட்டாய் ஆகிவிடாதே என்றாள்.

மு பெரியவரிடம் ஒரு சிதம்பர ரகசியம் இருப்பதாய் நம்பினான். மின்தூக்கிப் பயணத்தில் அவர் எப்போதாவது அந்த ரகசியத்தைத் தன்னிடம் சொல்லிவிடுவார் என்றும் நம்பினான். அவரோ தன் பாட்டுக்கு ஏதாவது பாடிக்கொண்டிருந்தாரே தவிர முவிடம் எந்த ரகசியத்தையும் சொல்கிறார்போல இல்லை.

மு 'மின்தூக்கிகள் மேலே கீழே போய் வருகின்றன' என்ற தலைப்பில் ஒரு கவிதை எழுதி அவரிடத்தே வாசித்துக் காண்பித்தான். வேறு என்ன தலைப்பிலெல்லாம் உன்னால் எழுதமுடியும் என்று கேட்டார் அவர். 'பாழடைந்த கட்டிடம்', 'கீழ் நோக்கிய பயணம்', 'மின் வெட்டு' என்று மனதிற்குத் தோன்றியதைச் சொல்லி வைத்தான். அவர் திருஷ்டி பூசணிக்காய் என்று ஒன்று எழுதேன் என்று சொல்லி சிரித்தார்.

மறுநாள் மு ஒரு பூசணிக்காயை வாங்கி அவர் கையில் கொடுத்து விட்டான். பெரியவர் முவைக் கண்ணை மூடிக்கொள்ளச் சொன்னார். மு கண்ணை மூடிக்கொண்டவுடன் மின்தூக்கியை மேல் நோக்கி இயக்கினார்.

'வாசித்தும் காணாமல் வாய்விட்டும் பேசாமல்

பூசித்தும் தோன்றாப் பொருள் காண்பது எக்காலம் ?'

என்று பாடிக்கொண்டே அந்தப் பூசணிக்காயை மு தலையில் போட்டு உடைத்தார்.

22

செய்தி அறிவிப்பாளன்

மு செய்தியாளராகப் பயிலரங்கப் பயிற்சி முடித்தபின் உடனடியாக புது வேலையில் சேர்ந்துவிட்டான். பெரிய செய்தி நிறுவனத்தில் சிறு வேலை அவனுடையது. அவன் பிரிவு பிரபலமானவர்கள் மரணமடையும்போது உடனடியாக அவர்களுக்கு அஞ்சலி செய்தி வெளியிடுவதற்கு வசதியாக எல்லோருடைய தகவல்கள் புகைப்படங்கள் என்று திரட்டி வைத்துக் கொள்ள வேண்டும். கட்டுரைகளையும் எழுதி வைத்துக்கொள்ள வேண்டும். பிரபலமானவர் இறந்தவுடன் நேரத்தையும் இடத்தையும் மட்டும் குறித்து உடனடியாகப் பிரசுரித்து விடலாம். மு வின் செய்தி நிறுவனத்திற்கு வானொலி பிரிவு, தொலைக்காட்சிப் பிரிவு என்றெல்லாம் இருந்தது. வானொலி, தொலைக்காட்சிப் பிரிவுகளில் வேலை பார்த்தவர்களைவிட மு அதிர்ஷ்டம் செய்தவன் என்று அவனுடன் வேலை பார்த்த பெண்கள் சொன்னார்கள். அந்தப் பிரிவுகளில் கட்டுரை எழுதினால் மட்டும் போதாது மனச்சோர்வையும் சோகத்தையும் பிழிந்து தரும் இசைத்தட்டுகளையும் கேட்டு தேர்ந் தெடுத்து வைக்கவேண்டும்.

மு வின் பிரிவுத் தலைவர் நடிகை நடிகர்களின் மரணச் செய்திகளைத் தனக்கென கவர்ந்துகொண்டார். சதா அவர் கணினியில் பழைய திரைப்படங்களோ அல்லது பாடல்காட்சிகளோ ஓடிக்கொண்டிருக்கும். பழைய நடிகைகளைப் பார்த்து தாபத்தில் ஏக்கப் பெருமூச்சு விடுவது பழம்பாடல்களைக் கேட்டு கண் கலங்குவது என்று எப்போதுமே அவர் கண்ணீரும் கம்பலையுமாய் இருந்தார். இதற்குக் கொழுத்த சம்பளம் வேறா என்று மு கேட்டுத் தொலைத்து சேர்ந்த நாளிலேயே மு அவரின் அதிருப்திக்கு ஆளாகியிருந்தான். மு அவருடைய அறைக்கு பணி ஒதுக்கீடு வாங்குவதற்காகச் செல்லும்போதெல்லாம் பலமாக மூக்கைச் சிந்திப்போட்டுவிட்டே என்ன செய்ய வேண்டும் என்று சொல்லுவார்.

மு ஜூனியரிலும் ஜூனியர் என்பதாலும் மு வுக்கு முன் அனுபவம் இந்தத் துறையில் இல்லை என்பதாலும் அவனுக்கு உப்பு சப்பில்லாத இலக்கியத் துறை ஒதுக்கப்பட்டது. மு வுக்கு வாழ்க்கையே வெறுத்து

விட்டது. இலக்கியவாதிகளின் வாழ்க்கைகளில் எந்த பிரமாதமான சம்பவமும் நடைபெற்றதாக இல்லை என்பது தவிர அவர்களின் புகைப்படங்களைப் பார்க்க வேண்டிய துன்பத்திற்கு வேறு மு ஆளானான்.

ஒரு நாள் சரோஜா தேவிதான் தனக்குப் பிடித்த நடிகை என்று தன் மேலதிகாரியிடம் மு பேச்சுக் கொடுத்து அவருடைய முகத்தைப் பிரகாசிக்கச் செய்தான். பழைய பாடல்களில் அவருக்குப் பிடித்த ஆடவரலாம் ஆட வரலாம் என்ற பாட்டையே தனக்கும் மிகவும் பிடித்த பாடல் என்றான். கோவைப் பழம் போல் அழுகையில் சிவந்திருந்த மூக்கை நிமிண்டிக்கொண்டே அவன் மேலதிகாரி மு வை நோக்கி புன்னகை புரிந்தார். தமிழ் இலக்கியத் திரட்டி தயாரிப்பு எந்த அளவில் இருக்கிறது என்று வழக்கமான வேலை நேரக் கேள்வி வந்தவுடன் மு மெலிதான கேவலுடன் ஆரம்பித்து கதறி அழுதுவிட்டான். எனக்கு இலக்கியம் வேண்டாம் சார் என்று மட்டுமே முவினால் சொல்ல முடிந்தது.

ஜூனியர்களின் ஒப்பாரிப் படலங்கள் மேலதிகாரிக்குப் பழக்கம்தான் என்றாலும் எங்கே மு திரைப்படத் துறையைத் தன்னிடமிருந்து அழுது ஆர்ப்பாட்டம் பண்ணியே பறித்துவிடுவானோ என்று அவருக்கு உதறல் கண்டது. பொதுவாக இலக்கியவாதிகள் இயற்கை எய்தும்போது மூன்றாம் பக்கத்திலோ நான்காம் பக்கத்திலோ சிறு பத்திச் செய்திதானே வெளியாகும் அதற்கேற்றாற் போல திரட்டி சிறிய அளவில் இருந்தால் போதுமே என்றார் மேலதிகாரி.

மு சமாதானமடைந்துவிட்டான். முப்பது வரி பத்தி ஒவ்வொரு வருக்கும் தயாரிப்பது அவனுக்கு பெரிய வேலையில்லை. திரட்டி வேலையை மொத்தமாக இரண்டே வாரத்தில் முடித்துவிட்டான். இப்பொழுதெல்லாம் அலுவலகத்திற்கு வேலை பார்ப்பது போல பாவ்லா செய்வதற்குத்தான் போகிறான். திரட்டியின் தீராத பக்கங்களில் எந்த ஏட்டினை எப்பொழுது எடுத்தாலும் மு என்றே வருவதுதான் ஏனென்று அவனுக்குப் புரியவில்லை. அவன் மேலதிகாரியைக் கூப்பிட்டு கணினியின் திரட்டியிலிருந்து ஒரு ஏட்டினை எடுங்கள் என்றான். அவருக்கு சரோஜாதேவி புத்தகம் வந்தது. இது எப்படி இந்தத் திரட்டிக்குள் என்றார். மீண்டுமொருமுறை அவர் ஏட்டினை எடுத்த போது ஆடவரலாம் ஆட வரலாம் பாடல் வந்தது.

இலக்கிய ஆசிரியர்களின் அஞ்சலிக் குறிப்புகள் திரட்டியிலிருந்து நீங்களும்தான் ஒரு சில ஏடுகளை உருவிப்பாருங்களேன்.

23

இரவல் மயில்பீலி

இரண்டு மூன்று நாட்களாக எனக்கு மனதே சரியில்லை. என்னுடைய வலைத்தளத்தைப் படித்துவிட்டு வரும் கடிதங்களில் 'குரு வணக்கம்' 'குரு நமஸ்காரம்' என்று ஆரம்பித்து எழுதப்படும் கடிதங்களைப் படித்து இனம் புரியாத திகைப்பில் ஆழ்ந்திருக்கிறேன். எனது தொழில் கடந்த இருபது ஆண்டுகளுக்கும் மேலாக உயர் கல்வி ஆசிரியனாக பணி புரிவதுதான் என்றாலும் நான் இவ்வளவு பணிவான கடிதங்களை என் மாணவர்களிடமிருந்துகூட வரப்பெற்றதில்லை. எப்பொழுதிருந்து ஆரம்பித்தது இந்த சம்பிரதாயம்?

உதாரணத்திற்கு ஒரு கடிதம் டிஜிட்டலில் கிறுக்கிய பிள்ளையார் சுழியுடன் ஆரம்பிக்கிறது. அவர் தினசரி இணையத்தில் வாசிக்கும் எழுத்தாளர் ஒருவர் ஜெர்ஸி கோசின்ஸ்கியின் 'Steps' நாவலை குறிப்பிட்டிருந்தாராம். இவர் இணையத்தில் தேடி கோசின்ஸ்கியின் 'Hermit of the 69th street' என்றொரு நாவலையும் எழுதியிருக்கிறார் என்று கண்டுபிடித்துவிட்டாராம். இரண்டு நாவல்களும் என்னிடம் இருக்குமா, அவற்றைப் படிக்கலாமா, கூடாதா என் ஆலோசனையையும் அபிப்பிராயத்தையும் சொல்லி முடிந்தால் புத்தகங்களையும் தந்து உதவ முடியுமா என்று கேட்டு கடிதம் முடிகிறது. கோசின்ஸ்கியின் 'Steps' வன்முறைச் சித்திரிப்புகள் கொண்டதாயிற்றே, 69 எதைக் குறிக்கிறது தெரியுமா என்று இரண்டு வரி பதிலெழுதிப்போட்டேன். நீங்கள் வேண்டாமென்றால் படிக்கமாட்டேன் சார் என்று பதில் வந்தது. மீண்டும் அதே டிஜிட்டல் பிள்ளையார் சுழி. நான் வேண்டாமென்றா சொன்னேன்?

இன்னொரு கடிதம் இரவில் இயற்கை உணவு சாப்பிடலாமா என்று குருவிடம் வினவுகிறது. குரு இயற்கை உணவு என்றால் என்ன என்று கேட்டு எழுதுகிறார். ஒரு முறி தேங்காய்த் துருவல் என ஆரம்பித்து காய்கறிக்கடையின் விலைப்பட்டியலே பதிலாய் வருகிறது. இவ்வளவு சாப்பிடலாமா என்று குரு ஐயம் எழுப்புகிறார். ஏன் தோட்டத்திலேயே போய் மேய்ந்துவிடக்கூடாது என்றும் ஆலோசனை சொல்கிறார். அவருக்குமே மேயும் ஆசை எழுகிறது.

எளிய உதாரணங்களை எப்பொழுதும் கைவசம் வைத்திருக்க வேண்டியதின் அவசியத்தை உணர்த்தியது குருவுக்கு ‘கை மைதுனம் செய்வதால் கண் குருடாகிவிடுமா?’ என்று கேட்டு வந்த கடிதங்களின் தொடர் உரையாடல்தான். குரு, மகாத்மா காந்தியின் ‘சத்திய சோதனை’யையும், ‘ஹரிஜன்’ இதழில் மகாத்மா எழுதிய கடிதங் களையும் படிக்க அறிவுறுத்துகிறார். ‘சத்தியம்’ என்றால் என்ன? ‘சோதனை’ என்றால் என்ன என்று கேட்டு பதில் வந்தது. பைப்பை திறந்தால் தண்ணீர் வருகிறது; பைப்பைத் திறக்காவிட்டால் தண்ணீர் வருவதில்லை இது சத்தியம். சில சமயம் பைப்பைத் திறந்தாலும் தண்ணீர் வருவதில்லை இதுதான் சோதனை என்று குரு எளிய உதாரணம் மூலம் விளக்கினார். சிஷ்யன் இப்போது பாத்ரூமிலேயேதான் இருக்கிறாராம். என்ன காரணம் தெரியவில்லை.

கோசின்ஸ்கியோடு தன்னிலையில் ஆரம்பித்த இடுகை, இயற்கை உணவு, மகாத்மா காந்தி என்று நகர்ந்தவுடன் படர்க்கையில் சொல்லப் படுவதை நீங்கள் கவனித்திருப்பீர்கள். இதுதான் நான் ஆரம்பத்தில் சொன்ன திகைப்பிறகான காரணம். நானெப்படி அவனானேன்?

கடிதங்களினாலேயே கட்டப்பட்ட மடம் உருவாகிவிட்டிருந்தது. குரு தும்மினால்கூட போதும் டிவிட்டர், ஃபேஸ்புக், குறுஞ்செய்தி, கூகுள் பஸ் என்று செய்தி பறக்கிறது. குரு தமிழ் சினிமாவுக்கு கதை வசனம் எழுதுகிறார். கடிதம் எண்: **1234567893**: நீங்கள் எழுதிய கதைக்கும் எடுக்கப்பட்ட சினிமாவுக்கும் சம்பந்தமேயில்லையே? ஆனாலும் படம் சூப்பர் சார்.

கண்ணாடியில் முகத்தைப் பார்க்கிறீர்கள். தலையை மொட்டை அடித்தாகிவிட்டது. கார்கலாவில், செரெவனபெலகொலாவில் நிர்வாண மாக நிற்கும் கோமடேஷ்வரரைப் போல தோற்றம் வந்துவிட்டது. சமண மதமே தமிழ் வரலாற்றில் மறைக்கப்பட்ட மதம் என்று உங்களுக்கு நீங்களே சொல்லிக்கொள்கிறீர்கள்.

புதிதாய் கடிதம் எழுதியிருக்கும் வாண்டுக்கத்திரிக்காயை மயில் பீலியால் வருடிக்கொடுக்க நினைக்கிறீர்கள். மயில் பீலியை காண வில்லை.

அது சரி, எப்போது படர்க்கை சொல்லல் முன்னிலையானது?

நான் உங்களுக்கு நானே பிடித்த மயிலின் பீலியை இரவலாகத் தருகிறேன். இந்த இடுகை மூலமாக. மயிலெங்கே என்று மட்டும் கேட்காதீர்கள்.

24

மைய நரம்பு முறிவு

மு. இன்றைக்கு அலுவலகத்திற்கு வந்திருந்தான். ஆம், என்னுடைய 'மர்ம நாவல்' என்ற சிறுகதையில் அறிவின் எல்லையைத் தேடிப்போய் காணாமல் போவானே அவனேதான். அந்தச் சிறுகதை ஆங்கிலத்தில் மொழிபெயர்க்கப்பட்டதிலிருந்து மு வுக்கு ஏகப்பட்ட வரவேற்பு இருக்கும் அவன் மகிழ்ச்சியாக இருப்பான் என்ற கற்பனையில் இருந்தேன். எலும்பும் தோலுமாய் வற்றிப்போய் இருந்தான். நெற்றி நிறைய விபூதி. கழுத்து நிறைய ருத்திராட்ச மாலை. கையிலிருந்த மஞ்சள் பை நிறைய முருகன் துதிப் பாடல்கள். திருச்செந்தூர் செந்திலாண்டவர் குல தெய்வமாம். தமிழின் முதல் பின் நவீன கதாபாத்திரங்களில் ஒருவனான மு வுக்கா இந்த கதி?

கழிந்த பங்குனி உத்திரத்திற்கு சீவலப்பேரி சுடலைமாடனுக்கு கிடா வெட்டி பொங்கலிட்டிருக்கிறான். முருகனின் அறுபடை வீடுகளுக்கும் அலகு குத்தி ஏரோப்பிளேன் காவடி எடுத்திருக்கிறான். ஐம்பத்தி இரண்டு வாரங்கள் வெள்ளிக்கிழமை தோறும் முருகன் கோவில் முருகன் கோவிலாக பால்குடம் எடுத்திருக்கிறான். பிபிஓ ஒன்றில் வேலை பார்த்திருக்கிறான். மு வுக்கு சம்பளம் நிறைய. 94இல் அவனுக்கு நரம்பு முறிவு ஏற்பட்டதில் இரவு ஒழுங்காக தூக்கம் வராது. அதனால் நைட் டூட்டி பார்ப்பதில் அவனுக்குச் சிக்கல் ஏதுமில்லை. எப்பொழுது வேண்டுமானாலும் தூங்குவான் எப்போது வேண்டுமானாலும் வேலை செய்வான். 96இல் அவனுக்கு ஏற்பட்ட இரண்டாவது மைய நரம்பு முறிவு (central nervous breakdown) காரணமாக கை கால் எப்போதும் உதறல் எடுத்துக்கொண்டேயிருக்கும். அதுவும் கூட ஒரு வகையில் மு வுக்கு சௌகரியமாகவே போயிற்று. கணினியின் விசைப்பலகையில் கையை வைத்தானென்றால் கடகட வென்ற உதறலே தட்டச்சு செய்துவிடும்.

பிபிஓவில் முதலில் மு வுக்கு பெயர் ஸ்டான்லி. ஸ்டான் என்பது செல்லச் சுருக்கம். அமெரிக்க கைபேசி பயனர்கள் சொல்லும் ஆவலாதிகளையெல்லாம் பொறுமையாகக் கேட்டு அவற்றை நிவர்த்தி

செய்வதற்கான வழிகளை சாட்டில் தட்டச்சு செய்து கொண்டேயிருக்க வேண்டும். ஸ்டான்லிக்கு பதவி உயர்வு வந்து பத்து ஆவலாதி களைபவர்களை மேய்க்க வேண்டி வந்தபோதுதான் பிரச்சினை ஆரம்பித்தது. ஸ்டானின் பிரிவில் வேலை துரிதமாக நடக்கவில்லை. டாய்லெட்டில் தண்ணீர் போகாமல் அடிக்கடி பிரச்சினை வந்தது. டாய்லெட் அடைப்பிற்கும் வேலைத்தேக்கத்திற்கும் ஏதோ தொடர்பு இருப்பதாக மு நினைத்தது உண்மையாய் போயிற்று. இரவு முழுக்க மு கணினி முன் உட்கார்ந்து தட்டிக்கொண்டே இருக்க அவன் குழுவினர் இரவுகளில் எல்லோரும் என்ன செய்வார்களோ அக்காரியங்களைத் திறம்பட செய்துகொண்டிருந்தார்கள். மு டி.ஸ். எலியட்டின் புகழ் பெற்ற கவிதை வரியான Jug Jug to dirty ears என்பதை முனகிக்கொண்டு வாளாவிருந்தான். உபயோகித்த ஆணுறைகள் டாய்லெட் குழாயை அடைக்கும் அளவுக்கு இரவின் நற்செயல்கள் பெருகிவிட்டிருந்தன. மு ஒரு பெரிய பட்டை தீட்டிய கத்தி ஒன்றை வாங்கி ஸ்டான்லி கையில் கொடுத்துவிட்டான். ஸ்டான்லி ஒரு நள்ளிரவில் தன் ஜோல்னாப் பையில் இருந்து பள பளக்கும் கத்தியை எடுத்து மேஜை மேல் வைத்துவிட்டு ஓரக்கண்ணால் பார்த்துக்கொண்டேயிருந்தான். ஜோடிகள் கழிப்பறையை ஒட்டிய டேபிள் டென்னிஸ் அறைக்குப் போவதைக் கவனித்தான். சிறிது நேரத்திற்குப் பிறகு அந்த அறையை நோக்கி கத்தியோடு பாய்ந்தான். ஊழலுக்கு எதிரான போராட்ட வழிமுறைகளை விவாதித்துக்கொண்டிருந்த ஜோடிகள் அரை குறை ஆடைகளோடு துள்ளிக் குதித்து ஓடியபோது ஸ்டான்லி பேய் சிரிப்பு சிரித்தான்.

மறு நாள் அலுவலக விசாரணை நடைபெற்றது. மு தான் மு அல்ல என்றும் ஸ்டான்லிதான் என்றும் தொடர்ந்து வலியுறுத்தினான். ‘அந்நியன்’ படத்தை விசாரணை அதிகாரிகள் பார்த்திருந்தது மு வுக்கு வசதியாகப் போயிற்று. ஸ்டான்லியின் அமெரிக்க ஆங்கிலத்தை மிகவும் மெச்சி, அவனுடைய அறச்சீற்றத்தைப் பாராட்டி, அதே சமயத்தில் இப்பொழுது வேலைக்கு ஆட்கள் கிடைப்பது எவ்வளவு துர்லபமா யிருக்கிறது என்பதைக் கருத்தில் கொண்டு டேபிள் டென்னிஸ் அறையில் நடப்பதெல்லாம் கண்டுகொள்ளாமல் இருக்கும்படி அதிகாரிகள் அறிவுறுத்திவிட்டுச் சென்றுவிட்டனர்.

மு பட்டாக்கத்தியைத் தூக்கிக்கொண்டு ஓடிய விவகாரத்தை விசாரணை நடத்திய உயரதிகாரிகளில் ஒருவரான மார்க்கபந்துவை நீங்கள் பல இடங்களில் சந்தித்திருக்கலாம். பரோபகாரி. பெரு நகரங்களிலுள்ள அடுக்குமாடி குடியிருப்புகளில் தண்ணீர் வரவில்லை யென்றால் கார்ப்பரேஷனைத் தொடர்பு கொள்ளுவது, மின்சார வாரியக்காரர்களை சரிக்கட்டுவது, பண்டிகை நாட்களில் குழந்தை களுக்கு விளையாட்டுப் போட்டிகள் நடத்துவது, பெண்களை

ஒருங்கிணைத்து திருவிளக்கு பூஜைகள் நடத்துவது என்ற காரியங்களை யெல்லாம் பலர் செய்வார்களே, அந்த மாதிரி ஒரு நபர். கூடுதல் என்னவென்றால் மார்க்கபந்து ஒரு இலக்கிய பங்காருவும் கூட. நிறைய எழுத்தாளர்களுடன் அவருக்குத் தொடர்பு இருந்தது. எழுத்தாளர்கள் சென்னை வரும்போதெல்லாம் லாட்ஜ் அமர்த்துவார். பட்டிகாட்டான் போல உடை அணிந்திருக்கும் எழுத்தாளர்களுக்கு ஷாம்பூவும் ஜீன்ஸும் வாங்கித்தந்து குஷிப்படுத்துவார். நூல் வெளியீட்டு விழாக்களில் உணர்ச்சிவசப்பட்டு கையெழுத்து கேட்பார். அறியப்படாத சமணப் படுகைகளுக்கு செல்லவிருக்கும் வாசகர்களுக்கு பஸ் பிடித்துத்தருவார். இலக்கியம் தெரியாத ஆட்கள் அவரிடம் சிக்கிவிட்டால் தனக்கும் பிரபலங்களுக்கும் இருக்கும் தொடர்பைப் பற்றி பேசி விளாசித் தள்ளிவிடுவார். மார்க்கபந்துக்கு மு வை விளங்கிக்கொள்ள இயல வில்லை. மு வைத் தாக்கியிருந்த மைய நரம்பு முறிவு எந்தத் தமிழ் சினிமாவிலும் வந்திராதது அவருக்கு ஆச்சரியமாக இருந்தது. அதனால் அவன் நோயின் தன்மை அவருக்கு புரியவும் இல்லை.

'Unknown quantity','Unknown quantity' என்று மு வைப் பற்றி மார்க்கபந்து அடிக்கடி தனக்குள் முனகிக்கொண்டார். மு நாளொன்றுக்கு 120 பக்கங்கள் வரை ஏதாவது தட்டச்சு செய்து வேறு அவரை அசத்திக் கொண்டிருந்தான். நரம்பு முறிவினால் இவ்வளவு எழுதமுடியுமா என்று மார்க்கபந்துக்கு ஆரம்பத்தில் ஏற்பட்ட ஆச்சரியம் கொஞ்சம் கொஞ்சமாக மு வின் அடிமையாக மார்க்கபந்துவை மாற்றிவிட்டிருந்தது. மு வின் நோய்க்கூறினை அறிந்துகொள்ள *Rain man, One who flew over cuckoo's nest, Bat Man, Witches of the Eastwick* போன்ற படங்களைப் பார்த்துத் தள்ளினார். மு தனக்கு ஹாலிவுட் நடிகர் ஜேக் நிக்கல்சனை மிகவும் பிடிக்கும் என்று சொல்லியிருந்தது வேறு அவரைப் பாதித்தது. அலுவலக ஆயுத பூஜைக்கு பெரிய டேப் ரிகார்டரில் ஹரிகிரி நந்தினி பாடலைப் போட்டுக்கொண்டு ஜேக் நிக்கல்சன் சார் *Batman* படத்தில் மியூசியத்தில் நுழைவது போல உள்ளே நுழையவேண்டும் என்று ஆலோசனை சொல்லி மார்க்கபந்து எல்லோரையும் சிரிக்க வைத்தார். அவருக்கு இப்படி ஒரு நகைச்சுவை உணர்வு இருப்பதை மற்றவர்கள் இப்படியே தெரிந்துகொண்டனர்.

பத்து புத்தகத்தைப் படித்தால் பதினோராவது புத்தகத்தை மு உடனடியாக தட்டச்சு செய்துவிடுவான். முருகன் துதிப்பாடல்களை மார்க்கபந்து மு வுக்குக் கொடுக்க மு ஒவ்வொரு பாடலைப் பற்றியும் தத்துவ விசாரம் ஒன்றை அவருக்கு எழுதிக் கொடுத்து விடுவான். அதை அப்படியே மார்க்கபந்து அருணகிரிநாதர் சபை, திருப்புகழ் முற்றோதுதல் குழு போன்ற இடங்களில் பேசி புகழ் பெற ஆரம்பித்தார். லண்டன் முருகன் கோவில் கும்பாபிஷேகத்தின்போது சீர்காழி கோவிந்தராஜன் பாடிய 'ஓ லண்டன் முருகா!' என்ற கீர்த்தனத்திற்கு மு எழுதிய தத்துவ

விசாரத்தை மார்க்கபந்து ஜேக் நிக்கல்சன் சார் Witches of the East wick படத்தில் காதல் என்றால் என்ன என்று ஷெர் மேடத்துக்கு விளக்குவாரே அதே பாணியில் விளக்குவது வெளிநாடு வாழ் தமிழர்களிடையே மிகவும் பிரசித்தி. மார்க்கபந்து குமர தத்துவத்தை விளக்கும் முவின் உரையை பெங்களூரு ரமணி அம்மாவின் 'குன்றத்திலே குமரனுக்குக் கொண்டாட்டம்' பாடலைப் பாடி கூடவே ஆடி முடிப்பது வழக்கம்.

இந்தப் பின் நவீன நிகழ்வு மேலும் மேலும் பிரசித்தி பெறவே பொறாமையும் எல்லாத் தரப்பிலும் வலுத்திருக்கிறது. முவும் மார்க்க பந்துவும் பிபிஓ வேலையை விட்டு விட்டு இப்போது முழு நேர முருகன் நிகழ்ச்சி நடத்துபவர்களாகிவிட்டனர். தான் படிக்கும் புத்தகங்களுக்கு நேர்மையாக இருக்கும் மு முருக பக்தனாகிவிட்டான்.

சிக்கல் இதன் பிறகு புதிதாகிவிட்டது. மு - மார்க்கபந்து கூட்டணி ஓமுருகா நிகழ்ச்சியை பொறாமைக் கும்பல் ஒன்று பிராமணரல்லாரின் இந்து தமிழ் தேசிய நிகழ்வு என்று வருணித்திருக்கிறது. இந்த நிகழ்ச்சியை பிராமணர்களையும் உள்ளடக்கிய இந்து தமிழ் தேசிய நிகழ்வாய் மாற்ற வேண்டுமாம். என்ன யோசனை சொல்வீர்கள் நீங்கள் என்றான் மு.

அசந்து போய் உட்கார்ந்திருந்தேன். நான் தமிழ் சினிமா பார்ப்ப தில்லையே என்றேன் ஈனஸ்வரத்தில்.

மார்க்கபந்துவிடமிருந்து முவிற்கு கைபேசி அழைப்பு வந்தது. மார்க்கபந்து நாம் தேடிக்கொண்டிருந்த படம் கிடைத்துவிட்டது என்று கூவினார். மு அவசரமாகக் கிளம்பினான்.

என்ன படம் என்றேன் ஆர்வமாக.

நான் கடவுள்.

25

உங்களுக்கு ஒரு மாதிரி இருக்கிறதா?

'உங்களுக்கு ஒரு மாதிரி இருக்கிறதா?' என்ற தலைப்பில் ஆன்மீக புத்தகமொன்று எழுதவிருக்கிறேன். தலைப்பை நீண்ட நாட்கள் யோசித்து முடிவு செய்திருக்கிறேன். 'அள்ள அள்ள பணம்' என்ற புத்தகத் தலைப்பிற்குப் பிறகு படித்தவுடனேயே வாங்க வேண்டும் என்ற அதீத விருப்புணர்வைத் தூண்டக்கூடியத் தலைப்பு இந்தத் தலைப்பாகத்தான் இருக்கமுடியும் என்பது சந்தை நிபுணர்களின் முடிபு. ஏனெனில், எப்பொழுதுமே எல்லோருக்குமே ஒரு மாதிரிதானே இருக்கும்? ஆன்மீகப் புத்தகமென்றால் ப்ளாவெட்ஸ்கியின் ரகசியக் கோட்பாட்டின் பொழிப்புரை போல முன்பு ஒரு தண்டி நாவல் தமிழில் வந்ததே அது போல இருக்கும் Inception படத்தோடு எல்லாம் அதை ஒப்பிட முடியும் என்றெல்லாம் நினைத்து பயந்துவிடாதீர்கள். இது புது யுகத்திற்கான ஆன்மீக நூல். இதைப் படித்துப் பயன் பெறுவதால் நீங்கள் மடிசஞ்சியாகவோ தயிர்வடையாகவோ மாறிவிட மாட்டீர்கள்.

போன பத்தியை எழுதி முடித்ததுதான் தாமதம் தனக்கு மூக்கில் வியர்த்தது போல என் ஊர் நண்பர் கூப்பிட்டார். நாகர்கோவில்காரர்.

புக்கு முடிஞ்சிட்டாடே? எல்லா ஏற்பாடும் பண்ணியாச்சு பாத்துக்க. இந்த வருடம் டிசம்பர்-ஜனவரி புக் எக்சிபிஷன்ல சப்பி கிடத்திடனும். இப்பத்தான் தலைப்பே ரெடி. அதுக்குள்ள என்ன ஏற்பாடாக்கும்? ஏ இது ஒனக்கு ரீ என்றீ பாத்துக்க. பத்து பதினஞ்சு வருஷம் நீ ஒரு புக்கும் போடல. இப்போர்ந்தே எல்லாம் பண்ணனுமில்லையா. இப்பல்லாம் புக்கு போடுகது சினிமா குடுக்க மாரியாக்கும். அப்டியா? ரீ என்றீன்னா என்னா? அதாண்டே இந்த நடிகைகள்லாம் இருக்காளில்லையா. நல்லா குடுத்துகிட்டே இருப்பா பாத்துக்க திடீர்னு காணாம போய்டுவா. அப்றம் அக்காவா, அத்தையா ஒரு ரவுண்டு வருவா பாத்துக்க. அதுக்கு பேர்தான் ரீ என்றீ. ஓ. நீ என்ன இத்தன வருஷமாட்டு மெட்ராஸ் வந்தும் ஊர்க்காரன் மாரியே இருக்க. ஹ்ம். ஒரு போட்டோகாரனைப் பிடிச்சு அனுப்பி வைக்கன் என்னா, நல்லா கண்ணாடில்லாம் போட்டுப் போஸ் குடு. போஸ்டர் போடனும். தக்கல பயக்க ரெண்டு பேரு

புள்ளமாருதான், சினிமால நிக்காம் பாத்துக்க அவங்கிட்ட சொல்லி உன் சைசுக்கு தக்கன ஏதாச்சும் ரோலு குடுக்கச் சொல்லிருக்கேன். இப்ப ஆனு பொன்னு எல்லாம் குத்தாட்டம் ஒன்னு ஆடுதில்லையா அது போல ஒன்னு கிடைச்சா கூட போதும். போய்ட்டு வந்திரு. புக்கு நல்லா விக்கும். ஹ்ம். என்ன ஊமு ஊமுன்னுட்டு இருக்க. புக்கு தலப்பு என்ன சொன்ன. உங்களுக்கு ஒரு மாதிரி இருக்கிறதா? செக்ஸாடே? இல்ல ஆன்மீகம். பிச்சிட்டி போவும். ஆங். சீக்கிரம் சினிமாக்கு எழுது என்ன நான் சொல்றது. எனக்குத் தெரிஞ்சே ஒரு பய மூனு லட்சம் குடுத்தாதான் பேனாவையே தொரப்பேன் அப்டிங்கானாம். பன்னெண்டு லட்சம் குடுத்தாதான் முழுக்கதையும் தருவேங்கானாம். தெரியுமா ஓனக்கு. இல்ல தெரியாது. என்னமோப்பா சொல்லக சொல்லியாச்சு. ஒங் கிருத்திருவத்தக் காமிச்சிராம பாத்து நடந்துக்க. வைக்கட்டா? சரி.

உங்களுக்கு ஒரு மாதிரி இருக்கிறதோ இல்லையோ எனக்கு ஒரு மாதிரி இருக்கிறது. இன்றைக்கு இவ்வளவுதான். இன்னொரு நாள்தான் என் ஆன்மீகப் புத்தகம் பற்றி.

26

ஜிக்மெ லிங்பாவின் இரகசிய சுயசரிதை

சிக்கிமின் தலைநகரான காங்டாக்கிலுள்ள திபெத்தியல் ஆராய்ச்சி நிறுவனத்திற்கு 2000 ஆம் ஆண்டு போயிருந்தபோதுதான் ஜிக்மெ லிங்பாவின் பெயரை முதன் முதலாக அறிந்தேன். பௌத்த தத்துவ அறிஞர்களான நாகார்ஜுனனுக்கும் தர்மகீர்த்திக்கும் இடையில் நடந்த கடிதப் போக்குவரத்தை அப்போது நான் ஆராய்ச்சி செய்து கொண்டிருந்தேன். காங்டாக் திபெத்தியல் நிறுவனத்திலிருந்த பழம் ஓலைச்சுவடிகளை இது சம்பந்தமாய் பார்க்கவேண்டியிருந்தது. என் பயணத்தோழிக்கு நான் இப்படி பௌத்த மடாலயம் பௌத்த மடாலயமாய் நேபாளம், பூட்டான் என்று சுற்றி காங்டாக் வந்தபோது பௌத்தம் பற்றியே பெரும் அலுப்பு தட்டியிருந்தது. காங்டாக்கிலிருந்து திபெத்திற்கு ஜீப்பில் பயணம் செய்யலாம் என்றும், 'திபெத்திய இறந்தவர்களின் புத்தகத்தின்' செவ்வியல் பதிப்பில் நம் கற்பனைக் கேற்றவாறு தோற்றம் கொள்ளும் சமவெளி ஒன்று குறிப்பிடப் பட்டிருக்கிறது என்றும், அதை நாம் எப்படியும் போய் பார்த்துவிடலா மென்றும் சொல்லி அவளைக்கூட்டி வந்திருந்தேன். சிலுக்குரியிலிருந்து காங்டாக்கிற்கு இரவு பஸ்ஸில் பயணம் செய்தபோது பக்கத்து சீட்டில் உட்கார்ந்து தூங்கி தூங்கி என் தோளிலும் மடியிலும் விழுந்தவாறே நான் சொன்ன கதைகளை அரைகுறையாய்க் கேட்டுக்கொண்டுவந்தாள். என் பயணத்தோழி சீன நடிகை யாவோ சென் போலவே அசப்பில் இருப்பாள். எனவே எல்லா பௌத்த மடாலயங்களிலும் இளம் துறவிகள் நான் கேட்ட தகவல்களையெல்லாம் என் தோழியின் பொருட்டு வாரி வழங்கிக்கொண்டிருந்தனர். நான் இரவுப்பேருந்தில் சொன்ன கதைகளில் என் தோழிக்கு திபெத்திய சமவெளியில் வைரமும் வைடூரியமும் கொட்டிக் கிடக்குமாம் என்பது மட்டுமே காதில் ஏறியிருந்தது. திபெத்தியல் நிறுவன ஓலைச்சுவடிகளிலே வைரச் சமவெளிக்கான வரைபடம் கிடைக்குமோ என்று என் தோழி தேடிக்கொண்டிருந்தாள். அவள்தான் அகிலோகேஷ்வர் ஐம்பொன் சிலைக்கு நேர் எதிரில் கண்ணாடிப் பெட்டகத்தில் வைக்கப்பட்ட ஓலைச்சுவடியை எனக்குச் சுட்டிக் காண்பித்தாள்.

ஜிக்மெ லிங்பாவின் ரகசிய சுயசரிதையின் ஓலைச்சுவடியின் பிரதி அது. அந்த ஓலைச்சுவடியில் இருந்த ஒரு சிறு ஓவியம் என் கவனத்தைக் கவர்ந்தது. பௌத்த பெண் தெய்வங்கள் பலரும் நிர்வாணமாக ஒரு பௌத்த துறவியை இச்சைத் துன்புறுத்துதல்களுக்கு ஆளாக்கிக் கொண்டிருந்தனர். ஓலைச்சுவடிகளின் காப்பாளர் திபெத்திய லாமாக் களின் ஒரு பிரிவினரான மஞ்சள் தொப்பியருக்கு அது தியானத் திற்கான முக்கிய கையேடு என்றார். மஞ்சள் தொப்பியரையும் சிவப்புத் தொப்பியரையும் வகைபிரிக்க நான் அறிந்தே இருந்தேன். ஒரு பதினேழு வயது ரிம்போச்சே சீன அரசாங்கத்தின் பிடியிலிருந்து தப்பி திபெத்திலிருந்து இந்தியாவுக்கு ஓடி வந்த கதையை நீங்கள் சில பல ஆண்டுகளுக்கு முன் செய்தித்தாள்களில் வாசித்திருப்பீர்கள். அவர் மஞ்சள் தொப்பி பிரிவினரே. ஜிக்மே லிங்பாவின் ரகசிய சுயசரிதையை சிவப்புத் தொப்பி பிரிவினர் வாசிப்பதில்லை.

பெண் தெய்வங்களின் நிர்வாண ஓவியங்களை வைத்து தியானம் செய்வது எனக்கு மிகவும் உவப்பான காரியமாகப் பட்டது. அந்த ஓவியங்களை வைத்துக்கொண்டு மதுரை சோமு போல உருகி உருகி ‘என்ன கவி பாடினாலும் உந்தன் மனம் இரங்கவில்லை’ என்று திபெத்திய மொழியில் பாடுவார்களோ என்று நினைத்தேன். என் வடகிழக்குப் பயணத்தோழிக்கு மதுரை சோமுவின் முருகன் பாடலின் மகத்துவத்தை விளக்குவதற்குள் டங்குவார் அறுந்துவிட்டது. வைரச் சமவெளியின் வரைபடம் அந்த ஓவியங்களுக்குள் மறைத்து வைக்கப் பட்டிருப்பதுதான் ரகசியம் என்று ஒப்புக்குச் சொல்லி வைத்தேன். ஆண் கடவுளர்களின் நிர்வாண ஓவியங்கள் தியானத்திற்கு இல்லையா என்றாள். குறி விறைத்த கால பைரவனின் ஓவியம் ஒன்றைக் கண்டு பிடித்து அவளுக்குப் பார்க்கக்கொடுத்தேன். நெடுநேரம் கால பைரவனைப் தொழுதுகொண்டிருந்தாள் சுவாரசியமாக.

வைரச் சமவெளி பற்றிய ஆசையில் அவளும், புது வகை பௌத்த தியான முறை பற்றிய ஆர்வத்தில் நானும் மறுநாள் காங்டாக்கிலிருக்கும் மஞ்சள் தொப்பியரின் மடாலயத்திற்கு சென்றோம். தூரத்தில் கஞ்சன்ஜங்கா சிகரம் ஒளிர்ந்துகொண்டிருந்தது. சிகரத்தை நோக்கி சிவ சிவா இந்த புது தியான முறையாவது எனக்கு சித்தியாகவேண்டும், தினசரி ஐம்பது பக்கங்களாவது கவித்துவமாக எழுதும் பாக்கியம் வேண்டும் என்று வேண்டி சங்கல்பம் செய்துகொண்டேன். குழந்தைத் துறவிகள் மடாலயத்தருகிலிருந்த மைதானத்தில் கால்பந்து விளை யாடிக் கொண்டிருந்தனர். என் பயணத்தோழி குழந்தைத் துறவி களைப் புகைப்படம் எடுத்துத் தள்ளிக்கொண்டிருந்தாள். திபெத்திய மடாலயங்கள் பெற்றோரை மதரீதியாக வசப்படுத்தி தங்களின் குழந்தைகளை மடத்திற்கு அர்ப்பணிக்கும்படி நிர்ப்பந்திக்கின்றன என்ற சீன அரசின் பிரச்சாரம் என் மனதில் ஓடிக்கொண்டிருந்தது. என்

பயணத்தோழி இங்கே கால்பந்து ஆடுபவனில் எவன் மைத்திரேய புத்தனோ என்றாள். எனக்குத் தூக்கிவாரிபோட்டது. இவள் லேசுப் பட்டவள் இல்லை போலும்! அவள் கேமராவில் புகைப்படங்களைப் பரிசோதித்தோம். இவன்தான் அவன்தான் மைத்திரேய புத்தன் என்று பந்தயம் கட்டிக்கொண்டிருந்தேன். எல்லாவற்றையும் அமைதியாகக் கேட்டுக்கொண்டிருந்த அவள் எல்லோருமே மைத்திரேய புத்தன்கள் தான் அசடே என்றாள். என்னுடன் பயணம் செய்துகொண்டிருந்தவள் மஞ்சுஸ்ரீயின் அம்சமோ?

மடாலயத்திற்கு வருவதற்கு முன்பே ஜிக்மெ லிங்பா பற்றி மேலும் தெரிந்துகொண்டிருந்தேன். நவீன திபெத்திய புத்தமதத்தின் சிற்பியான லிங்பா ரகசியமாக தன் சுயசரிதையை எழுதிக்கொண்டிருந்தார். தன்னிலையும் சூன்யம், புறநிலையும் சூன்யம், வாழ்வு என்பது கணம்தோறும் தொடர்பற்று நீள்வது என்ற கருத்துக்களைப் போதிக்கும் பௌத்த சமயம் சார்ந்த ஒருவர் அகம் நோக்கிய விசாரணையாக சுயசரிதை எழுதியிருப்பது ஒரு முரண்பாடாகவே எனக்குப்பட்டது. அதுவும் சுயசரிதை முழுக்க பாலியல் ஆசைகளின் பெருக்கத்தையும் நுட்பத்தையும் கொண்டுள்ள நூல் எப்படி தியானத்தின் மையபிரதியாக இருக்க முடியும்?

இரவு உணவுக்கு நாங்கள் அழைக்கப்பட்டிருந்தோம். மாமிச வகை களும் ரொட்டிகளும் வேகவைத்த காய்கறிகளும் என்று மடாலயத்தில் இரவு உணவு அமர்க்களப்பட்டது. என் பயணத்தோழி வெளுத்துக் கட்டிக்கொண்டிருந்தாள். நான் நீராவியில் வேகவைத்த மரக்கறி மோமோவையும் கோதுமை ரொட்டிகளையும் சாப்பிட்டு விட்டு சுத்த பத்தமாக இருந்தேன். சாப்பிட்டபின் மடாலயத்தின் தலைமை பிக்குவைச் சந்தித்தோம். பழுத்த பழமாய் இருந்தார். நான் ஆங்கிலத்தில் கேட்ட கேள்விகளையெல்லாம் என் தோழி மொழிபெயர்க்க அவர் நிதானமாக கேட்டுக்கொண்டேயிருந்தார். ஆசையை வெல்வது அவ்வளவு எளிதா என்றார் ஒரு முறை. ஹிந்து தாந்த்ரீகம் தெரியாதா உனக்கு என்றார் இன்னொரு முறை. சுமார் ஒரு மணி நேரம் நீடித்த எங்கள் உரையாடலில் எனக்கு அவர் மேல் மரியாதை ஏறிக்கொண்டே போனது. அவருடைய இடுங்கிய கண்களில் கேலியும் குதூகலமும் மாறி மாறி ஒளிர்ந்ததாக எனக்குப் பட்டது. எல்லா வெறுப்புகளையும் வென்றவனே தூய அன்பினை அறிகிறான் என்றார். தலாய்லாமா பற்றிய பேச்சு வந்தபோது அவருடைய அலமாரியில் எத்தனை ரே பென் கறுப்புக் கண்ணாடிகள் இருக்கின்றன என்று தெரியுமா உனக்கு என்றார். அவரிடம் கண்ணாடிகளைக் காட்டினால் அவற்றை வேண்டாம் போ என்று அவரால் சொல்ல முடியுமா என்று கேட்டார். பாலியல் ஆசைகளைப் பற்றி பேச்சு திரும்பியது. தன் குறியைத் தன் குதத்தில் செருகிக்கொண்ட பிக்குவின் கதை பாலியில் எழுதப்பட்ட

வினயா பிரதியில் இருக்கிறதே படித்திருக்கிறாயா என்றார். சொல்லுங்களேன் என்றதற்கு அவர் சொன்ன கதையைக் கேட்டு என் தோழிக்கு முகம் சிவந்து போயிற்று. மொழிபெயர்க்க மறுத்துவிட்டாள்.

இரவு சுமார் பத்து மணிக்கு அந்தச் சடங்கு தொடங்கியது. வெண்கலத் தாம்பாளம் போலிருந்த அந்த திபெத்திய 'காங்'கில் மர உருளையால் இடிக்க, சிறு சிறு மத்தளங்களைக் குச்சிகளால் பிக்குகள் தட்டி தாள லயமேற்ற, எகத்தாளம் போன்ற கருவிகள் முழங்க ஜிக்மே லிங்பாவின் சுய சரிதையிலிருந்து மிகவும் ஆபாசமெனக் கருதப்படகூடிய ஒரு பகுதி ஓதப்பட்டது. பிக்குகள் எல்லோரும் அதைத் திரும்பி ஓதினர். எல்லோருக்கும் கொஞ்ச நேரத்திலேயே அருள் வந்துவிட்டது. எல்லா பிக்குகளின் உடல்களும் முன்னும் பின்னும் ஆட வாத்தியக் கருவிகளின் வேகமும் சீராக அதிகரித்தது. தமிழ்நாட்டு ஆவேசங்கள் போல இல்லை அவை. உச்சத்தை சீராகச் சென்று தொட்டபின் அந்நிலையிலேயே தொடர்ந்து பல மணி நேரம் இருந்தார்கள். வெள்ளி முளைப்பதற்கு சிறிது நேரத்திற்கு முன்பே எங்கள் அறைகளுக்கு நாங்கள் திரும்பி விட்டோம்.

எதையோ தேடி வந்து எதையோ பார்த்தது போன்ற குழப்பமான மனோநிலையிலேயே சிலுக்குரிக்கு இரவு பஸ்ஸைப் பிடித்தோம். வைரச் சமவெளிக்கு நாம் கண்டிப்பாகப் போகத்தான் போகிறோம் என்றேன். பிரம்மபுத்திரா நதிமுகத்தைத் தேடி இமயமலையைச் சுற்றிக்கொண்டு போனால் வைரச் சமவெளி வந்துவிடும் தெரியுமா என்றேன். என் தோழிக்கு எந்த உரையாடலிலும் நாட்டமில்லாதது போலத் தோன்றியது. மலையிலிருந்து கீழே இறங்கிக்கொண்டிருந்தோம். பொத்தாம்பொதுவில் யாருக்கோ சொல்வது போல அந்தத் தலைமை பிக்கு பெரிய ஞானி தெரியுமா என்றேன். என் தோழி உடனடியாக விழிப்படைந்து ஹலோ அந்த பிக்கு என் பின்பாகத்தில் கிள்ளினான் தெரியுமா உனக்கு என்றாள்.

நீண்ட நேரம் ஜன்னல் வழியே மலைப்பாதையையும் தூரத்தில் மினுங்கும் விளக்குகளையும் பார்த்துக்கொண்டே வந்தேன். ஒரு சிறு கேவலோடு என் தோழியை அருகே இழுத்து இறுகக்கட்டிக் கொண்டு தூங்கிப் போனேன்.

27

ராம் லீலா மைதானத்தில் கேட்ட வாய்மொழிக்கதை

கைபேசி காதோடு ஒட்டிப்பிறந்தவளுக்கு மடியோடு தைத்த கணினி யோடு மாப்பிள்ளை பார்த்தார்கள். மடிக்கணினி மாப்பிள்ளை இணைய இடுகை இடுவதில் வல்லவனே தவிர மற்றபடிக்கு சங்கதி வேலை செய்யாதாம். காதோடு கைபேசிகாரிக்கு மடிக்கணினி மாப்பிள்ளை உணர்ச்சிவசப்பட்டு அன்னா ஹசாரே போராட்டத்துக்கு ஆதரவு கொடுப்பதற்காக ராம் லீலா மைதானத்திற்கு போனது கொஞ்சமும் பிடிக்கவில்லையாம். நல்ல வேளை மாப்பிள்ளை உண்ணாவிரதம் இருக்கவில்லையாம். ராம் லீலா மைதானத்தில் மடி கணினியோடு உட்கார்ந்து இடுகை மேல் இடுகை இட்டதோடு சரி. பதிமூன்று நாளில் அறுபது இடுகைகளாம். புத்தகமே போடலாமாம். காதோடு கைபேசிகாரி தொடர்ந்து மாப்பிள்ளையோடு தன் தோழி களோடு பேசுவது போலவே காலை என்ன மதியம் என்ன இரவு என்ன சாப்பாடு என்று கேட்டுக்கொண்டே இருந்தாளாம். லாரி லாரியாய் கச்சோரியாம், சமுசாவாம், சாட்டாம், பூரியாம், கிழங்காம், ரொட்டியாம். மாப்பிள்ளை சாப்பிட்டுகிட்டே இருக்கானாம். சாப்பிட்ட சாப்பாட்டில் வயிறு ஊதிகிட்டே இருக்காம். மடிக்கணினியை நெஞ்சில் வைத்துதான் ஏழாவது நாளிலிருந்து இடுகையே எழுத முடிந்ததாம். வயிறு ஊதும் போதுதான் அந்தக் கையில்லா சட்டைக் காரியோடு சண்டை வந்து விட்டதாம். கையில்லா சட்டைக்காரி எங்கேயிருந்து வருகிறது லாரி லாரியாய் கச்சோரி, டாங்க், டாங்காய் மினரல் வாட்டர் என்று டிவிட்டியே கண்டுபிடித்து விட்டாளாம். ராம் லீலா மைதானக் கூட்டம் எகிப்து போலவே, லிபியா போலவே சமூக ஊடகப் பரிசோதனை சதியாம். கேட்டவுடன் மாப்பிள்ளை பொங்கிட்டானாம். கையில்லா சட்டைக்காரிகளே நாட்டைத் துண்டாட வந்த ஐந்தாம்படை என்று விட்டானாம் பாருங்கள் இடுகை ரத்தக் கொதிப்பு அளவுக்கு அதிகமானதாலும் வாயில் கச்சோரியை வைத்துக்கொண்டே 'பாரத மாதாக்கு ஜே!' என்று கூவியதாலும் மூச்சடைப்பே வந்துவிட்டதாம். அப்போதுதான் 'அழகிய அசடே' என்று காதோடு கைபேசிகாரியைக் கொஞ்சி தன் சங்கதி ரகசியத்தை

உளறிவிட்டானாம். காதோடு கைபேசிகாரி அத்தோடு மாப்பிள்ளையை விட்டவள்தானாம். இந்திய பாராளுமன்றத்தைவிட பெப்பே கொடுப்பதில் கெட்டிக்காரிகள் இந்தக் காதோடு கைபேசிகாரிகள் என்று புலம்பித் திரிகிறானாம் மாப்பிள்ளை. இனிமேல் ஜென்மத்துக்கும் சம கால வரலாற்றுத் தருணங்களைப் பற்றி இடுகையே இட மாட்டானாம். வரலாற்றுத் தருணங்களைக் கோட்டை விடுவதை மையமாக வைத்து ஒரு பைங்கிளி நாவலை எப்படி இணையத்தில் எழுதுவது என்று கையில்லா சட்டைக்காரியிடம் யோசனை கேட்டிருக்கிறானாம்.

28

ஸ்வப்ன ஸ்நேகிதா!

பெருமாள் கோவிலில் மணி பன்னிரண்டு அடித்தது. பன்னிரண்டு தானா? இல்லை பதினொன்றா? என்ன மடைச்சி நான்! எண்ணு, ஒன்று இரண்டு மூன்று... சாம்பார் கொதித்து ஷீலா வந்து விடுவாளா?

ஜன்னல் வழியாக கோபுரத்தை எட்டிப் பார்த்தேன். ஸாந்தாகரம் புஜகஷேணம் பத்மநாபம் சுரேஷம் லக்ஷமிகாந்த - ஏன் புறா பறக்க வில்லை? மணியடித்தவுடன் புறாக்கள் பறக்குமே பயத்தினால் இல்லை கமல நயணம் ஜோதிகிரி எதிர்த்த வீட்டு ஐயர் மாமி முந்தியெல்லாம் புறாவுக்கு சாதம் தாண்யம் வைப்பாள் பன்னிரெண்டு அடித்தவுடன் பன்னிரெண்டு தானா? படபட என்று நூற்றுக்கணக்கில் பறந்துபோகும் இன்றைக்கு கடுப்பு அதோ ஒன்றே ஒன்று வெளியில் ஏதோ ஓவியம் ரவிவர்மா போல் ஒரே ஒரு கதிரை வாயில் வைத்துக் கொண்டு ரெப்ஜிரேட்டரில் வைத்த ஆரஞ்சு மாதிரி உட்கார்ந்திருந்தது.

தெருவில் கழுதை கத்தியது. பக்கத்தில் ஒரு மாட்டுக்கார பையன் 'நேற்று ராத்திரியம்மா' என்று பாடிக் கொண்டே சரேலென ஒரு கல்லை எடுத்து கோபுரத்தில் எறிந்தான்.

பாவி பாவி பாவி புறாமேல் கல்லடிக்கிறானே பாவி கட்டைல போறவனே சரேலென ஒரு குழம்பிப் போன புறாக்கூட்டம் படபட என சப்தமிட்டுப் பறந்தது.

என்ன அழகு! என்ன காவியம் - ஹுூம் கல்லடித்து பறந்தாலும் மணியடித்தாலும் பறப்பு ஒன்றுதானே. ஆனாலும் அன்னைக்கு மணியடித்தபோது எப்படி பறந்தது! வெளியில் மட்டுமா புறா பறந்தது? எனக்குள்ளுமல்லவா பறந்தது புறா! அன்று சீ நினைக்காதே என்ன அசிங்கம் பிடித்தவள் நீ. அதற்கப்புறம் எத்தனை முறை நடந்துவிட்டது. நடந்தும் முடிந்து விட்டது. இனி எங்கே வரப்போகிறது ஐம்பது ஆண்டு லைஃபில் பதிமூன்றிலிருந்து நாறபத்தெட்டு வரை எத்தனை ஆண்டுகள்? மீனாட்சிக்கு ஐம்பத்தாறு வரை இருந்ததாம், தூ என்ன பொழைப்போ, தூ என்றால் நான் ஏன் வருத்தப்படுகிறேன். நாறபத்தியெட்டு சரியானது தானா? சூ! புறா பறந்த நாள் கடவுளே. பெருமாளே பெருமாளே, சரி!

ஆகஸ்ட் 14 நைட்! என்னமோ சுதந்திரம் வாங்கப் போவதாக ஒரே அல்லோகலகல்லோகலா. 1947 மத்தியானம் பனிரெண்டு மணி யிருக்குமா ஆமாமாம் பனிரெண்டுதான். புறா பறந்த நாள், பாட்டி படிக்கச் சொன்னாள். அண்ணாவும் அப்பாவும் காந்திஜி பிரதமராக மாட்டார் என்று காந்தி குல்லா வைத்து காந்தி நட்டை போட்டு பேசிக் கொண்டிருந்தார்கள். தம்பி 'பாருக்குள்ளே நல்ல நாடு' பாடிக் கொண்டிருந்தான். மாமா பையன் ராமு. அப்போ அவனுக்கு என்ன வயதிருக்கும்? எனக்கு பதிமூனென்றால் அவனுக்கு பதினாறு இருக்குமா ஆம், அவன் அப்போ என்ன பண்ணினான்? மாமாவெல்லாம் நம்ம வீட்டில்தான் இருந்தார்கள். அத்தை... ராமு 'டு பீ ஆர் நாட் டு பீ' என்று மனப்பாடம் செது கொண்டிருந்தான். புறா பறந்த நாள். பாட்டிகூட காலையிலிருந்து பூஜையறையில் சந்தனமும் குங்குமமும் சிந்திவிட்ட தாகவும் நல்ல சகுனம் நல்ல சகுனம் ஆண்டாள் பாசுரம். ஆண்டாள் என்னமா உருகி கருகி கருகி? கருகி பெண்மை முழுவதும் பாசுரமாக பாசுரமாக அதைப் படிக்கும் போது தான் கோயில் காண்டாமணி பன்னிரெண்டு அடித்தபோது மெதுவாக எனக்குள் புறா பறக்க ஆரம்பித்தது. திடீரென பெரிதாக அடிவயிற்றில் எரிமலை ஊற்று மோர் இன்னும் கொஞ்சம் ஊற்று அப்பா சாப்பிட்ட பிறகுதான். சுதந்திரம், ராக்கால சுதந்திரம் பெற்றேனா? இழந்தேனா? உடுக்கை சத்தம் மகிழம்பூ வாசனை புறாக்கள் இனியதொரு வெப்பம் அனைத்தும் கலந்தடித்த சரேல் குபுக்.

'அம்மா! மா பாட்டீ!'

'நான் அப்பவே சொன்னேனே குங்குமமும் சந்தனமும் கொட்டிச் சில்லையோ!'

ஷீலா இன்னும் வரவில்லை? தரதரவென்று இழுத்துப் போனார்கள் கிணற்றடியில் குளிர் தண்ணீர் வெடவெடவெட

மணி ஒன்று அடித்தது.

ஸ்கூல் இன்னும் விடவில்லையா என்ன? அம்மாக்காரி மகளை என்னிடம் விட்டுட்டுப் போயிட்டாள். அவளை நான் என் அம்மா ராஜாத்தீ கண்ணே... ஷீலாவைப் பார்த்துக் கொள்வதும் இந்தக் காலத்தில் முடியவா செய்கிறது. என் வயது திரும்பியவள் அவள். போனவாரம் அம்மாக்காரி வந்திருந்தாள். சேலை, துணி, நகை, ஊறுகாய், வத்தல் வாங்கினாள். என் செலவில். மீனா ஜவுளிக் கடையில் பற்று. ஷீலாவை ஏதோ சினிமாவுக்கு – ராஜா தியேட்டரா – கூட்டிப் போனாள். ஏதோ அசிங்கப்படமாம். மீனாட்சி என்னிடம் புலம்பிக் கொண்டிருந்தாள். இவளுக்கு எப்படித் தெரியும்? மகன் பார்த்துச் சொல்லியிருப்பானோ? மகனும் அம்மாவும் இதையெல்லாம் பேசுவார்களா? அப்பாவிடம் பே. ஏதோ படம் முடிவதற்குள்

ஷீலாவுக்கு புறா பறந்துவிட்டதாம் படபடவென்று ஷவரைத் திருப்பி விட்டு, கேர்ஃபிரி வாங்கி மாட்டி 'டயர்டா இல்லையா கண்ணு' கேட்டு மறுநாள் ஸ்கூலுக்கு அனுப்பி விட்டாள். என்ன வித்தியாசம்! வை.மு.கோதைநாயகி அம்மாளுக்கும் சிவசங்கரிக்கும் உள்ள வித்தியாசம் ஆண்டாள் பாசுரத்திற்கும் ஏ படத்திற்கும் உள்ள வித்தியாசம் அதோ ஷீலா!

– வெளியே கல்லடித்து பறந்த புறாக்கள் மீண்டும் கோபுரத்தில் உட்கார ஆரம்பித்தன.

– ஷீலா வந்து விட்டாள்.

– 'என்ன? ஸ்கூலில் என்ன நடந்தது?'

– எல்லோரும் கேலி பண்றாங்க பாட்டி

இவளையா, இந்தக் குழந்தையையா, மானா, தேனா ஓர் பிஞ்சுக் கத்தரிக்கா போல் உள்ள இவளையா?

'எல்லாம் கொஞ்ச நாளைக்குத்தான். சீக்கிரம் சாப்பிடு. மத்தியானம் ஸ்கூலுக்கு போகனுமில்ல.'

'மத்தியானம் ஸ்கூல் இல்ல பாட்டி. எங்க அக்கவுண்டன்ட் செத்துட்டாரு.'

செத்துட்டாரு. செத்துட்டானா.

'யார் அந்த ராமயரா?' கடவுளே அவனில்லை அவனில்லை.

'ஆமாம் பாட்டி ரிட்டையராக இன்னும் எட்டு வயசிருக்கு poor old hat'

Old hat? ஹா ஹா வாலிபத்தில் எப்படி இருந்தான் மனுசன்! என்னவெல்லாம் பண்ணினான். 'காமு காமு என் புஷ் ஷர்ட் பாத்தியாடி'

ராமு ராமு என் ப்ரிய ச்சீ நான் இன்னொருவன் மனைவி, கிழவி. ஆனாலும் அவன் என் இனிய ஸ்நேகிதனல்லவா!

'என்ன பாட்டி சாதம் போட வர்ரியா?'

'எனக்கு லேசா தலைவலிக்கிறது. நீயே போட்டுக்கோயன் அடேய் பாவி செத்துட்டியா.'

'ஏண்டி ஷீலா ராமய்யர் நல்லா தானடி இருந்தாரு?'

'ஏதோ ஹார்ட் அட்டாக்காம் பாட்டி'

ஹார்ட் அட்டாக்! ஹார்ட் என்றால் என்ன? தம்மாத்துண்டு பம்ப் ரத்தத்தை புஸ்காங் புஸ்காங் என்று வெளித்தள்ளிக் கொண்டேயிருக்கிறது. திடீரென்று ஒரு நாள் டபக்கென்று வால்வ் புடுங்கிக்கிறது. புஸ்ஸ்ஸ் எல்லாம் போச்சு.

கல்யாணத்தன்னிக்கு இந்த ராமு எப்படியெல்லாம்... பாவி செத்துட்டானா. பம்ப் ரிப்பேர்? சேச்சே செத்துட்டான் எனக்கு ஏன் கண்ணீர் வரவில்லை? கதக்களி நன்றாக ஆடுவான். நானும் அவனும் ஒரே வாத்தியாரிடம் படித்தோம். மலையாள ஆசான். எந்தா குட்டி

அ பையனுங்க எக்ஸ்பிரஷன் எல்லாம் கண்டிட்டில்லா கண்ணை விரிக்க நோக்காம் புரிஞ்சா?

பெருமாளே! செத்துட்டானா?

'காமு'

'என்ன'

'சொன்னால் தப்பாக எடுத்துக்கமாட்டியே'

'சொல்லுடா'

'உன்னைப்பற்றி நான் கவிதையெல்லாம் எழுதுகிறேனாக்கும்'

கவிதை எழுதினேயடா. இப்ப என்ன பண்றது. பெருமாளே,

'சாம்பிளுக்கு ஒன்னு சொல்லு பார்ப்போம்'

கதக்களியே கண்ணம்மா என் கிளியே கண்ணம்மா உன் அகன்று செழித்த ஆடுசதையே கண்ணம்மா தாளமில்லாமலே ஆடிக் காட்டும் கண்ணம்மா உன் இடையே...

'போதும் போதும் போ. நீயும் உன் கவிதையும், பாரதியாரை இப்படியா கொலை செய்கிறது?'

பாவி! சாகும்போது கண்ணம்மாவை நினைத்தாயா?

எப்படி நினைப்பான் உன்னை ஏமாற்றியவளாயிற்றே நான். எதிர்த்த வீட்டு மாடியிலிருந்து தீக்குள் விரலை வைத்தால் நந்தலாலா உன்னைத் தீண்டும் இன்பம் தோன்றுதடா, தீக்குள் புகுந்துவிட்டாய் அக்கினியுடன் இணைந்துவிட்டாயா.

'எனக்கு கல்யாணம்'

'என்னது!'

'... ...'

'யார் மாப்பிள்ளை?'

'நீ யில்லை'

'அதான் தெரிகிறதே. யார் அந்தக் கிறுக்கன்?'

பஜ்ஜி சொஜ்ஜிக் கிறுக்கன், பச்சு, பச்சு.

'தண்டபாணி பையன்'

'வேதாசலமா?'

'... ...'

'உனக்குப் பிடித்திருக்கிறதா?'

'நான் நான் வந்து...'

ரிசப்ஷனின் போதா நடந்தது அது? அதற்குப் பெயர் ரிசப்ஷனா? தாலி கட்டி முடிந்த நேரம் மாப்பிள்ளை பொண்ணு எல்லாம் கொஞ்சம் இப்படி உட்காருங்க விபூதி பூசட்டும் தனிமை ஆண் கை தொடையில் பட்டது. காதில் கரகர ஆண்குரல், என்ன ஸாஃப்ட் பஜ்ஜி சொஜ்ஜி

மாதிரி பச்சு பச்சு என்று

'கீழே விழுந்து விடமாட்டியே'

'போடா மரம் ஏறி உனக்கு பழக்கமில்லைன்னு சொல்லு'

'எதற்கு மேலே ஏறுகிறாய்?'

நாகலிங்கப்பூ என்றால் எனக்கு ரொம்பப் பிடிக்கும்டா ராமு

நாகலிங்கப்பூ! என்ன விசித்திரம் அது! இயற்கையின் விசித்திரம். பெண்மை மாதிரி கரெக்ட் கரெக்ட். பெண்மையின் உருவமே தான்.

'எங்கே ஒரே ஒரு பூ கொடு'

'போடா போ, தரமாட்டேன்'

'தொட்டு பார்த்துவிட்டு தந்து விடறேண்டி'

'இந்தா'

'ஹா; என்ன மென்மை, உன் கை போலவே'

அப்பொழுதுதான் அந்த நியூஸ் வந்தது. பஜ்ஜி சொல்லி முடித்தவுடனா? ஆம்.

'சுட்டு விட்டான்டா பாவி'

தடதடவென்று ஓடினார்கள். கண்கள் சிவக்க வந்தே மாதரம் கத்தினார்கள். பாரத மாதாகி ஜே. செய் அல்லது செத்துமடி.

'எவன் சுட்டான்?'

'பெயர் என்னவோ தெரியவில்லை'

தேசியச் சாவு. தேசமே அழுதது, மூக்கைச் சிந்தியது, கோபப்பட்டது.

'சே! காமு கல்யாணத்தின் போதா இது நடக்க வேண்டும்?' வெளியில் எங்கேயும் போக முடியாது.

'கொன்னவன் பெயர் தெரியுமா?'

'யாரோ நாதுராம் கோட்ஸேயாம்'

கோட்ஸே. எனது கல்யாண நாள் ஜனவரி 30. 1948. சங்கு ஊதும் நாள், கோட்ஸே நான் எனது கல்யாண நாள்.

'சாந்தி முகூர்த்தத்தை எப்ப வைத்துக் கொள்ளலாம்?'

'என்னைக் கேட்டால் தள்ளிப் போடலாம் என்றுதான் சொல்வேன். மகாத்மா நம்ம குடும்பத்தில் ஒருவர் மாதிரிதானே.'

'எதற்கும் அம்மாக்காரியிடம் கேட்டுக்கலாமா?'

'இதிலே என்ன கேள்வி? தேசிய சோகம்'

'ஜோஸியரைக் கேள்'

மாந்தையா ஜோஸியா சரி என்று சொல் சொல்.

இல்லை அய்யர்வாள். என்னைக் கேட்டால் தள்ளிப் போடக்கூடாது என்பேன்.

'ஏன்யா? வேறே நல்லநாள் பார்க்க முடியாது?'

'ஒரு தடவை தள்ளிப் போட்டால் அப்புறம் தள்ளிக் கொண்டே போகும்.'

இந்தச் சாவினால் ஒண்ணும் பாதிப்பு இல்லையே?

'மகாத்மா என்ன உங்களுக்கு மாமனா மச்சானா?'

'இருந்தாலும்...'

அதெல்லாம் ஒன்றும் இல்லை. மகாத்மாவே உங்களுக்குப் பேரனாகப் பிறப்பார் பாருங்களேன்.

கடகடவென்று சிரித்தார்கள். அதுதானே... அவர் என்ன இவர்களுக்கு மாமனா மச்சானா. ஏதோ ஒரு மொட்டைத் தலை பக்கிரி எல்லோரும் நன்றாகச் சாப்பிட்டார்கள். சீட்டு விளையாடினார்கள். வெளியில் யாரையும் போக விடாமல் நலுங்கு உருட்டச் செய்தார்கள். இடையிடையே வந்தே மாதரம், ரேடியோவைக் கேள் நேரு ஹிந்தியில் தான் பேசுவாரா?

கோட்ஸே நாள்

என்ன ராமு?

'தப்பாக நினைக்க மாட்டியே'

'சொல்'

'இன்னும் கொஞ்ச நேரத்தில் உன்னை அறைக்குள் தள்ளி விட்டு விடுவார்கள்... நான் இங்கே இருப்பது சரியில்லைதான், இருந்தாலும்...'

'சொல்'

'நான் அனுப்பிய நாகலிங்கப்பூ வந்ததா?'

'பேச்சை மாத்தாதே'

'இல்லை நான் வருகிறேன்'

'ராமு ...'

போய்விட்டான். என்ன சொல்ல நினைத்தான்? இன்று வரை சொல்லவில்லை. இன்று செத்தும் போய்விட்டான். சங்கு ஊதும் நாள். கோட்சே நாள். கோட்சேய நீ பார்ப்பியோடா? அறைக்குள் தள்ளினார்கள். என்ன நடந்தது? லெமூரியா நாடகளிலிருந்து இன்றுவரை இதில் மட்டும் எல்லோருக்கும் ஒரே மாதிரி ஓர் கட்டுக்கடங்காத ஆவல். என்ன நடந்தது? கோட்ஸே நாளில் என்ன நடக்கும்? சூட் பண்ணுவார்கள். இன்றைய தமிழ் சினிமா மாதிரி மல்லிகைப்பூ தசாங்கம் சாம்பிராணி ஃபோம் மெத்தையெல்லாம் இல்லை. சரேலென்று உள்ளேபோய் மூச்சிறைக்க ஓடினோம். ஏன் என்ன என்று புரிவதற்குள் பெருமூச்சு. மௌனம் டாய்லெட்டில் சுருட்டு வாசனை. ராமு என்ன சொல்ல நினைத்தான்? என்ன வாழ்க்கை இது. ஒவ்வொரு சங்கு ஊதும் நாளன்றும் சுருட்டு வாசனையா ஞாபகம் வருகிறது. ராமு என்ன சொல்ல நினைத்தான். கனவுகள் கனவு என்று சொன்னால்கூட

கொஞ்சம் கனவுத்தனம் குறைந்து விடுகிறது. ஸ்வப்னம்... ஆம் ஸ்வப்னம். புறாக் கூட்டம் பறந்தாற் போல் ஒரு ஸ்வப்னம் ஒன்று தானா? எத்தனை எத்தனை! ராமு என்ன சொல்ல நினைத்தான்? ராமு கிழவனாகி தலைநரைத்து வெள்ளெழுத்து வந்து ஷுகர் கம்ப்ளெய்ண்ட் வந்து ஹார்ட் அட்டாக் வந்து செத்த பிறகும், தொடரும் ஸ்வப்னங்கள். எனக்காகப் பாட்டுப் பாடும் ராமு என்னுடன் கதக்களி ஆடும் ராமு. என் கையை நீவிவிடும் ராமு. இப்ப மாதிரியெல்லாம் இல்லாம மரபுக் கவிதை பாடும் ராமு. எத்தனை ராமுக்கள்! உண்மையில் எப்படி இருந்தான் அவன்? கண்ணெல்லாம் உள்ளே போய் கண்ணாடி போட்டு அக்கவுண்ட் புக்கே கதியென்று கிடந்தான். அவனுக்கும் அவன் மனைவிக்கும் இடையே பயங்கர கம்யூனிகேஷன் கேப்! இவன் கதக்களி பற்றி பேசினால் அவள் ராஜகுமாரியின் டிரம் டான்ஸைப் பற்றி பேசுவாள். இவன் ஷேக்ஸ்பியர் அவள் குப்புசாமி முதலியார். நாகலிங்கப்பூவும் கனகாம்பரமும், கல்கண்டும் இலுப்பைப்பூவும், அக்கவுண்டன்சியும் பால்கணக்கும் என்னதான் செய்தார்களோ! நான்கு பெண்கள்!

அவனுக்கு என் வயசுதான் வசந்தா, எப்படி நடந்துகொள்கிறான்?

– போங்கக்கா. நீங்க ஒண்ணு

'அடி சொல்லுடின்னா'

'ராத்திரி பகல் ஒண்ணு கிடையாது. மனுஷருக்கு நாள் பூராவும் கதக்களிதான்.'

'எந்தக் கதக்களி?'

'ச்சீ'

வாடா நான் ஆடுகிறேன் கதக்களி. சத்தமில்லாமல் சந்தமில்லாமல் வெறும் உணர்ச்சிகளுடன் நிர்வாண உணர்ச்சிகளுடன் வாடா. பெருமாளே! எனக்கு என்ன ஆகிவிட்டது? இன்று பூராவும் ஸ்வப்னங்கள்.

ஷீலா மாலா அவள் அம்மா மஞ்சள் அரைத்துக் குளித்த நாள் 'இந்த வீடுகோ ஓ ராகவா' பாடிய நாள். 'Her Nights' பார்த்த மகன், சுருட்டு குடித்தே கெட்டழிந்த கணவன். அதோ ஈஸிசேரில் உட்கார்ந்திருக்கிறது. ஆபீஸ் இன்று லீவு. தட்டிவிட்ட மெஷின் மாதிரி அர்த்தமில்லாமல் அர்த்தந் தேடி வேலை செய்து இரவில் இரண்டு நிமிஷங்களில் பெருமூச்சு விட்டு, சுலோகம் சொல்லி கணக்குப் பார்த்து வண்ணானுக்குத் துணி போட்டு எவர்சில்வர் பாத்திரத்துக்கு அழுது, சேலைக்கு அழுது - இத்தனை களேபரங்களிலும் 'ராமு என்ன சொல்ல நினைத்தான்?' ஸ்வப்னம் ராமு, ஸ்வப்னம். நிகழ்வன நடந்தன அனைத்தையும் மறந்து என் பிரக்ஞையில் ஊறிப் போய் ஊறுகாயாய் மற்றவற்றை ஜீரணம் செய்ய வைத்து ஸ்வப்னங்கள் நாகலிங்கப்பூ ஸ்வப்னங்கள் ஸ்நேகிதா உன் சாவு என்னைப் பாதிக்கவில்லை. என்னைப் பொறுத்தவரை

நீயோ சாவைக் கடந்த புருஷன். என் பிரக்ஞையின் பிரக்ஞை தூரத்து வெளிச்சத்தைக் காட்டியவன் நீ. கோட்சே நாள் வருஷத்திற்கு ஒரு நாள் ஏன் தினந்தோறும் கூட வரும். ஆனால் புறா பறந்த நாள் ஒன்று தான். ராமு என்ன சொல்ல நினைத்தான்? என்னுடை ஒவ்வொரு அணுவிலும் ஒவ்வொரு பதில். ஸ்வப்ன ஸ்நேகிதா! என் ஸ்வப்னமே நீதான் ஐயனே! பெருமாளே

சாந்தாகரம் புஜகஷேணம்
பத்மசாபம் சுரேஷம்

29

பாறைகள்

'டாக்டர் என்ன சொன்னார்?'

– என்ன சொல்லுவார்? ஒழுங்கா மருந்து கொடுத்து 'மூன்று நாள் தாண்ட வேண்டுமாம்'

'பிழைத்து விடுவாளா?'

– ஹ! ராஜகுமாரியை சாவு அணைக்குமா?

'என்ன கேள்வியென்று கேட்கிற?'

– மௌனமாகி விட்டான். சுருட்டைத் தலையும் கண்ணாடியும் தமிழிலக்கியத்தின் தம்பி ஆங்கில இலக்கியம், அக்காவுக்கு உடம்புக்கு என்றவுடன் என்னே அக்கறை! செத்தால் வீடு கிடைக்குமென்று நினைத்திருப்...

'எத்தனை நாள் லீவ்?'

நானா? ஒரு வாரம் போட்டிருக்கிறேன்.'

'இப்போதெல்லாம் டைஃபாய்ட் இவ்வளவு severeஆக வந்து பார்க்கவேயில்லை. பாவம் நாயகிக்கா.'

– நாயகிக்கா. பெரியநாயகி, ஏதோ ஒரு அம்மன் பெயர் விடாமல் பெரியநாயகியம்மனுக்கு மணியார்டர் அனுப்புங்கள். மணியார்டர் அனுப்புங்கள்.

'பாலு, கொஞ்ச நேரம் சும்மா இரேன்.'

'Sorry-த்தான்'.

– அத்தானாம் அத்தான், விட்டால் குழிவெட்டி புதைச்சுருவான்.

'நான் Night கிளம்பறேன்

'ஏன் அவ்வளவு அவசரம்?'

'அம்மாவைக் கூட்டிட்டு காலையில் வந்திர்றேன்.'

'ம்... ம்... சரி.'

– அம்மா வேறயா

'அக்கா டைரியை எடுத்துட்டுப் போறேன்.'

'What?'

'அக்கா என்னை எடுத்துட்டுப் போகச் சொல்லி ஏற்கனவே...'

'முடியாது, நான் படிக்க வேண்டும்.'

'அக்கா'

'That's none of your business.'

'ப்ச்'

– தோள் குலுக்குகிறான். நாகரிகமில்லை என்று காட்டுகிறானாம். மனைவி டைரியைக் கணவன் படிக்கக்கூடாதா அவள்தான் பொத்தி பொதிஞ்சு வைத்திருந்தாள்.

– அதோ உள் ரூமில் படுத்திருக்கிறாள். அப்படியென்ன ரகசியம்? செத்துப் போனால் ரகசியம் தன்னுடன் போக தம்பி துணை. முப்பது வயதில் செத்துவிடுவாளா சேச்சே மாட்டாள்.

'ரிசர்ச் பண்ணிக் கொண்டிருந்தாளில்லையா?'

'ஆம் ஏதோ பத்துப் பாட்டில் பிம்பமும் குறியீடுகளும்,'னு பண்ணிக் கிட்டிருந்தா. முடித்தால் Professor ஆகிவிடலாமாம். இப்ப இவள் A.P. தானே? பாவம், ராவா பகலா எழுதினாள், பாழாப்போன காச்சல்.'

'சின்னதாதானே இருந்துச்சு?'

'நான் ஊரிலில்லையா, ரிசர்ச் ரிசர்ச் என்று அலைஞ்சு பெரிதாக இழுத்துக்கிட்டாள்.'

– அது ஏன் துக்கமனுவிப்பது போல முகத்தை வைத்துக் கொள் கிறானோ. உன் அக்கா இன்னும் சாகவில்...

'டைரியைப் படிப்பதை அக்கா Like பண்ணமாட்டாள்.'

'ஏனாம்'

'நானும் படிப்பது decency இல்லை என்றுதான் நினைக்கிறன்.'

– பெரிய decencyஐக் கண்டுட்டான் அடப் போடா

'நீ படித்தாயா?'

'இல்லை.'

'அப்புறம் உனக்கு என்ன எழுதியிருக்குமென்னு தெரியாதப்போ நான் படிச்சா என்ன படிக்காட்டா என்ன?'

'அதில் உங்களைப்பற்றி தப்பா எழுதியிருக்கலாம்'

'நானல்லவா ரிஸ்க் எடுக்கறேன்'

'உங்களிஷ்டம்'

– அப்பாடா, சரிக்கட்டியாகி விட்டது. சாகக் கிடக்கிறவனை விட்டுட்டு டைரி படிப்பதில் இவ்வளவு ஆர்வம்.

'நான் friend வீட்டுக்குப் போயிட்டு போகனும். இப்பவே கிளம்பறேன்.'

– கோபத்தைக் காட்டுகிறானாம், 21 வயசுப் பயல், எனக்கும் முப்பத்தைந்து தானே ஆயிற்று.

'சரி கிளம்புறேனென்றால் கிளம்பு.'

– உள்ளே வந்தேன், படுத்திருக்கிறாள். சுய பிரக்ஞையே இல்லை. பாவம் எப்படியெல்லாம் கஷ்டப்படுகிறாளோ, எனக்கு சின்னக் காச்சல் கூட வந்ததில்லை. பாலு போய்விட்டான் போலிருக்கிறதே தொலைந்தான், இங்கேயிருந்து கழுத்தறுத்துக் கொண்டு.

– இவளை முதலில் எங்கே பார்த்தேன்? ஏதோ ஒரு இலக்கிய விழாவில்? ஆம் ஏதோ புதுக்கவிதையைப் பற்றிப் பேசினாள். அம்மாவிடம் சொல்லி உடனே பெண் பார்க்கச் சொல்லி 'அழகாகப் பாடுகிறாள். தமிழ் Professorஆக வேலை பார்க்கிறாள். மாசம் ஆயிரத்து சொச்சம் வாங்குவாள். என் மகன் பார்த்த பெண். ஏழு ஆண்டு குடித்தனம், சாப்பிட, தூங்க வெளியே போக வர மட்டுமே புருஷன் மனைவி, சே, ஆனாலும் ஹாஸ்பிடல் மாதிரி நாற்றமடிக்கிறது. Dumb-show, அவளும் நானும் அதிகம் பேசியதில்லை. காமன் சப்ஜெக்ட் சினிமாதான். ரஜினி, கமல், பாக்கியராஜ் என்று அலசி ஆராய்ந்து ஹூம் அவள் என்னுடன் ஒட்டவே இல்லை.'

– நான் அவளுடன்? முதல் நாள் பாத்ரூமில் வேறு சோப்பையும் கூந்தல் ஷாம்புவையும் பார்த்த போது ஒரு மாதிரி இருந்தது. அம்மா மஞ்சள்தான் போடுவாள். போன வருஷம் Bombay ONGCஇல் சீனியர் ஜியாலஜிஸ்டான Promotion. என்னை 'அட பாம்பே போகிறீர்களா' என்று கூட கேட்கவில்லை. வேலையை ரிசைன் செய மாட்டேன். எனக்கு ரிசர்ச் தான் முக்கியம். நீங்கள் ஒரு பாறை.

– பாறையைப் பார்த்துப் பார்த்துப் பாறையாகவே ஆகிட்டீங்க. இவள் தமிழிலக்கியம் படித்து காரைக்காலம்மையாவாளா. பாறை, என்ன Imagery? பெட்ரோலிய மணத்தைப் பற்றி இவளுக்கென்ன தெரியும். அரோமேட்டிக், பர்மா பஜாரில் டியோடரண்ட் வித்தால் அறுபது ரூபாய்க்கு வாங்குவாய். இடங்களைக் காதலிப்பவன் நான். எத்தனை விதமான மண்கள், மண்களினால் உருவாகும் மனிதர்கள். தட்ப வெப்பநிலை, இடங்களின் காவியம் தெரியாது அவளுக்கு.

– காந்தி மார்க்கெட்டில்கூட ஒரு கடையில் விட்டால் மறு கடைக்குப் போக தெரியாது. Sence of atmosphere nil யார் பாறை? டைரி படிக்கலாமா? சே.பாவம், அவளுக்கென்று ஏதோ ஓர் அற்ப ரகசியம். அவளுடன் போகட்டுமே. அவள் போய் விடுவாளோ! ஓ! என் ராஜகுமாரி, மாட்டாள், பிழைத்து விடுவாள். ஒரு வேளை பிள்ளை யில்லாத குறையோ. நோ, நோ பெரியநாயகி, நான் அவளை, 'பெரிசு, பெரிசு' என்று Unpoetical ஆக கூப்பிடாமலிருந்திருக்கலாம்.

– அவளுக்குப் பிள்ளையில்லாதது குறையில்லை. வேலை பார்க்க சௌகரியம். படித்துக் கொண்டே இருக்கலாம். இலக்கிய வெறி.

ஒரு வேளை டைரியிலிருந்து ஏதேனும் கண்டுபிடிக்க முடியுமா? தெரிந்தால் rectify பண்ணலாம். Movement சீராக இருக்கிறது. நெற்றி தான் அனல். சரியாகி விடும். லேசாக வியர்க்கிறது. எங்கே டைரி? சே எங்கே பார் கழக வெளியீடு. பத்துப்பாட்டு மதுரை காஞ்சி உஷ் நெடுநெல்வாடை மலைபடுகடாம் டைரி எங்கே திருநாவுக்கரசர் நாலாம் திருமுறை. பாலு எடுத்துப் போய்விட்டானா மாட்டான். இப்பொழுது அவள் என்ன நினைக்கிறாள்? காய்ச்சலில் எண்ணங்கள் எப்படி இருக்கும்? இதோ டைரி.

April 16

'எனது கல்யாண நாள். No Comments.'

என்ன டைரி இது?

April 17

'திருவெண்காட்டு செட்டிப் பெண் நாங்கூர் இளவரசனை நினைத் தாளா இல்லையா? தெரியாது, அவள் பாறையை மணந்தாள்.

பாறை? நானா? சுப்பிரமணியன் பாறை பாறை - சுப்பிரமணியனை மேலே படிக்கலாமா வேண்டாம். ஏதேனும் ஷாக்கிங் ஆக இருக்கலாம். என்னைப் பாறை என்று சாதாரணமாய்த் திட்டவில்லை. ஏதோ ஓர் உள்ளர்த்தத்துடன் திட்டியிருக்கிறாள். Intense hatred அப்படி நான் என்ன செய்தேன்? அழகில்லைதான். திருவெண்காட்டு செட்டிப் பெண் அவளுக்கு தன் ancestryஇல் அவ்வளவு நம்பிக்கை ஏதோ ஒரு முட்டாள் வரலாற்றுக் கதை. நான் Ignore செய்தது கோபமாயிருக்கலாமோ. வேண்டாம் சிந்திக்காதே பாறைகளைப் பற்றி எனக்கென்ன தெரியும் வட்டப்பாறை அடுக்குப்பாறை மணல்பாறை எத்தனை வகை பாறைகள்! பாறைகள் கற்புள்ளவை. காலங்காலமாய் குலப் பெருமையைக் காப்பவை. எந்த நாங்கூர் இளவரசனையும் பார்க்காதவை. காலமும் தட்பவெப்ப நிலையும் மட்டுமே அவைகளை affect பண்ணும், ஒருவகை பாறையிலிருந்து சில நூற்றாண்டுகளுக்கு பின் certain வகை பாறைகளே உருவாகும். பாறைகளின் கலாச்சாரத்தில் ஜனங்களின் ஒழுங்கு. நான் பாறைதான். டைரியை எரித்து விடலாமா பிழைத்தாலும் சரி இறந்தாலும் சரி இப்பொழுது அவள் என்ன நினைக்கிறாள்.

நான் இப்பொழுது சரி சரி தூங்கி இல்லை முழித்திருக்கிறேனா, கனவா என்ன ஐய்ய்யோ துரத்துகிறார்கள். ஓடு. ஓடு, கையில் தீவெட்டியுடன் துரத்துகிறார்கள். வருக வருக மயிலோன் வருக இந்திரன்கள். உடம்பெல்லாம் என்ன வலி! எவ்வளவு கூட்டம்! ஹா

சிலப்பதிகார இந்திர விழா. இதோ நான் மெல்லிய பட்டுடுத்தி முத்தாரமணிந்து வைடூரியம் ஒளிவீச தோழிகளுடன் துரத்தியவர்கள் எங்கே? ஓ! அப்பா. தந்தையார் இன்று மென்பட்டு வேட்டி உடுத்தி வீரத் திலகமிட்டுப் போர் போய் வந்தாரோ. பட்டினத்தார் பாட்டொன்று பாடம்மா. குதிரையில் வருவது யார் என ரிசர்ச் ஆராய்ச்சி பத்துப்பாட்டு என ஆயிற்று கண்ணீர்ப் பூக்கள், ஏன் ஒருவரும் பேசமாட்டேன் என்கிறார்கள்? நாங்கூர் இளவரசன் குதிரையில் தந்தையார் பாறையைக் காட்டுகிறாரே மணம் புரி மணம் ஐயகோ! சந்திரமதி புலம்பல் கேட்டீரோ கல்யாண புலம்பலல்லவா. வாராய் எந்தன் தோழிகள் தேற்றல். பாண்டிய நெடுஞ்செழியனைப் பிரிந்த கோப்பெருந்தேவி எங்கே கோப்பெருந்தேவி? அதோ யார் நானா?ஆம் நான்தான்.

தோடமை தூமடி விரித்த சேக்கை
ஆரந் தாங்கிய அலர்முலையாகத்து

நோ, நோ, பாறைக்குப் பைந்தமிழ் புரியாது கோனார் தமிழுரை பொழிப்புரை முன்னார் முத்தாற் செய்த கச்சு சுமந்த பருத்த முலை யினையுடைய மார்பகத்தே, இப்பொழுது குத்துதல் அமைந்த தாலியை யுடைய மங்கல நாண் ஒன்றுமே தூங்க அதோ தோழியர் நரை விராவுற்ற நறுமென் கூந்தல் செம்முக செவிலியர் அது யார் முக்காடிட்டுக் கொண்டு ஆ சுப்பிரமணியன்! ஓடு, ஓடு வீதியெல்லாம், அரேபிய குதிரை வணிகன் தள்ளி கோப்பெருந்தேவி ஓட காவிரிபூம்பட்டினம் பட்டினப்பாலை பாடுகிறார் உருத்திரங் கண்ணனார். இங்கே துரத்த மாட்டார்கள். துணை புணர்ந்த மடமங்கையர் நடுவில்தான் தங்கணவரைக் கூடிய மடப்பத்தையுடைய மகளிர் அப்புணர்ச்சிக்குப் பின்னர் தாம் முன்னர் களைந்து போட்ட பட்டை முதலார் அப்பாடா அங்கு நின்றுவிட்டார் உடாதே தங்கணவரின் துகிலை கூடா நிற்பவும் தரம் பருகற்குரிய மதுவினைப் பருகாதே தங்கணவர் பருகதற்குரிய மதுவினைப் பருகி களிமிகுதியால் மகிழவும், இங்ஙனமே ஆனந்த மயக்கத்தாலே மைந்தர் சூடுதற்குரிய கண்ணியை மகளிர் சூடவும் மகளிர் கோதையை மைந்தர் அணியவும் கடலிலே உவவுமடியாது வேட்டஞ்சென்ற மீன் பிடிப்போர் ஐயோ கடவுளே முருகா மீனவர் நடுவில் சுப்பிரமணியம் திடீரென்று ஒரு கை மட்டும் நீண்டுவர சுப்பிரமணி பூதாகரமாய். சரேலென ஒரு கையில் பிடிக்க விளக் கெண்ணெய் வெண்டைக்காய் மாதிரி நான் நழுவி ஓட துரத்துகிறார்கள் கடவுளே துரத்துகிறார்கள். கடவுளைத் துதித்தல்- துதி+க்+கு+அல் குகரச் சாரியையும் சந்தியாகிய ககரவொற்றும் கதி மதி திதி உதி மரூஉ விரிவஞ்சி ஈண்டு ஐயோ வந்துவிட்டார்கள் கந்தசஷ்டிகவசம் ஆயிரம் முறை சொல்வேன் முருகா கந்த கடவுளே மாயோன் மகனே காப்பாற்று எதிரில் வருவது யார் அப்பாடா முருகக் கடவுள் அவர் தானே ஆம் அதோ ஓடி வருகிறார் கிட்டத்தில் வந்துவிட்டார்

தீவெட்டி தடியர்களிடம் இருந்து காப்பாற்றி விட்டார். ஐயோ அது முருகனல்ல சுப்பிரமணியம் ஜியாலஜிஸ்ட். மீனவன் எப்போது இப்படியானான் முருகா முன்னால் சுப்பிரமணி - பின்னால் தீவெட்டி திரும்பி பார்த்தால் தீவெட்டிகளின் நடுவில் பூதாகரமாய் மாமியார் முருகா முருகா இரண்டு பக்கத்திலும் காவிரி பூம்பட்டின பண்டக சாலைகள் கடவுளே என் நம்பிக்கையைக் காப்பாற்ற உன்னிடம் கொடுத்து விட்டேன் காப்பாற்று முடியாவிட்டால் உன் பாக்கெட்டி லிருந்து ஓர் குழந்தையை எடுத்துக் கொடு எவ்வளவு கெஞ்சுகிறேன் சீக்கிரம் கொடேன் நான் தப்பி விடுவேன் கடவுளே நெருங்கி விட்டார்கள். வந்து விட்டார்கள், மாட்டிக் கொள்ளப் போகிறேன்.

ஐயோ தீவெட்டி என் சேலையில் படுகிறது முருகா என் நம்பிக்கை என் ஆவது ஐயோ சூரியோதயமா சூரியஸ்தமனமா கரேல் வெள்ளை அனைத்தும் பளீர் வெள்ளை சிவப்பு கடும் சிவப்பு ரத்தச் சிவப்பு...

– அக்கா பாவம் கனவுகளிலேயே வாழ்ந்தவள். அவள் என்னதான் செய்வாள். பிள்ளையில்லாமல், மாத்யூஅர்னால்ட் மாதிரி முகங் கொண்ட ஒரு ஜியாலஜிஸ்டோடு வாழ்நாள் பூராவும் கடத்த வேண்டு மென்றால் கஷ்டந்தான். நாங்கள் பிறந்த திருவெண்காட்டில் முன்னொரு காலத்தில் ஓர் செட்டிப் பெண்ணை நாங்கூர் இளவரசன் மணக்க ஆசைப்பட்டானாம். ஆனால் பெண்ணின் தந்தை கொடுக்க மறுத்துவிட்டாராம். இதனால் எல்லா வணிகர்களும் திருவெண்காட்டை விட்டே போகும்படி ஆகிவிட்டதாம். அக்காவுக்கு எப்பொழுது இந்தக் கதையைக் கேட்டாலும் ஒரே ஒரு கேள்வி மட்டும் கேட்பாள். ‘அந்தப் பெண் என்ன நினைத்தாள்?’ பாவம் தன்னை அந்தப் பெண்ணுடன் Identify பண்ணிக் கொண்டாள். தமிழிலக்கியமும் அவளுடைய கற்பனைக்குத் தீனி போட்டது. அத்தானுடன் அதிகம் Communicate பண்ண முடியாமல் ம்ஹூம் அக்கா பற்றி எதற்கு சிந்தனை டென்னிஸ் ஆடப் போக வேண்டும் கனவுக்கும் நடைமுறைக்கும் நடப்பதற்கும் நினைப்பதற்கும் எப்பொழுதும் உள்ள gapஐ அவள் புரிந்துகொள்ளவே யில்லை. அத்தான் அவள் செத்த அன்று டைரியை எரித்து விட்டார். என்ன எழுதியிருந்தாளோ? டென்னிஸ்மார்க்கர் வந்திருக்க மாட்டான். வாட்ச் ஏன் நின்றுவிட்டது.

இல்லை, அத்தான் டைரியை எரித்த அன்று அக்கா செத்தாளா? வாட்ச் நின்று விட்டது. கீ கொடுக்க வேண்டும்.

30

செப்பிடு வித்தை

ஓரியண்டல் ஃபிலாசபியும் டூத் பேஸ்டும்

– ஆத்மா நாமின் மக்கள் அவசரமாக ஒன்றுக்கிருந்த காலம் எமர்ஜென்ஸி. எனக்கு அந்த டூத் பேஸ்ட் கம்பெனியில் வேலை கிடைத்தது. இந்திரா தான் இந்தியா, இந்தியாதான் இந்திரா என்றெல்லாம் காலேஜில் நடந்த வில்லுப்பாட்டு நிகழ்ச்சிகளில் சிங்கியடித்திருந்தேன் சிங்கியடித்ததற்கு கலர்கலராய் சர்டிபிகேட் வேறு. என்னுடைய இன்டெர்வியூ ஒரு சுவாரஸ்யமான புதுக்கவிதை. ஒருவொருக்கும் ஒன்றும் புரியவில்லை.

'ஏம்கா, ''ஓரியண்டல் ஃபிலாசபியும் கல்ச்சரும்'' என்று ஒரு பி.ஏ. கோர்ஸ் வைத்திருக்கிறார்களா என்ன?'

'அன்பார்ந்த ஐயா, மெட்ராஸ் யுனிவர்சிட்டியில் அப்படி ஒன்று சொல்லித் தருகிறார்கள்;'

'அதைப் படித்துவிட்டு டூத்பேஸ்ட் சேல்ஸ் மேனாவதில் ஏன் இவ்வளவு விருப்பு?'

– வயிற்றுப் பிழைப்பு என்று சொல்லவா இல்லை ஒரு சமஸ்கிருத கொட்டேஷனை எடுத்துவிடவா என்றெல்லாம் யோசித்து தத்துப் பித்தென்று சாங்கியர் தத்துவம் என்றெல்லாம் பேசி அசடு வழிய, வெளிர் பற்களைப் பார்த்து விட்டு வேலை கொடுத்துவிட்டார்கள். நாற்சந்தியில் நின்று 'உங்கள் வாய் துர்நாற்றம் நீங்க' என்று கத்த வேண்டும்.

ஐஸ்கிரீமும் நேபாளிப் பெண்ணும்

– ஏன் இதையெல்லாம் இவளிடம் சொல்கிறேன்? இவள் வேறு இனம். இன்னும், இவளின் சாய்ந்த கண்களின் சீனத் தனத்தில் என்ன சொல்ல நினைக்கிறாள் என்றே கண்டுபிடிக்க முடியவில்லை. பக்கத்து வீட்டு மறத் தமிழனிடமே என்னைப் பற்றிப் பேச முடியாத போது இரண்டு நாட்களுக்கு முன் பழகிய ஸ்வெட்டர் விற்கும் பெண்ணிடம் ஏன் சொல்கிறேன்? 'ஐஸ்கிரீம் வங்கி கோடுங்கோ' என்று பேசியதாலா?

தலைமுடி ஒன்றுடன் ஒன்று ஒட்டாமல் சிவந்த கன்னங்களுடன் பூனைக்குட்டி மார்புகளுடன் கடவுளே Innocent. இதை ஏன் நமது பெண்களிடம் காண முடிவதில்லை? என்னையும் இந்த ஜீன்ஸ் போட்ட மேகதூத கதாநாயகியையும் எது இணைக்கிறது? 'விஷ்ணு' அல்லது 'புத்தர்' என்ற சொல் இணைக்கலாம்.

முக்கோண வீடுகள்

– ஏன்? 'கஞ்சா' என்ற சொல்கூட இணைக்கலாம். எதிர்பார்ப்புகளும் நடப்பும் ஒன்றாகவா இருக்கிறது. நீங்களே சொல்லுங்கள் சார். நான் கூட பெரிய எஞ்சினியராகி குடும்பக் கட்டுப்பாடு முக்கோணம் போல அடிப்பாகத்தை மேலே வைத்து நுனியைக் கீழே வைத்து பூமியெங்கும் 'கட்டியவர் கல்யாணசுந்தரம்' என்று ஸ்டாம்ப் அடித்து வீடுகள் கட்டுவதாக கனவு கண்டேன். பல இரவுகளை இந்த மாதிரி வீடுகளில் பாத்அட்டாச்ட் பெட்ரூமை எங்கே அமைப்பது என்று கவலைப்பட்டே கழித்திருக்கிறேன். என்ன நடந்தது?

பிரம்ம சூத்திரமும் பிஃரான்ஸ்காஃப்காவும்

– ஃஓரியண்டல் பிலாசபி ஜாயின் பண்ணி முதல் நாளே லைப்ரரியில் பிரம்ம சூத்திரத்தைத் தேடினேன். பிரம்ம சூத்திரத்திற்கு பதில் ஃபிரான்ஸ்காஃப்காவின் 'metamorphosisi' கிடைத்தது. பிரட்டினால் ஜார்ஜ்சாம்சா என்று என்னைப் போலவே ஒருவன் ஒரு வசந்தகால காலையில் விழித்தெழும் போது தான் ஒரு sorry மிகப் பெரிய மூட்டைப் பூச்சியாய் மாறிவிட்டதை உணர்கிறான். ஹிஹிஹி. நேபாளிப் பெண் போய்விட்டாள் கோன் ஐஸ் 1½ ரூபாய். என்ன நினைத்தேன்? ஓ காஃப்பா. 'பிளேட் மாதிரியான திண்ம முதுகை சிறிது தூக்கி தலையை உயர்த்தி அவன் மிகப்பெரிய கோடு கோடாய் போடப்பட்ட தன்னுடைய பிரௌன் கலர் வயிற்றைப் பார்த்தான் பெட்ஷீட் அதில் நிற்காமல் நழுவிக் கொண்டிருந்தது. கண்களின் முன்னால் குச்சி குச்சியாய் முட்களுடன் மூட்டைப் பூச்சி கால்கள்' ஹாஹா, காலேஜில் முதல் நாள்.

அஸ்வகோஷர்

– முதல் நாளே காலேஜின் அந்தப் பெரிய ஹாலிலுள்ள ஷாண்ட்லியர் களைப் பிடித்துத் தொங்க வேண்டுமென்று வெறி மெதுவாக லஞ்ச் இண்டர்வெல்லில் நழுவி, பெஞ்சுகளை ஒன்றன் மேலொன்றாக அடுக்கி வைத்து ஏறினேன். ஏன் ஏறினேன் என்று கேட்கிறீர்களா? நீங்கள் ஏன் பார்க்கில் நடந்து செல்லும் போது கைக்கெட்டிய இலையைக் கிள்ளுகிறீர்கள்? ஏறி சரேலென்று தொங்கி மிக மெதுவாக

காலை வளைந்த கம்பிகளுள் விட்டு தலைகீழாக தொங்க ஆரம்பித்த போது யாரோ வரும் சத்தம் கேட்க திகிலடைந்து தடாலென்று கீழே விழுந்தேன். டூத்பேஸ்ட் விற்பதற்கு காலேஜில் படித்த பாடம் அது ஒன்றுதான். இந்த பௌத்த சூன்யவாதி அஸ்வகோஷர் தான் எவ்வளவு பெரிய ஆள்! அனைத்துமே சூன்யம் என்று கூறுவதற்கு எவ்வளவு துணிவு வேண்டும்! எனக்கு அந்த அசாத்திய துணிவு இல்லையே இல்லை அப்பா மாதிரி பிராக்டிகலாகவாவது இருக்கப் பழகியிருக்க வேண்டும். சரி சரி வேலைக்கு நேரமாயிற்று. அவர்தான் இந்த வேலை கிடைத்த போது எவ்வளவு சந்தோஷப்பட்டார்.

குசலம் விசாரித்தல்

'ஹலோ பாஸ்'

– பாஸ் என்று என்னைக் கூப்பிட எனக்கொரு அஸிஸ்டெண்ட். நான் ரோட்டில் நின்று விளம்பரம் செய்ய அவன் போக வர உள்ள யுவதிகளைப் பத்திரமாக கண்காணித்து கணக்கெடுத்து ஒழிந்த நேரத்தில் ஒன்றிரண்டு பேஸ்டுகளை விற்று சில்லறை வாங்கிப் போட வேண்டும், கோதண்டம் காதல் கவிதையெல்லாம் எழுதுவான்.

'ஹலோவெல்லாம் இருக்கட்டும், ஏன் இவ்வளவு நேரம்?'

'அது இருக்கட்டும் பாஸ் நேபாளிக்கு கோன் ஐஸ் கொடுத்தீர்களாமே?'

– முறைத்தேன்.

'தப்பாக ஒன்றும் சொல்லலை பாஸ் சும்மா
இனிய நேபாளி பெண்ணே
இமயப் பனியையே நீ
பார்த்திருந்தாலும்
என்னால் முடிந்தது
கோன் ஐஸ்கிரீம்தான் - என்று ஒரு எபிக் எழுத ஆரம்பிக்கலாமா, என்றுதான்.'

'Women come and go, Taking of Mills & Boons.'

– பேசாமல் பிஸினஸை ஆரம்பி

– அழகாய் துணி விரித்து பேஸ்ட் டப்பாக்களை அடுக்கினோம். மெகாபோனைக் கையிலெடுக்கிறேன். கூட்டம் வர ஆரம்பித்து விட்டது. 'உங்கள் வாய் துர்நாற்றம் நீங்க உபயோகியுங்கள்...' கூட்டம் மக்கள் எதைத் தேடி ஓடுகிறார்கள். பெண்கள் பெண்களில் எத்தனை ஜாதி? வாத்ஸாயனர் கூறியபடி 'ஈறுகளை நன்றாக பிரஷ் கொண்டு துலக்குங்கள்' எத்தனை வகையான முகங்கள். அமைப்புகள். ஒவ்வொன்றும் தனிக்கலை. பிரம்மனின் படைப்புகள். வாழ்வின் ஆதர்சமே ரோட்டைக் கடப்பதில்தான் இருக்கிறது பிள்ளாய். விலுக்

விலுக் என்று ஓடுங்கள். திரும்பிப் பார்க்காமல் ஓடுங்கள். பின்னால் வருவது யார் முன்னால் போவது யார் என்ற கவலை வேண்டாம். அவரவர் பார்த்துக் கொள்வார்கள் நடப்பது இரண்டு காலினத்தின் கடமை ஓடு நட.

இலங்கைத் தமிழர்கள்

– சாகிறார்களாமே? கொல்கிறார்களாமே? அதைப் பற்றி உனக்கு என்ன? நீ பென்ஸில் அழி ரப்பர் வாங்க வேண்டாமோ. உள் அழித்தலைப் பற்றிக் கவலைப்படு.

'ஓர் திறமை வாய்ந்த பல் வைத்தியரைக் கேட்டுப் பாருங்கள்' நானே என்ன செய்வேன்? சாவதற்கு முன் என் கம்பெனி பேஸ்டால் பல் துலக்கி சாவானா என்றுதான் நினைப்பேன். என்ன இருந்தாலும் உறுதியான பற்கள் அவசியம் தானே. உயிருந்தும் சொத்தைப் பல்லால் என்ன பயன்? சொத்தை சொத்தைதான் அப்படியென்றால் எவ்வளவு மக்கள் கூட்டம்! எவ்வளவு பறகள்! எவ்வளவு சொத்தைகள்!

அமுல் டப்பா + or – உபநிஷத்துக்கள்

– இவ்வளவு மக்களில் எவ்வளவு பேர் பிரக்ஞையுள்ள மக்கள்? அட இவ்வளவு பேரில் எவ்வளவு பேர் பிரக்ஞையுள்ள மக்களின் பிள்ளைகள்? பிரக்ஞையுள்ள தகப்பன் எவன் தாய் எவள்? மனித பிறப்பு என்பது பிரக்ஞையுள்ள மனிதனின் செயலல்ல; மனிதனின் மற்றும் மனுஷிகளின் செயலுமல்ல. ஏதோ ஒரு இருட்டறையில் என்றோ ஒரு உணர்ச்சி விபத்து தெரியாத்தனமாக நடந்து தொலைக்க எங்கு நோக்கினும் மக்கள் கூட்டம் காண்! எந்தத் தகப்பன் தன் மகனை நோக்கி உபநிஷத்து மாதிரி 'ஹே! மகனே நான் உனக்கு என ஆத்மாவைக் கொடுத்திருக் கிறேன்' என்று தத்துவம் பேசுவான்? எனக்குத் தெரிந்து பால் டின் விலையேற்றத்தைப் பற்றி பலர் பேசக் கேட்டிருக்கிறேன். மக்கள் கூட்டம்! கூட்டத்தில் நானோர் புள்ளி, சென்ஸஸ் எடுத்தால் கோடியில் ஒரு நம்பராகிப் போகிறவன். இலக்கியத்திலோ சரித்திரத்திலோ பேசப்படாத டெஸிமல் புள்ளி.

'சொல்லடி சிவசக்தி எனை சுடர் மிகு
அறிவுடன் படைத்து விட்டாய்'

– என்னடா பேஸ்ட் விற்கிறவன் இதெல்லாம் பேசுவானா நினைப் பானா என்று நினைக்கிறீர்களா? அப்படி நீங்கள் நினைத்தீர்களானால் ஒன்று நீங்கள் பெண்ணாயிருக்க வேண்டும் இல்லையெனில் பார்பர் ஷாப் பக்கம் போகாத ஆண்மகனாயிருக்க வேண்டும். பார்பர்

ஷாப்பில்தான் எத்தனை வகை மனிதர்கள். தாடிகள், அவர்கள் பேச்சிலுள்ள லௌகீக ஞானத்தைக் கேட்க வேண்டும். பின் நீங்கள் பேஸ்ட் விற்கிறவனின் எண்ண ஆழத்தைப் பற்றி சந்தேகிக்க மாட்டீர்கள். எண்ண ஆழம் தான் ஐயா என்னைப் போன்றவர்களுக்கு லாபம் தரும் இன்பம் தரும் ஒரே சாதனம் அதுதான் என்னுடைய டிராஜடியும் கூட பாரதி கூட இந்த வலியை மிக அழகாக கூறவில்லையா சார்?

கொஞ்சம் கம்யூனிஸம்

– பார்பர் ஷாப் என்றவுடன் பாரதி ஞாபகமும் கம்யூனிஸம் ஞாபகமும் வருகிறது. அப்பாடா கூட்டம் குறைந்து விட்டது. எவ்வளவு நாள் தாடி வளர்த்து பீடி குடித்து புரட்சி, வர்க்கப் புரட்சி, செம்மைப் புரட்சி என்றெல்லாம் பேசியிருக்கிறேன்! மாந்தோப்பில் சின்னப் பயல்களாய் கூப்பிட்டு வைத்து 'காம்ரேட்' என்றழைக்கப் பழக்கிக் கொடுத்தேன். என்னுடைய சந்தேகம் என்னுடைய கையாலாகாத்தனம் அந்தக் காலத்தில் என்னை கம்யூனிசத்தை நோக்கி இழுத்ததோ என்பதே. ஏனென்றால் நான் அந்தச் சிறுவர்களிடம் முதலாளித்துவம் காட்டி யிருக்கிறேன். ஆனாலும் அந்த நாட்கள்தான் என்ன இனிமையானவை! நியூ செஞ்சுரி புக் ஷாப்புகள் சோவியத் புத்தகக் கண்காட்சிகள், மாசேதுங் கவிதைகள் என்றெல்லாம் சுற்றி மரம் மட்டை குளம் குட்டை மக்கள் மாக்கள் அனைத்தும் அனைவரும் ஒரு காலை புலரும் போது சிவப்பாக மாறுவதாகவெல்லாம் கனவு கண்டேன். பின்னால் தான் அத்தத்துவம் உயர்ந்தது ஆனால் எனக்கு ஒவ்வாதது என்று புரிந்தது.

தமிழிலக்கியம்

– கம்யூனிசம் விட்டபின் தமிழிலக்கியத்திலாவது பெரிய ஆள் ஆக வேண்டுமென்று கவலைப்பட்டேன். 'இதில் ஒரு திரில் இருக்கிறது' – சுஜாதா, 'நாயும் பூனையும் ஈஷிக்கொண்டது' – சிவசங்கரி, ஒற்றை நட்சத்திர – இந்திமதி என்றெல்லாம் கரைத்துக் குடித்து கொஞ்சம் ஹெரால்ட் ராபின்ஸ், கொஞ்சம் சயன்ஸ் ஃபிக்ஷன் என்றெல்லாம் கலந்து கடைசியில் 'தவளைக் குட்டி இளவரசி' என்று ஒரு கதை எழுதி முந்தியெல்லாம் 'அணில் அணில்' என்றொரு சிறுவர் பத்திரிகை வருமே அதற்கு அனுப்பினேன் பிரசுரிக்கவும் செய்துவிட்டார்கள். ஆஹா சிறுவர் கதை எழுத்தாளராகி விட்டோம் என்னே தமிழ்த் தொண்டு என்று வியந்து கொண்டிருந்த பொழுது 'அண்ணா ஏன் தவளை இளவரசிக்கும் எந்தர மனிதனுக்கும் கல்யாணம் செய்து வைக்கவில்லை? என்று நூற்றுக்கணக்கில் தங்கைமார் கடிதம் எழுத பதில் எழுத ஸ்டாம்ப் வாங்க காசில்லாததால் தமிழிலக்கியத்திற்கு முழுக்கு போட்டு விட்டேன்.

ஹா!

— பின் எதில்தான் ஐயா நீ பட்டுக் கொள்ளவில்லை என்று கேட்கிறீர்களா சார். தத்துவம் படித்திருக்கிறேனல்லவா சார் கொஞ்சமாவது நான் இண்டெலிஜெண்ட் இல்லையா அதனால் ஒரே ஒரு Fieldஇல் பட்டுக் கொள்ளவில்லை. அதுதான் சார் அரசியல் 'அதில் ஏதாவது பங்கு வகியுங்கள் பாஸ் நீங்கள்' 'உங்கள் வாய் துர்நாற்றம் நீங்க' என்று நீங்கள் கத்தும்போது என்ன அழகான குரல் பாஸ். நீங்கள் மட்டும் அரசியல்வாதியானால் எவ்வளவு பெரிய ஆளாகி விடுவீர்கள் தெரியுமா? என்றெல்லாம் கோதாண்டம் கூட பேசுவான் சார் ஆனால் என்ன செய்ய. அரசியலுக்குண்டான திமிரோ தில்லோ இல்லாமல் போய்விட்டது.

நிழல்கள்

— இந்த மாதிரி யாருடன் பேசிக் கொள்கிறேன்? இப்படித்தான் யாரிடமாவது என் கதையைச் சொல்ல ஆரம்பித்தேனென்றால் அப்படியே அது மறந்து போய் பின்னர் என்னுடன் நானே 'சார் சார்' என்று அழைத்து பேசிக் கொள்கிறேன். நிகழ்வுகளின் கடினத்தில் ஸ்மரணை யற்றுப் போக ஒரே வழி இந்த நவீன தானே புலம்புதல்தான். நிறைய, தானே புலம்பிகளை நீங்களும் பார்த்திருப்பீர்களே சார். மறுபடியும் சாரா? இந்தப் பேச்சில் ஓர் திண்ணைத் தூங்கிப் பண்டாரத்தின் சுகம். அதிலும் என்னுடைய காதலைப் பற்றி நினைத்தால்...

இருபதாம் நூற்றாண்டு காதல்

— அந்தக் காதலெல்லாம் இந்த நேபாளிப் பெண்ணுடன் ஏற்பட்டிருக்கும் மயக்கம் போலல்ல சார். பிரமாதமான உண்மையான காதல். நான் காலேஜில் படித்துக் கொண்டிருந்தபோது ஒரு நாள் (கவித்துவம் மிகுந்த நாள்) வெளியில் வந்தபோது தடாலென்று என்மேல் சைக்கிளை விட்டுவிட்டு ஒரு பெண் பரிதாபமாய் முழித்தாள். ஸ்பர்ச சுகம் என்று சமஸ்கிருதத்தில் கூறுவார்கள். அது சார், அவள் கண்ணுக்குள் சிறிதுகூட இமைக்காமல் பார்த்தாள். அப்படியெல்லாம் பார்க்கும் பெண்களைப் பார்த்திருக்கிறீர்களா சார்? அப்புறம் என்ன ஒருவாரம் தர்சன ஸுகம் பின் வேறு யாருடனோ கல்யாணமாகி போய்விட்டாள். என்ன சார் சிரிக்கிறீர்கள்? அந்தக் காதல் உண்மை யானது சார் வெற்றியோ தோல்வியோ கீதையில் பகவான் கூறியபடி பலனை எதிர்பார்க்காமல் காதலித்தேனே அதை நீங்கள் பாராட்ட வேண்டாமா?

தர்மரோஷம்

– இப்படித்தான் எவ்வளவோ திறமையிருந்தும் என்னை யாரும் பாராட்டுவதேயில்லை. என்னைச் சுற்றி ஜால்ரா அடித்துக் கொண்டிருந்த பயல்களெல்லாம் எப்படியோ ஒரு வேலை சம்பாதித்துக் கொண்டார்கள். அவர்களுக்கெல்லாம் இப்பொழுது என்னைத் தெருவில் பார்த்தால் இளக்காரம், நான் போங்கடா பொக்கே என்று இருந்தாலும், பயல்கள் என்னைத் தேடி 'என்ன கல்யாணம் இன்னும் இந்த வேலைலதான் இருக்கியா' என்று விட்டு 'காபி சாப்பிடலாம் வா' என்கிறார்கள். போனால் 'நீயெல்லாம் பில் கொடுக்க வேண்டாம்டா' என்பார்கள். போகாவிட்டால் 'ரொம்ப பிஸிடா நீ' என்பார்கள். இது தான் சார் பிறந்து வளர்ந்து, படித்த ஊரிலேயே வேலை பார்க்கக்கூடாது. ஒரே ஒரு தடவை பளாரென்று அறைந்திருக்கிறேன். என்னை, கண்ணாடியில் முகத்தைப் பார்த்துக் கொண்டு,

– யோசித்துப் பார்த்தால், நான் என் முழு சரிதத்தையுமே நினைத்துப் பார்த்துவிட்டேன். என்னடா இது துணுக்கு துணுக்காய் கல்கண்டு பத்திரிகை மாதிரி இதுதான் லைஃபா என்று கேட்கிறீர்களா சார். ஆமாம் இதில் என்ன பிரம்ம சூத்திரத்தைத் தேடியது ஃப்ரான்ஸ் காஃப்கா கிடைத்தது எல்லாம் முக்கிய நிகழ்ச்சிகளை என்று யோசிக்கிறீர்களா?

ஏதாவது ஒரு நிருபர் வந்து என்னிடம் நடிகை பேட்டி மாதிரி 'உங்கள் வாழ்க்கையில் நடந்த முக்கிய நிகழ்ச்சிகளைக் கூறுங்கள்' என்று கேட்டால் நான் காஃப்கா, அஸ்வகோஷர், ஷாண்டிலியர்கள் இவைகளைத்தான் சொல்வேன். உண்மையில் என் வாழ்க்கையில் நிகழ்ந்தன நிகழ்வுகள் எதிர்பார்ப்புகள், கனவுகள், ஸ்திதி அனைத்தையும் துணுக்கு துணுக்காய் கூறிவிட்டேன். இவ்வ்ளவுதானா என்று கேட்கிறீர்களா? இவ்வளவுதான் ஐயா. இதையனைத்தையும் எழுதினால் எட்டு பக்கம் வரலாம்; நுணுக்கி எழுதினால் ஆறு பக்கம்; பிரிண்டில் மூணு அல்லது நாலு பக்கம் வரலாம்; பாராவுக்கு ஒரு தலைப்பென்று கொடுத்தால் பத்து பதினைந்து தலைப்புகள்; தலைப்புகளை மட்டுமெடுத்து முதல் எழுத்துக்களையெல்லாம் சேர்த்து ஒரு சிறிய காகிதத் துண்டில் அடக்கி விடலாம். வாழ்க்கை எவ்வளவு வெறுமை என்று வருத்தப்படுகிறீர்களா சார்? முட்டாள்தனங்கள் வெறுமை இவற்றில் ஊடுருவி நிற்கும் கவிதைதான் சார் வாழ்க்கை.

தலைப்பு வருகிறது! தலைப்பு வருகிறது!

– இந்த வாழ்க்கையை வாழ்வது ஒன்றும் பெரிய வித்தையல்ல. இந்த வாழ்க்கையை சகித்துக்கொள்வதுதான் செப்பிடுவித்தை.

31

பிரம்மனைத் தேடி...

நாகர்கோவிலிலிருந்து சுசீந்தரம் போகும் வழியில் ஒரு எதிர்பாராதத் திருப்பத்தில் திடீரென்று திரும்பினால் பரக்கை பரக்கை என்று குட்டியூண்டு கிராமம் வரும். கேரள பாணியில் தங்கக் கொடிமரம் சகிதம் உள்ள மதுசூதனப் பெருமாள் கோவில் அங்கேயிருக்கிறது. அந்த ஸ்வாமியின் பெயர்தான் அவனுக்கு.

மொட்டுக்கள் விரியும்போது உண்டாகும் சப்தத்தைக்கூட நான் கேட்டிருக்கிறேன். காது ஜவ்வைக் கிழிக்கும் பீரங்கியின் சப்தம்? அதுவும்கூடத்தான். Unheard Melodies. ஷப்த. சிதம்பர நடராஜனின் ஊழிக்கூத்தையும் ஊர்த்தவ நடனத்தையும் அண்ட சராசரங்களையும் சப்தத்தில் அடக்குபவன் நான். லங்கேஸ்வரன். ராவணாத்மா ஹாஹா. தியாக பருமத்தின் நேரடி வாரிசு. கடவுளே! என்னிடம் ஏன் இந்த லயம். குதிக்கும் இந்த ரயிலும், ஓடும் இந்தக் கம்பங்களும் விட்டுவிடு வேண்டாம். ஐயோ இந்தச் சப்தங்கள் என்னை பைத்தியமாக்கு கிறதே ஏன் இந்த லாபம்? எவ்வளவு ஆண்டுகளாய் இந்த சப்தங் களைத் துரத்தியிருக்கிறேன். இந்தப் பிரணவ மந்திரம் மாத்திரம் அடங்க மாட்டேங்கிறது. ஓம் ஓம் ஓம் ஊஹூம். சுவாசத்தைக் கட்டுப்படுத்துகிறதோ? இதிலோர் ரகஸ்யம் இருக்கிறது என்ன அது? / ம /ஓ / இரண்டில் மட்டும் கவிதை எழுத முடியுமா என்ன. மாந்தரை, மானுட ஜாதியினரை மாக்களை மனுஷிகளை, ஓ ஆ விதியே ஓ என்பார். சே என்ன கவிதை. நானே reject பண்ணிடுவேன் சனியனே ஒழிந்துபோ. First class compartment என்பதனால் ஒருத்தரும் இல்லை. படுக்கலாமா தடக்தடக் தடக்தடக். ஷ்ஷ் அப்பாடா நினைக்காதே கடவுளே கை நடுங்க ஆரம்பித்து விட்டதே. பிள்ளையாரப்பா முருகனே ஆரம்பித்து விட்டது. அது வேண்டும் வேண்டும். என்ன செய்ய மயக்கம் நா வறட்சி ஜில்லென்றிருக்கிறது அம்மா அம்மா, அம்மா காத்திருப்பாளா? என்ன செய்ய உடம்பெல்லாம் ஆட்டம் மற. அம்மாவைப்பற்றி நினை. அம்மா முகத்தை நினைவில் கொண்டு வா. Oh! try my boy, try again. Oh Come on! நடுங்குகிறதே நான் என்ன செய்வேன். போச்சு டிராகுலா பாம்புக் கூட்டங்கள் அதோ...

மதுசூதனப் பெருமாள் பி.எஸ்ஸி, படித்து முடித்துவிட்டு மெடிக்கல் ரெப்ரெசன்டேட்டிவ் ஆக வேலையில் சேர்ந்தான். 'இசைக்கவிதை' என்று குறிப்பிட்ட Intellectualsகளிடம் மட்டும் circulate செய்யப்படும் வாராந்திரியை நடத்தி வந்த அவன் அதில் 'மேக்டலீன்' என்ற புனைபெயரில் நிறைய பேர் அவனை genius என்பார்கள்; நிறைய பேர் கிறுக்கன் என்பார்கள். எது எப்படியோ – அவனை போதை மருந்துகளுக்கு அடிமை என்றும் neurotic என்றும் காரணம் காட்டி வேலையிலிருந்து நீக்கப்பட்டது உண்மை.

எப்படிச் சமாளிப்பேன்? ரயிலிலா வரவேண்டும். அம்மா காப்பாத்துமா, வலி வந்து விட்டதே சனி. நடுக்கம் வியர்வை தடக் தடக் அம்மா என்ன செய்ய என்ன செய்ய உடை, நகங்கடி கரக் கரக்... ஓடலாமா, ஓடும் ரயிலில் ஓடலாமா. தலைப்பியத்து இழு. ஆஹா ஒரு டோஸ் வைத்திருந்தேனே. இல்லையில்லை தொலைத்துவிட்டேன் போச்சு பாம்புகள் வந்துவிட்டன. ஏதாவது செய்தே ஆக வேண்டும். நினைவு தப்புவதற்கு முன் ரயிலிலிருந்து குதிப்பதற்கு முன் ஏதாவது செய்ய வேண்டும். கண்ணீராய் வருகிறது. ஐயய்யோ நான் என்ன செய்வேன் அப்பாதான் என்னை எப்படிச் செல்லமாய் வளர்த்தார். இப்படி நெஞ்சு எலும்பெல்லாம் தெரிய கை ஜில்லிட்டுப் போக வெறித்த பார்வை பார்க்கவா Lotus Easters வலி. ஏதாவது செய் fight this out சொல் அந்த டிராகுலாவை fight ஏதாவது ஒரு வலி வேண்டும். counter pain, ஷேவிங் செட் வைத்திருந்தேனே. அங்கேதான் எடு. இதோ இதோ எடு பிளேடை, எங்கே வெட்டலாம். வலிக்குமே அம்மா வலிக்குமே அம்மாவை நினைத்துப்பார். வேலை போனது அவளுக்குத் தெரியாது. கை ஆடு சதையில் வெட்டு, come on வெட்டு ஆ ஆவ் ஆழமாய் இன்னும் ஆழமாய் உஸ்ஸ் உஸ்ஸ் ஐயோ concentrated ரத்தம் பொங்கி வருகிறது என்ன வலி அப்பாடா பாம்பு போய்விட்டது. தலை சுற்றுகிறதே ரத்தம் நீலங்கலந்து வருகிறது போலத் தெரிகிறதே. கர்சீப்பால் கட்டிவிட்டேன். அம்மா மெலிதாய் சன்ன குரலில் பாடுகிறாள்.

யாரடிச்சு நீ அழுதே
அடிச்சவரை சொல்லி அழு
ஆராரோ ஆரிராரோ ஆராரோ ஆரிராரோ

அம்மா உன்னைச் சீக்கிரம் பார்க்க வேண்டுமே. சிவனின் எந்த நடனம் இது? G-ஸ்டிரிங்கையும் C-மேஜரையும் ஒன்றாய் இழுத்து அனைத்தும் தடால் தடாலென அதிர... அம்மா கைவலி. கர்சீப்பையும் தாண்டி கசிகிறது. ஊர் போனவுடன் டாக்டரிடம் treatment.' நான் ஏன் இப்படி ஆனேன்? கடவுளே, மேக்டலீன் எங்கே சந்தித்தேன் அவளை பார்க்கிலோ, பஸ்ஸிலோ, காலேஜிலோ, களத்துமேட்டிலோ இல்லை பைபிளில். எல்லோரும் சேர்ந்து அவளைக் குற்றவாளி என்கிறார்கள்.

பாவம் அவள் என்னைப் போல. ஜீஸஸ் சொல்கிறார் உங்களில் எவர் ஒரு பாபமும் செய்யவில்லையோ அவர் முதல் கல்லை வீசுங்கள். மேக்டலீன் என்ன செய்தாள்? இசைக்கவிதை எழுத ஆரம்பித்தாள். அம்மாவிடம் கிறித்தவக் கதை என்று சொல்லாமல் கதை சொல்ல வேண்டும். நேரில் பார்த்தேனே அவளை. எப்போது? காடெ கோழி வச்சு, கண்ணிரண்டு பார்த்து வந்து கிழக்கால போகையிலே தொடா மலே சாஞ்சுட்டாளே அந்தக் கள்ளி. வித்தாரக் கள்ளிக்கு வித்தை பல கற்றதாலே விருத்தியாய் வந்ததம்மா விரசப் பேச்சு. கச்சவிழ்க்கப் போகையிலே குஞ்சம்மா கண்டதாலே கடித்துப் போனாளம்மா ராங்கிக்காரி. Puffy puzzles puzzle only the paupers மேக்டலீன். கண்ணுக்குள் பார்த்தவளை, புண்ணுக்கு மருந்திட்டவளை வண்ணமதாய்ப் போன வளைக் காண்பேன் நானொரு நாள் கர்ப்பிணியாவே. அம்மாவிடம் சொல்ல வேண்டும். மானே தேனே மதித்தொரு நாள் விளித்தாலே சொல் மேலும் கவிதை சொல் மகனே வலியை மற. கள்ளத்தைத் துறந்தாலே உள்ளத்தை திறந்தாவே போதுமடி நீயெனக்கு. கஞ்ச மகாராஜா மலையாளத்தான் உங்கச்சன் மஞ்சு விரட்டு மாப்பிள்ளைக்கு மறுதலித்துப் போய், மக்கனாஞ் சொக்கனாங் கருங்குரங்குக்குக் கொடுத்தானே உனை ஏந்தி மக்கனாஞ் சொக்கனாங் திரும்பப் பாடப்பட வேண்டும். பூமாலை உனைப் போயி கோமாளி கொண்ட தாலே கட்டுவிரியன் விடந்தேடி காடலஞ்சேன் மேடலஞ்சேன் கண்டடைஞ்சேன் கஞ்சாவை. நகரக் கஞ்சாவை விட்டொழிக்க தகரத் தமிழைத் தஞ்சமடைஞ்சேன். தஞ்சமடைஞ்ச தமிழோ பஞ்சாகி பற்றாகி பந்தமாகி பற்றிக் கொண்டதம்மா ஒட்டுவாரொட்டியாய் போற இடமெல்லாம் பரப்பி வாரேன். போகாதம்மா எனைவிட்டு, எங்ஙென போயி நானழுவேன் எங்ஙென போயி நானழுவேன். மருதாணி நாந்தாரேன். மஞ்சப் பொட்டு நாந்தாரேன், காஞ்சீவரம் நாந்தாரேன் பாத்துக்கம்மா நாலாந்துரைய. கையெடுத்துக் கும்பிடறேன் எனை மட்டும் விட்டுவிடு. சாணம் மெழுகிட்டு, சமையல் செஞ்சிட்டு கால் பிடித்து பல்லிளிக்கும் கேணப்பயல்கள் நான் தருவேன் நூறு எனக்கு. செக்கு மாடு போல வச்சு சொக்கு ராணி நீயிருக்க நான் போறேன் சன்னியாசியாய். தமிழே ரீங்காரங்காட்டி ஓங்காரங் காட்டி உனையடக்கும் பித்தன் உனக்கெதுக்கு சண்டிமாடாய் எனைத் தொடர்ந்தால் சமஸ்கிருத வப்பாட்டி வச்சுக்குவேன். ஆ! சம்மதமா உனக்கு? அப்படியா வெள்ளைத் தோலு சிங்காரி. தஸ்ஸு புஸ்ஸு துரைச்சாணி தரணி சுற்றும் தரங்கிணி, ஆங்கிலக்காரி கொங்கையே கதியென்று கிடப்பேன். சம்மதமா உனக்கு? ஐயகோ சண்டாளி எனைப் பிடித்த பைசாசம் போகமாட்டாளம்மா எனைவிட்டு எங்ஙென போயி நானழுவேன்? வலியோ கவிதையா யாரிந்த உறவைப் புரிந்துகொள்வார்கள்? தமிழும் இசையும் வலியும் ஒன்றல்லவா.

கடவுளே ஒரு சகஜீவிகூட புரிந்துகொள்ளாத, மேக்டலீன் எதற்கு மேக்டலீன், அகலிகை தமிழை என்னுள் கொண்டுள்ளேனே எங்கு போய் நான் சொல்வேன். என்னுள் உள்ள பிரும்மத்தை, சிருஷ்டித் திறனை எங்கு காண்பிப்பேன், அந்தத் திறனின் வக்கிர அழகை யாரிடம் சொல்வேன்? கடவுளே. அம்மா, ஆஹா! அம்மாவிடம் சொல்லலாம். அம்மா ரசிப்பாள். அம்மா என்னைப் புரிந்துகொள்வாள். நான் குணமாகி விடுவேன். பிளேன் ஓட்டுவேன்...

அப்பாடா வீடு வந்தாய் விட்டது. காயத்தை நன்றாக மறைத்திருக் கிறேனா, பரக்கை மாறவேயில்லை. அதே டவுண் பஸ் தான் நாகர்கோவிலிலிருந்து வருகிறது. ஊர் பூராவிற்கும் ஒவ்வொரு வீட்டைப் பற்றி சரிதையும் தெரியும். நல்லவேளை தெரிந்தவர்கள் யாரையும் காணவில்லை. அது அப்பாவா.

'அட, என்னடாது திடீரென்று? ஹே கமலா யார் வந்திருக்கா பாத்தியா'

– அப்பாவுக்குத்தான் எவ்வளவு மகிழ்ச்சி.

'அடடே வாடா வா'

– அம்மா என் சகஜீவி.

'என்னடாது திடீர்னு?'

'வேலைய விட்டுட்டேன்.'

– அணுகுண்டா போட்டேன்? ஏன் ரெண்டு பேரும், ஏன் விட்டாய் என்று கேட்க மாட்டேங்கிறார்கள்? முகமெல்லாம் கறுத்துப் போய் ஷாக். தவறு செய்து விட்டேன் பெற்றோர்களே, நீங்கள்தான் சரணம் காப்பாற்ற வேண்டும். முகங் கழுவி அமர காலில் விழுவோம். தண்ணீர் இன்னும் அதே சுவை. அம்மா ஏதோ சொல்கிறாள் போலிருக்கிறதே.

'சனியன் பிடிச்ச பயல். தண்டச் சோறாய் வந்துவிட்டான். அடுத்த ரயிலில் ஏத்தி அனுப்புங்கள்...'

அம்மாவா? சகஜீவி அம்மாவா? உவேய் வ்வேய் ததிங்கிணத்தோம் ததிங்கிணத்தோம் திதிங்கிணத்தோம் தத்தோம் தத்தோம். உவேய் சளி வாந்தி. டிகிரிட டிகிரிட டிகிரிட தத்தோம் தத்தோம் ததிங்கிணத்தோம் ஊழிக்கூத்து தகிரிட தகிரிட டுடுடுடு டங்கு டிங்கு தத்தோம் தத்தோம் எலிகள் கூட்டம் பாம்புகள் துரத்தல் பிணக்குவியல் மல நாற்றம் கடவுளே தத்தோம் தத்தோம் தத்தோம் தகிரிட தகிரிட தகிரிட தகிங் கிணத்தோம் தகிங்கிணத்தோம் ரகர டகர மகர பகர தத்தோம் தத்தோம் ஐயகோ உவேய் வ்வேய் பீறிடும் சளி. தகிரிடத்தோம் தகிரிடத்தோம் ததிங்கிணத்தோம். பிரம்மனே நான் என்ன செய்வேன் நான் என்ன செய்வேன். தகிங்கிணத்தோம் ததிங்கிணத்தோம் தமிழே மஞ்சள் அரச்சு வச்சு மருதாணி காய வச்சு, உச்சிக் குளிர நீ எண்ண தேச்சு குளிக்கயிலே மேலுலகம் போவேண்டி நான். தத்தோம்

தகிங்கிணத்தோம் தத்தோம் தகிங்கிணத்தோம் என இசை எங்கே மண்ணெண்ணெய். எடு தீப்பெட்டி ஹே! அக்னீ நானுனக்கு பதார்த்தம். ஓம் ஓம் ஓம்.

மதுசூதனப் பெருமான் தீயிட்டு தற்கொலை செய்துகொண்ட போது மக்கள், தீயணைப்புப் படையினர் ஆகியோர் அருகில் நெருங்க முடியாதபடி ஏதோ ஓர் சோக கானம் அனைவரையும் மயக்கி விட்டதாக சரடு விடுகிறார்கள்.

32

என்ன நடந்தது?

இள நீல நிற இன்லேண்ட் லெட்டர் மேஜையின் மேல் ஏதோ தன்னிச்சையாய் இயங்கும் உயிர் போல காற்றில் படபடத்தது. பூமாவுக்கு அதைப் பார்ப்பதிலுள்ள லயிப்பிலிருந்துதான் அவளுக்கு உயிர் இருப்பது போல தோன்றியது. மொத்தத்தில் அந்த அறையிலிருந்த பழுப்பேறிய பீரோவிலிருந்து களைந்து போட்ட ஆடைகள் சற்று முன்னால் கிழித்தெறியப்பட்ட ஆறு இன்லேண்ட்கள் எல்லாமே ஃபேன் காற்றில் படபடக்கும் பாதி எழுதப்பட்ட அந்தக் கடிதத்தின் உயிர்ப்பில்தான், அதன் முடிவின்மை அல்லது முடிவில் தான் ஈர்க்கப் பட்டன போல ஒரு மாயை. ஒருவேளை சிறிது சிறிதாய் வட்டத்தைப் பெரிதாக்கினால் உலகமே அந்தத் துண்டுக் காகிதத்தின் இருத்தலில் தான் உள்ளதோ?

சென்னை
13-12-84

அன்புள்ள கலாவுக்கு,

நீண்ட நாட்களுக்குப் பின் எழுதுவதால் என்னைப் பற்றிய விபரங் களை நீ மறந்திருக்கலாம். நான் M.A. Anthropology சேர்ந்ததும் அதில் இரண்டாவது ஆண்டு படித்து வருவதும் ஆனந்தவல்லி (குண்டம்மா) மூலம் தெரிந்திருக்குமென்று நினைக்கிறேன். நீ அம்மா ஆகிவிட்டாயாமே? Congrats. சரி நேரடியாக விஷயத்திற்கு வருகிறேன்.

நீ ஒரு நாள் நம் senior student ஒருத்தி வெள்ளைச் சேலையில் ஹாஸ்டலின் top floorஇல் இருந்து இறங்கி வர நீ, 'பேய் பேய்' என்று அலறி அடித்துக்கொண்டு என் roomக்கு ஓடி வந்தாயே ஞாபகம் இருக்கிறதா? அதற்குப்பின் உன்னை நான் கேலி செய்யும்போதெல்லாம் அமானுஷ்ய சக்திகளைப் பற்றியெல்லாம் எனக்குத் தெரியாது என்று நீ கூறவில்லை?

– ஹூம் இவள் புரிந்துகொள்வாளா மடைச்சி என்று திட்டுவாள். அது எல்லோருக்கும் புரியக் கூடியதுதானா என்ன சோகம் மாதிரி அனுபவிப்பவன் அதை தனியாகத்தான் அனுபவித்தாக வேண்டும்.

ஆழ்ந்த சோகம். சக மனித பரிச்சயத்திற்கு அதை உட்படுத்த நினைப்பது பைத்யக்காரத்தனம். அதான் ஆறு லெட்டர் எழுதிக் கிழித்தாகி விட்டது. கலா எப்படி இருப்பாள் இப்ப குழந்தைக்குப் பால் கொடுத்துக் கொண்டிருப்பாளா சப்சப்சப் எப்படி இருக்கும் கிச்சு கிச்சு காட்டுமா பொக்கைவாய் போகட்டும், கலாவுக்கென்ன குறைச்சல். அதைச் சொல்லித்தான் ஆக வேண்டுமா போடீ பைத்தியம் பைத்தியம் சை என்பது மாதிரியான அனுபவம் அது. (Robert Frostஇன் stopping by the woods போலவோ உஹூம் கோல்ரிஜ்ஜின் Ancient Mariner என்னவோ சொல்லவா மெல்லவா அமானுஷ்யம் Vs. மானுடம் லலாலலாலால ரிரிரிம் கற்பனையோ எப்படிச் சொல்வேன் நான்.

பூமா பேனாவைக் கையில் வைத்து அழகு பார்த்துக் கொண்டிருந்தாள். சடாரென்று எழுந்து பெரிய கண்ணாடியின் முன் போய் நின்றாள். தலையை அவிழ்த்துவிட சரேலென்று கருங்கூந்தல் இடுப்பின் வளைவைத் தொட்டது. வெவ்வெவ்வே என்று கண்ணாடியில் அழகு காட்டினாள். நெருங்கி நின்று கண்ணின் கருவிழியில் கனவுத்தனம் உள்ளதோ என்று பார்ப்பது போல பார்த்து சடாரென்று கண்ணாடி உதடுகளில் முத்தமிட்டாள். ஏதோ பாட்டை முணுமுணுப்பது போல தோன்றியது. திரும்ப உட்கார்ந்து படபடவென்று எழுத ஆரம்பித்தாள்.

அமானுஷ்யத்தையோ இல்லை அமானுஷ்யம் என்று நான் கற்பனை செய்திருந்த ஒன்றையோ ஸ்பர்சிக்கும் வாய்ப்பு எனக்கு சமீபத்தில் கிடைத்தது. எனக்கு anthropologyஇல் ஒரு Projectம் field workம் செய்ய வேண்டும். இதற்காக மலைவாழ் மக்களின் மதச் சடங்குகளைப் பற்றி ஆராய நானும் இன்னும் இரண்டு பேரும் கொல்லிமலைக்குச் சென்றோம். மலைக்கு மேலே சென்று interior காடுகளுக்குள் செல்ல வேண்டும். போன முதல் நாளே அது நடந்துவிட்டது.

அன்று ஏதோ சந்திரனுக்கு விழாவென்றும் அதற்கு ஆட்டுத் தலையைப் பூசாரி பலி கொடுப்பாரென்றும் பலியினுடன் நீண்ட நடனங்கள் நடைபெறுமென்றும் எங்களைக் கூட்டிப் போயிருந்த guide சொன்னார். அவர் சொன்னது போலவே இரவு ஒன்பது மணிக்கு ஆதிவாசிகள் கூட்டம் திடலில் கூடியது. கரணை கரணையாய் கறுகறுவென்று ஒரு கொடூர ஆனால் பொறாமைப் படத்தக்க இளமையுடன் மக்கள் assemble ஆயினர். மெதுவாக கொட்டுகள் அடிக்க ஆரம்பித்தன. 'டொர்ரங் டொர்ரங்' என்று கொட்டின் தோலில் கம்பினால் தேய்க்க சாக்பீஸால் கோடு போட்டது போல பிடரியில் பூனை மயிர்கள் சிலிர்த்துக் கொண்டன. எல்லோரும் மொடா மொடாவாக கள் குடித்தார்கள். தலைமைப் பூசாரி முன்னால் வர பின்னால் நாலு பேர் ஒரு வாகனத்தில் ஒரு சிலையைத் தூக்கி வந்தனர். கிராமத்துத் தேர்த் திருவிழா போல தோன்றினாலும், வேறு ஏதோ இன்னும் பழமையானது ஒன்று நடக்கப் போகிறது என்று தோன்றியது.

பூசாரி கையில் மிக நீண்ட கூர்மையான வாள் நிலவொளியில் பளிச்சிட்டது. ஒரு தீப்பந்தத்தைத் தவிர வேறு வெளிச்சமில்லை. பூசாரிக்கு ஒரு அண்டாவிலிருந்து செம்பு செம்பாய், கள் எடுத்துக் கொடுத்தார்கள். திடீரென்று எல்லோரும் பேசாமல் நிற்க பூசாரி கையில் வாளுடன் 'ஆஆஆய்' என்று கத்திக் கொண்டு level இல்லாமல் குதிக்க ஆரம்பித்தான். எல்லோரும் விலகி வழிவிட சிலர் ஒரு பெரிய கொழுத்த எருமைக் கன்றுக்குட்டி போல உள்ள கொம்பு ஆட்டைக் கொண்டு வந்து பூசாரி முன் விட்டார்கள். கொட்டின் ரிதம் ஏறி சரேலென ஆடு தப்பித்து ஓட ஆரம்பித்தது. சுற்றிலும் மக்கள் நின்று தடுக்கப் பார்க்க அது முட்டி மோதி வெளி வட்டத்தில் நின்று கொண்டிருந்த என்னருகே வர பூசாரி பாய்ந்து வந்து வெறியுடன் ஓங்கி வெட்ட நான் 'வீல்' என்று கத்தி பின்னால் விழ ஆட்டுத் தலை என் மார்பில். முகம் முழுவதும் இளஞ்சூடான ரத்தம்!

– ப்ளாச்! கடவுளே என்ன அனுபவம்! ஆட்டுத் தலையில் உயிர் இருந்ததோ, உடம்பில் துள்ளித் துள்ளி மார்பிலிருந்து தொடை வரை ரத்தம். ரத்தம் சிவப்புக் குங்குமக் கலரில் என்ன மனுஷி நான் என்ன பெண் மயக்கம்கூட ஆகவில்லை. சுற்றிலும் கறுகறுவென்று நிலவொளி மனிதர்கள் ஆட்டுடல் ரத்தம் குடிக்க ஐந்து நிமிஷமோ ஒரு மணி நேரமோ யாரும் உதவிக்கு வராமல் கைடுதான் help பண்ணினார். நான் போகணும் நான் போகணும் ஓஓஓ அழ அழ கையால் முகத்தைத் துடைக்க சிவப்பு எங்கும் சிவப்பு பல்லி அடிவயிற்றில் ஊர்ந்தது போல அருவெறுப்பு துக்கம் பயம். ரமணியும் வேதாவும்.

ரமணியும் வேதாவும் (என் கூட வந்தவர்கள்) ஓடி வந்து என்னைத் தூக்கி நிறுத்தி உடனடியாகத் தண்ணீர் வாங்கி வந்து தலையில் கொட்டி தரதரவென்று இழுத்துப்போய் நன்றாக டவலினால் துடைக்க எனக்கு காய்ச்சல் அடிக்க ஆரம்பித்துவிட்டது. ஏதேதோ கத்தினார்கள். விழா நிற்கவில்லை. guide ஓடிப்போய் எங்கிருந்தோ ஒரு மாட்டு வண்டி கொண்டு வந்து என்னைப் படுக்க வைத்தார். ஆதிவாசிகள் சந்திரக் கடவுள் என்னை ஆசீர்வதித்துவிட்டார் என்று சொன்னார்களாம். எனக்குக் காய்ச்சல் ஏறிக் கொண்டேயிருக்க அந்தக் கார்ப்பரேஷன் குப்பைவண்டியில் எப்படிப் போவது என்று விவாதித்தார்கள். ரமணியும் guideம் தான் ஆம்பிளைகள். வேதாவோ பயந்தாங்கொள்ளி. இரண்டு ஆம்பிளைகளுக்கும் மாட்டு வண்டி ஓட்டத் தெரியாது. எப்படியாவது கொண்டு போக வேண்டுமென்று ரமணி மாட்டை ஓட்ட நால்வரும் பயணமானோம். ஒழுங்கான பாதை கிடையாது தெரியவும் தெரியாது.

பூமா பேனாவைக் கீழே வைத்துவிட்டு ஃபேனை நிறுத்தினாள். தூரப்பார்வை பார்த்தாள். அடாடா இரண்டே முக்கால் பக்கம் வந்துவிட்டதே. இனிமேல் தானே important விஷயம் வருகிறது. கால்

பக்கத்தில் எப்படி எழுதுவது? கெட்ட சகுனம் சே பேப்பரில் எழுது. no, இனி இதைப் பூராவும் copy பண்ண வேண்டுமா? எத்தனை inland ம்ஹூம். தூக்கி விசிறி எறியாம எல்லா விஷயங்களுமே நாளாக யோசித்துப் பார்க்கும் போது அபத்தமாகிப் போகின்றன. எத்தனை கலாச்சாரங்களைத் தாண்டி வந்தும் எது கலாச்சாரம் என்று அர்த்தப் படுத்த முடியவில்லை. அபத்தமென்று நாம் சாதாரணமாய் கையை வைத்து 'சூ' கொட்டி விலக்கி விடுவதில்தான் வாழ்வின் அர்த்தமே உள்ளதோ என்னமோ 'ஒழுங்கான பாதை கிடையாது தெரியவும் தெரியாது' அதனால்தான் அது நடந்ததோ? மாட்டுவண்டி தறிகெட்டு ஓடியது ரமணி பாவம் திணற காட்டின்

காட்டின் உள்பகுதிக்கே வண்டி இழுத்துக் கொண்டு போய்விட்டது நன்றாக செழித்து வளர்ந்திருந்த கருவேல மரங்களில் முட்டி மோதி ஓட சடாரென்று ஏதோ கல்லில் மோதி ஒரு இறக்கமான இடத்தில் தூக்கி எறியப்பட்டேன். அங்குதான் அது நடந்தது. பாதி அரை மயக்க நிலையில் திணறி எழுந்திருக்க முயன்றபோது காடே அதிரும்படி ஓர் கர்ஜனை. வெகு சமீபத்தில் ஒரு சிங்கம்! நீ சொன்னால்

ஐய்யயோ லெட்டர் முடிந்து போய்விட்டதே என்ன பெண் நான் ஒரு சின்ன லெட்டரில் விஷயத்தைச் சொல்ல முடியவில்லையே. சும்மா சுருக்கமாய் 30 words answer மாதிரி சொன்னால் நம்ம கிட்டவே கத கட்டறா பாரும்மா ராஜாராணி கதயா? இல்ல விக்கிரமாதித்தன் பட்டி கதய ராத்ரி படிச்சயா சிங்கமாம் புலியாம் என்பார்கள். ஆனால் அந்த அனுபவம்! மூன்று மாத treatmentக்குப் பிறகும் துரத்தும் நினைவுகள் என்ன அழகான சிங்கம் அது! ஆனால் என்ன நாற்றம் சிங்கத்தின் பக்கத்திலே நாற்றம் காரணமாய் போக முடியாதென்று எத்தனை பேருக்குத் தெரியும்? வேடிக்கைதான் பயத்தில் ஓடுவார்களா முகர்ந்து பார்ப்பார்களா. நான் ஏதோ அரைமயக்கம் அரைபயம் நிலையில் என்ன செய்யவென்று தெரியாமல் Complete suspension of thought and feeling Infact nothing ஆமாம் கண்டிப்பாய் ஒரு ஜீரோவின் நிலையை வாழ்ந்தேன். ரத்தவாடை அதை இழுத்திருக்க வேண்டும் ஆட்டு ரத்தம் அதை? அவனை இழுத்திருக்க வேண்டும். இரவில் வேட்டை யாட மாட்டானோ கண்கள் செக்கச் செவலென்று நிலவொளியில் தண்ணியடித்தவன் போல ஆனால் ராஜகம்பீரம் சதை அழகின் perfection பிடரி மயிரை ஹிப்பி போல சடாரென்று திருப்பும் வேகம் அவனின் ஆண்மை! அருகில் வந்து பார்த்தானே நான் கட்டைபோல் விரைத்துக் கொண்டு கிடக்க கருவேல மரங்கள் பார்த்தன நிலவு பார்த்தது மணல் பார்த்தது எதை? மனிதனிடமுள்ள மிருககுணம் அழகியலின் உன்னதத்தை அடைவதை மிருகத்திடமுள்ள மனித அல்லது தேவகுணம் அதைப் பரிச்சயப்படுத்திக் கொள்வதை ஒன்றினை ஒன்று அறிந்துகொள்ளும் போது அழகு சரேலென்று சுற்றுப்புற

சூழ்நிலையில் ஐக்கியமாகி ருக்கியத்தின் சிகரத்தில் பிரக்ஞை இழப்பதை உணர்வுகளின் ஸ்திதியில் இருக்கும் கவிதையை அதன் உள்ளொளியை ஓர் ராக்ஷச கண்ணை சிங்கராஜன் சதைத் திணுக்களில் கடைந்தெடுத்து வடிக்கப்பட்ட கலை உன்னதம் ஆண்மையின் ஆர்ப்பாரம்; களிக்கூத்து பதப்படுத்தப்பட்டு எங்கோ ஓர் ஒளியை பெட்ரோல் ஊற்றி பற்ற வைக்கும் தீப்பொறி காலம் என்ன வார்த்தைகள்! என்ன வார்த்தைகள்! அனுபவத்தைக் காட்ட முடியாத நபும்சக வார்த்தைகள் வந்தவன் ரத்தக் கறைகளை நக்கினான். ஆர்வத்தோடு வெறியோடு ஆசையோடு மேலும் மேலும் வேண்டும் என்ற இச்சையோடு மெதுவாக கை தூக்கி அவன் தடவ காற்றென பறந்தன துணிகள். என்ன பலம்! அப்புறம் என்ன நடந்தது? யாருக்குத் தெரிய வேண்டும்? என்ன பலம்! என்ன பலம்! இப்பொழுதுள்ள இளைஞர்களெல்லாம் ஏன் இப்படி இருக் கிறார்கள் இடுப்பில் தூக்கி வைத்துக்கொள்ளலாம் போல இல்லை. மசமசவென்று மண்ணாந்தையாய் தொங்கும் கன்னா பின்னா சதைகளுடன் ஒரு வேளை ஆண் பெண் உறவே விசேஷமாய் இளம் கல்யாணமாகாதவர்களிடம் சரியாக வளர்க்கப்படவில்லையோ ஆகிரிதியின் அவலட்சணங்களுக்கும் அவற்றின் எண்ணற்ற பலகீனங் களுக்கும் இந்த மனக்குறையே வெளியுடம்பாய் போனதோ எப்படி வேண்டுமானாலும் இருக்கலாம். தரித்திர கலாச்சாரம் அதன் குழந்தை நான் - பின் ஏன்? - அடக்கப்பட்ட உணர்வுகள் வன்முறையான, ஸ்திதியிலிருந்து மாறுபட்ட தெய்வீக க்ஷணங்களைச் சந்திக்கும் போது பூதாகரமாய் வெளிப்பட வாய்ப்பிருக்கிறது. என் சிங்கராஜன் அப்படியோர் வெளிப்பாடாயிருக்கலாம் அப்படித்தான் என்னைச் சோதித்த மருத்துவன் சொன்னான். Real witch doctor இல்லை செத்துப் போக நினைக்கும் மனோபாவமாயிருந்திருக்க வேண்டுமாம் bull! அது பொத்திப் பொதிஞ்சி வைக்க வேண்டிய வைர அனுபவம். இதை ஏன் யாரிடமாவது சொல்லியே தீரவேண்டுமென்று எனக்குத் தோன்றுகிற தென்று தெரியவில்லை. அசட்டுத்தனம். இல்லை அதை நன்றாகவாவது சொல்லத் தெரிகிறதா. அந்த சிங்கம் எப்படிப் பேசாமல் போனது எப்படி நான் தப்பித்து வந்தேன் என்பதைப் பற்றியெல்லாம் எனக்குத் தெரியவே தெரியாது. டாக்டர் அல்லது friends யார் கொடுக்கும் விளக்கமுமே ஏற்றுக்கொள்ள முடியவில்லை. கல்யாணம் செய்துகொண்டால் சரியாகிவிடலாம். உடம்பின் புரியாத பிரதேசங்களின் தினவுகள் வலிகள் சீ வேண்டாம் தர்க்க சாஸ்திரத்திற்குள் அனைத்தையும் அடக்கியே தீரவேண்டுமா என்ன! ஒரு நல்ல எழுத்தாளனால் இதை effective ஆக சொல்ல முடிகிறதா பார்ப்போம். எவனாவது பிறப்பான். போனான் வந்தான் காதலித்தான் தோல்வியடைஞ்சான் தாடி வளர்த்தான் என்றுதான் இவர்களால் எழுதமுடியும் ம்ஹம் அப்படி எவனும் சிக்கியிருந்தால் நானும் normal ஆக இருந்திருப்பேன் போலும்

ரமணி?! கடவுளே அவனும் அவன் கை விரல்களும் கன்னங்கரே
லென்ற உள்ளங்கை. அவன் சொல்வது போல கொல்லிமலைப்
பகுதியில் சிங்கங்களே இல்லாமலும் இருக்கலாம். பூமி சாஸ்திரம்...
existenceஐப் பற்றிக் கவலைப்படாத இந்த இன்லேண்ட் லெட்டராய்ப்
பிறந்திருக்கலாம்... அது அமானுஷ்யம் அவ்வளவே.

33

வெள்ளைச் சுவர்

குரல் 1: கமான் சின்னப்பொண்ணே!

நாம்ப என்ன செய்யலாம். எவ்வளவு நாளைக்குத்தான் இப்படி யோசித்து யோசித்தே காலத்தைக் கடத்துவது போயிரலாமா. சித்ராகூட என்ன சொன்னாள் போய்டுன்னுதானே. என்னடி நீ எவ்ள படிக்கிற பேசற வேலபாக்கிற அப்றம் என்ன போய்ரவேண்டியதுதானே.

குரல் 2: ஏய் போய்டுவியா நீ உனக்கு அவ்ளோ தைர்யம் இருக்கா. இன்னும் நன்றாக யோசிக்க வேண்டும். கமலா வந்துட்டாளா அவளுக்கு இருக்கிற நில்லு அம்மாடி அம்மாடி! ஒனக்கேண்டி வந்தது உனக்குமட்டும் இல்லியா என்ன.

குரல் 3: லுக்ஹியர் நான்தான் ப்ருதிவிராஜன். இதோ பார் என் அரேபியக் குதிரை வா போகலாம். சகடக் சகடக் சகடக் வித் இன் டூ மினிட்ஸ். வேண்டாம் ஒன்னுமே வேண்டாம்.

குரல் 2: ஹெஹஹே. சுவரைத் தாண்டிருவியா சொந்தக்காரங்க எல்லோரையும் பார்த்து சிரிக்கச் சொல்லுவேன். கூட்டம் கூட்டமாய் சேர்ந்து கொண்டு சிரிப்போடு சுவரைப் பார்த்தேல்ல எவ்வளவு பெரிய சுவர்னு தெரியுதா. சும்மா தத்துவம் பேசினா போறாதுடி. போறாளாமே இவ. ரவியைப் பற்றி முழுசும் தெரியுமா உனக்கு? ஏதோ சாதிக்கப் போறாளாம். அல்டிக்கிறா.

ஐயோ நான் ஏன் இவ்வளவு வைதீக குடும்பத்தில் பிறந்தேன். எங்காவது கக்கூஸ் கூட்டுறவளாய் பிறந்திருக்கலாம். அப்படியில்லை யென்றால் கோடீஸ்வரியாய் இருக்கனும். மனதை அடக்கும் திறமை எனக்கேன் வாய்க்கவில்லை? கண்டபடி education யார் கேட்டார்கள். இவ்வளவு புத்தகங்கள் புத்தகங்கள் புத்தகங்கள். பாட்டி மாதிரி education இல்லாமல் அந்தக் காலத்தில் பிறந்திருந்தால் மொட்டையடித்து உஷ் பின்கட்டுக்குப் போ நீயெல்லாம் எதற்கு இங்க வர்ற. அய்யய்யோ நான் தெரியாம எதுக்க வந்துட்டேன். போய் ஒரு டம்ளர் தண்ணி குடிச்சுட்டு அஞ்சு நிமிஷம் உக்காந்துட்டுப் போ. அப்பாடி நல்ல

வேளை காலந்தப்பி பிறந்தோம். கேசவர்த்தினி கூந்தலை வழுக்கு மொட்டையாய் அடிக்க வேண்டுமானால் தீ பரவாயில்லை. ராஜபுத்திரீ! நீயோர் அருமையான சகதர்மினியல்லவா உன் பதி பரலோகம் போனபின் பரத்தையாக வேண்டும். தீக்குளி எவ்வளவு சுத்தம்!

குரல்கள்: ஏலேலோ ஐலசா, ஏலேலோ ஐலசா.

தமிழ்ழ தீக்குளிப்பாங்களா என்ன, பொம்பிளை மட்டும் ஏன்யா தீக்குளிக்கணும். விதவைக்கு ஆண்பால் என்ன? widower அடச்சீ தமிழில் சொல்றீ... என்னது? ... ... விதவன்? ஆண் விதவை? பெண்நாய் ஆண்நாய் என்று சொல்றது போல சொல்லலாமோ. நமக்கெதுக்கு இந்த பிஸினஸ் எல்லாம் கமலா ஏதோ ஜோக் சொன்னாளே... ... ஆங் Small Irrigation Officer – சிறுநீர் பாசனத்துறை அதிகாரி ஆனாலும் ... ... யார்ராது இந்த நேரத்தில்.

'நூறு ஆயுசுடி உனக்கு. இப்பத்தான் உன்னைப்பத்தி நினச்சேன்.'

'என்னப்பத்தி நினைக்கறது கிடக்கட்டும். உன் ப்ராப்ளம் என்ன ஆச்சு?' 'ப்சு பழயபடி பழயபடி.'

'இன்னும் என்ன செய்றதுன்னுட்டு தெரில.'

'இந்தபாரு உங்ககூட உக்காந்துகிட்டு நேத்துமாதிரி ஒன்றரை மணி அறுக்க முடியாது. புலம்பறத வுட்டுட்டு யோசிச்சுப்பாரு. இப்பல்லாம் திரும்ப கல்யாணம் பண்ணிக்கிறது ஒண்ணும் தப்பில்ல. உனக்கு முப்பது வயசுகூட முடியல. ஆன சாய்ஸ்லமட்டும் கோட்டை விட்டுடாத.'

'எனக்கு பயம்மா இருக்கே'

'சினிமாவுக்கு வர்ரியா? நான் ரோகிணி எல்லாம் போறம்'

'கிண்டலா?'

'உஷ் வர்யா, வர்லியா'

'தொலை'

போய்ட்டாள் 'லாஜிக்கலா யோசிச்சு பாருடி' என்ன கத்தல் வேண்டியிருக்கு அங்க போய் நின்னுகிட்டு, சனியன் மூதேவி தடிமரம், லாஜிக்கலா கடவுளே!

சாய்ஸ்ல மட்டும் கோட்ட வுட்டுடாதே ரவியைப் பற்றி எனக்கு அதிகம் தெரியாதுதான் சினிமாவில் அன்றைக்கு மழைகூட பெய்தது. இடுப்பில் நுனிவிரலால் தொட்டான் மன்னிக்கவும் கவனிக்கல. அதனால் பரவால்லைங்க. கள்ளப்பயல் எவ்வளவு இரவுகள் கடவுளே! திடுக் திடுக்னு எந்திரிச்சு உட்கார்ந்து அவன் என்னல்லாம் செய்வான் அழகன் பாவி படுபாவி இப்படியா சாவான். நோய் இருந்ததுக் கான அறிகுறியே இல்ல தெரியுமா வாலிபால் ப்ளேயர். பொசுக்னு போய்ட்டான். யார் தான் சொன்னார்கள் இந்தப் பயல் நோய் வந்தால் மருந்துதானே போட்டுக்குவான். ஜூட்டி புதுஜட்டி பாத்தியா

ஐய்யய்யோ அதுக்காக இப்படியா அதைப் போட்டுகிட்டு ரூம் முழுக்க சுத்துவாங்க. அசிங்கம் அசிங்கம். எங்க சொல் பார்க்கலாம் திரும்ப. போயி எக்ஸிபிஷன்ல நில்லுங்க. புது ஜட்டி வாங்கிட்டாராம் ஆட்டம் போடுறாரு அய்யா. பாருடி பாரு பிரபல வாலிபால் ப்ளேயரான தமிழன் செல்வக்குமார் எங்கள் கம்பெனி ஜட்டியைத்தான் உபயோகிக் கிறார். நீங்கள் ரொம்ப நளினமாக இருக்கீங்க. எங்கையோ படிச்சேனே எங்க ஆங் ஷேக்ஸ்பியர் எந்தப் ப்ளே? செல்வக்குமார் உபயோகிக்கும் ப்ளேடு இதுதான் வழுவழுப்பான கன்னத்தில் முத்தமழை பொழிய காத்திருக்கும் கன்னிகைகளைக் காணீர் காணீர். போனால் போகிறது உனக்குமொரு சான்ஸ் உண்டு. ஐயகோ The difference between man and man I ஷேக்ஸ்பியர் பொம்பிளைதான் என்பதற்கு என்னிடம் தகுந்த ஆதாரங்கள் உள்ளன.

எனதழகு புருஷனே நான் என்ன செய்தேன் உனக்கு. போய்ட்டியே துக்கிரி பெண் வந்த ஒரு வருஷத்தில் மாமனார அடிச்சாள் ரண்டு வருஷத்தில் புருஷனையே கொண்டு போய்ட்டாளே சண்டாளீ. நீங்கள் நெய்ல் பாலீஷ் எல்லாம் போடுறதில்லைங்களா. நீங்க கமல் ஃபேனா ரஜினி ஃபேனா என்னங்க இது ஒரு பத்திரிகைகூட படிக்க மாட்டேங்கிறாங்க. ஆனாலும் கோச்சுக்க மாட்டீங்களே. நீங்க நீங்க. ஒரு தேவதை.

குரல்கள்: சண்டாள தேவதை தேவ சண்டாளீ. அழகிய பொண்ணே சின்னப்பொண்ணே திரும்ப முதல்லேர்ந்து வா அத்தனையும் மறந்துடு யோசி அம்மா இல்ல, அப்பா இல்ல, ஏம்மா இதுக்கெல்லாம் கவலப் பட்டுகிட்டு. உனக்கு எவ்வளவு advancedஆ யோசிக்க சொல்லிக் கொடுத்திருக்கேன். யாரென்ன செய்ய முடியும். நோயுள்ள மாப்பிள்ளை! பாத்து கட்டிவைக்க துப்பில்லை. பானை பிடித்தவள் பாக்கியசாலி இல்லையென்றால் ஏர் பிடித்தவன் என்ன செய்வான்? ஏர் பிடிக்கறதுக்கே ஆளில்லையே அப்றமில்ல பானையைப் பிடிக்கிறது. இன்னொரு கல்யாணம் பண்ணிக்கறியா, தாலியத் தவல வச்சுக்கிட்டுப் பேசற பேச்சா இது. கொஞ்சமாவது உங்களுக்கு ஏதாவது இருக்கா. அவ தலவிதி. நீங்க ஏன் அவளப் போட்டு குழப்பறீங்க. எனக்கு இது இருக்குன்னுட்டு முன்னாலேயே தெரியும். செத்துப்போவேன்னும் தெரியும். Please அம்மாவை மட்டும் திட்டிராத. அவகிட்ட நா சொல்லவேயில்ல. அப்படிப் பாக்காத உனக்கு என்ன பிடிச்சுருந்ததா இல்லையா சாரி பிடிக்குமா இல்லியா முகத்தைத் திருப்பாத. அழாத என் முகத்தைப்பாரு பாக்கலாம். பாருடீன்னா, பாக்கமாட்டே கெட்டவார்த்தை சொல்லுவேன் சொல்லிறவா வந்தியாம்மா வழிக்கி உண்மைலதாண்டி சொல்றேன். இந்த ரண்டு வருஷமாத்தான் போல சொல்லமாட்டேன் போ. பேசாம இப்படி பாத்துக்கிட்டிருந்தே நா புலம்பறத கேக்லாம்னு நினைச்சியா முடியாது போடீ அற்புதமான

மனிதன். இவ்ளோ படிக்கிற தாட் பூட்னு இங்கிலீஷ்ல விளாசுற எலக்ஷன் லிஸ்ட் எடுக்க வந்தவன்ட்ட புருஷன் பேரென்னம்மான்னதுக்கு ஆட்டு முழி முழிச்சியேம்மா. என் காதுல மட்டும் டேய் செல்வக்குமாருன்னு சொல்லு பாக்கலாம் சொல்லுடீன்னா. ஹேய் ஹேய் சொல்லப் போறியா இல்லியா. ஏன் சொல்ல மாட்டேங்கற ஒன்னு மட்டுமாவது சொல்லித் தொலையேன் பேரைச்சொன்னா ஆயுசு குறைஞ்சிருமாம். ஹீஹஹீஹஹி... ஓஹ் ஹே ஹா ஹா ஹா ஹா தமிழ் சினிமா செண்டிமெண்ட்ஸா போடீ போ. ரவி ஒரு பொம்பிளைசெட்டி தான் அடடா இன்னிக்குத்தானே செவ்வாய்க்கிழமை புக்கை ரிடர்ன் பண்ணலியே மணிமேகலையை எங்க வச்சேன் ரோகினி எடுத்துட்டுப் போனாயோ ஹாஸ்டல்னாலே இதே ப்ராப்ளம்தான் மணிமேகலை ஏண்டி படிக்கிறே வேற புக்கே கிடைக்கல்லியே என்ன? அட சும்மா எப்படித்தான் இருக்குன்னு பார்ப்பமே. மாதவிக்கு மகள் மணிமேகலை மாதவி ரொம்ப லக்கி. கண்ணகிமாறி கஷ்டப்படாமலே சொர்க்கம் சொர்க்கம் தானே போனாள்? என்னவோ தெரில மணிமேகலை இடியட் புத்தபிஷினி மணிமேகலைக்குப்பின்? மேகலைக்குக் கீழே சொர்க்கம், நரகம் கரும் இருட்டு, அடர்த்தியான காடு, அசாத்தியமான மிருகப் பிரதேசம் வெப்பம் புழுங்கிய பன்றிகள் கூட்டம் போட்டு கும்மாளம் போடும் ஜெனரேஷன்ஸ் ரவியைத் தேடும் வர்க்கம் உஷ் என்ன ஒழுக்கவாதம், ஒருவேளை திரும்ப பிறக்கலைன்னா மகமாயீ மகமாயீ குடுத்த லைஃப்பையும் வேஸ்ட் பண்ணிருவனா தனியாய் தன்னந்தனியாய் ஒத்தையாய் சுத்திலும் யாருமே இல்லாம தனியாய் பாக்கறதுக்கு மனுஷ முகமே இல்லாம இப்பவாவது பரவால்ல இன்னும் வயசாயிருச்சுன்னா மகமாயீ யாராவது குட்டிப் பையனைத் தத்து எடுத்துக்கிட்டா வேண்டாம் பெத்துக்கலாம். கடவுளே தனியாய் என்ன செய்ய மோட்டுவளை வெறிக்கலாம் சுவத்துக்கு வால் பேப்பர் ஒட்டலாம். பனியன், ஜட்டி விளம்பரங்களாய்ச் சேர்த்து வைக்கலாம். ஸ்டாம்ப் கலெக்ட் பண்றாங்களா இல்லியா அப்றம் இதில என்ன தப்பு வயர் கூடை பின்னலாம், புத்தகங்களாய்ப் படிக்கலாம் அப்புறம் அப்புறம் சினிமா. நீங்க கமல் ஃபேனா, ரஜினி ஃபேனா? கிறுக்கன் இந்தப் பயகூட ஏன்தான் பழகித்தொலச்சேனோ.

குரல்கள்: வெள்ளைச் சேல கட்டிக்கிட்டு வேதகோஷம் போட்டுக் கிட்டு வெட்டிவேல செஞ்சுகிட்டு வெஜிடபிளாய் மாறிப்போவோம் ஏலேலோ ஐலசா ஏலேலோ ஐலசா வெள்ளைச் சுவரொன்னைக் கட்டிடுவோம் ஏலேலோ ஐலசா இடையிடையே விமன்ஸ் லிப் ஏலோலோ ஐலசா.

ரவியைத் தவிர வேறு யாராவது நல்ல... நல்லவனாய் கிடைத்தால் விளம்பரம்?... Brides and Bridegrooms இங்கிலிஷ் வேண்டாம்.

மணமகன் தேவை

வயது முப்பது, வாலிபால் பிளேயராக கணவன், பேங்கில் வேலை பார்த்துக் கொண்டிருந்த கணவன் கல்யாணமான இரண்டாம் வருஷத்திலேயே இறந்து விட்டார். பெண் நல்ல அழகாய் இருப்பாள். சமீபத்தில் மணிமேகலை (ஐம்பெருங் காப்பியங்களுள் ஒன்று) படித்தவள். மீனவர்கள் பாடல்களில் விருப்பு அதிகம். சுருதி சுத்தமாய் கர்நாடக சங்கீதம் பாடுவாள். நீட்க்ஷேபற்றிகூட கொஞ்சம் கொஞ்சம் தெரியுமாக்கும். நகமெல்லாம்கூட சுத்தமாய் வெட்டிவிடுவாள். புத்தகம் படித்துவிட்டு இடையில் வைத்துவிட்டுப் போனால் ஓரத்தைக்கூட மடிக்க மாட்டேனே. ரங்கோலி போட இன்றைக்கு எத்தனை பெண்களுக்குத் தெரியும் நான் போடுவேனே. இதல்லாம் யாருக்கு வேண்டும்? ரண்டு லட்சத்துக்கு சொத்து இருக்கா very good. சதை யெல்லாம் தொய்வில்லாம இருக்கா. வேல வேற பாக்கிறியா? fantastic. என்றைக்கு முடிச்சு போடனும்.

குரல்கள்: ஏலேலோ ஐலசா ரவியே தேவலாம் ஐலசா ரவியே தேவலாமோ

குரல்கள்: சுவத்தை மறந்திட்டியே ஐலசா ஏலேலோ ஐலசா. சுவத்தைப்பாரு ஐலசா வெள்ளைச் சுவரு ஐலசா.

சுவர் மொட்டைப் பாட்டிகளால் கட்டப்பட்ட கலாச்சார சுவர். தாண்டிக் குதித்தால் Ends do not justify the means. நானுமோர் வெள்ளைச் செங்கல், வெள்ளை என்ன அழகான நிறம் வெள்ளை மனது! பால் வெள்ளை, பசு வெள்ளை ஏன் கறுப்புப் பசுகூட இருக்கு. பின் ஏன் அமங்கலம்? கேரளாவில்கூட மங்கலம் ஏன் சரஸ்வதிகூட வெள்ளைதான். வெள்ளைக் கலையுடித்தி வெள்ளைப் பணிபூண்டு வெள்ளைக் கமலத்தில் வீற்றிருப்பாள். பிரம்ம தேவனைப் புருஷனாய் பெற்றவள். புருஷனின் சகல சிருஷ்டிக்கும் ஈடுகொடுத்து நிற்கும் அறிவு அவள், கலைவாணி, மதுரபாஷிணி, எல்லையில்லாக் கடல், அதள பாதாளம் எங்கு ஆரம்பிக்கிறாள்? எங்கே முடிக்கிறாள்? அரசனோடு என்னை சரியாசனம் வைக்கும் தாய். படித்தவன் கூடவே இருப்பவள். தாழ்விலும், உயர்விலும் எந்த கணத்திலும் படித்தவன் சாகும்போது அவளும் மரிக்கிறாள். அதனால்தான் விதவைக்கு வெள்ளையோ? மானிட சரஸ்வதியே உன் சிருஷ்டிநாதன் போனபின் நீ சாகலாம் அல்லது வெள்ளையுடுத்தி படிக்கலாம். சுமங்கலி சரஸ்வதியில்லையோ. சுமங்கலி லட்சுமி, அதற்காக? மடத்தனமான லாஜிக், விதவை நிறம் வெள்ளையெனில் வெள்ளையெல்லாம் விதவையா, சரஸ்வதி என் தாய், தந்தை குரு, கடவுள், கணவன், பிள்ளை, சகல உறவு களும் நீதானம்மா. என்னோடு உன்னை இணைத்துப் பார்த்ததற்கு

மன்னித்தருள வேண்டும் நீ. அறியாப் பெண் மாப்பு, மன்னிப்பு. எனக்கு Salvationஏ இல்லையா? எப்போது சாவென்னை அணைக்கும்.

குரல்கள்: புதுமைப் பெண்ணே ஐலசா ஏனிப்படி மக்காய் போனாய்? அழுகைதான் வருகிறது. நான் என்ன மாடர்ன் பெண்ணா? நானோர் மாடர்ன் மண்ணாங்கட்டி. சுத்தியிருக்கவன்லாம் சிரிக்க சிரிக்க நான் மாடர்ன் பெண்ணா? கலாச்சார காயத்தை என்னாலேயே மருத்துவம் செய்ய முடியாதே ரவி? அவங்கிடக்கிறான் பணத்துக்கு அலயற பய.

குரல்கள்:

ஏலேலோ ஐலசா பணத்துக்கு அலையறானுக ஐலசா

ஏலேலோ ஐலசா ஏலேலோ ஐலசா

டேய் செல்வகுமாரு, செல்வக்குமாரூஉ உ, டேய் ஏண்டா கண்ணா

34

சூரபத்மன்

மேற்கில் இறங்கும் சூரியனின் மஞ்சள் ஒளிக்கற்றை மா இலைகளினூடே புகுந்துவந்த காற்றற்ற நிச்சலமான அந்த நேரத்தில் காயத்ரியின் உடம்பிலிருந்து எழுந்த காட்டுப் பூனையின் வாசனையை முகர்ந்தபடி, அவளின் வளவளத்த மென்மையான இடுப்பின் வளைவை நுனிவிரலின் உஷ்ணத்தினால் தொட்ட போது, பண்டிதனுக்குத் தான் அழிவை நெருங்கிக் கொண்டிருக்கிறோம் என்பது தெரியாது. இத்தனைக்கும் காயத்ரி சில நிமிடங்களுக்கு முன்பு வரையிலும் வெறும் மண்பொம்மை. இப்பொழுதுதான் உயிரூட்டப் பெற்றவள்.

ஆனாலும் பண்டிதனுக்குக் கொழுப்பு என்றுதான் நான் சொல்வேன். இவனுடைய வேலை என்ன? ஒவ்வொரு விஜயதசமியின்போதும் வேண்டிய கொலுப் பொம்மைகள் செய்வதுதானே. இவன்போய் மனித அளவில் பொம்மைகள் செய்து உயிரூட்டுகிறேன் பார் என்று கிளம்பினால்! இப்படித்தான். போன சூரசம்ஹாரத்தின்போது! செய்த சூரனுக்கு உயிர் கொடுத்து விடுகிறேன் என்று தனக்குத்தானே முனகிக் கொண்டிருந்தாள். ஏதோ கோவில் தர்மகர்த்தா பணம் தரவில்லையாம் சூரன் செய்வதினால் ஒவ்வொரு சம்ஹாரத்தின்போதும் பண்டிதனுக்கு நல்ல வருமானம்தான். அதைப் போய் தரமாட்டேனென்றால்? கோபம் பொத்துக்கொண்டு வந்துவிட்டது பயலுக்கு. ஆனாலும் பாவம் நல்லமனசு பாருங்கள்; சூரனுக்கு உயிரூட்டாமல் விட்டுவிட்டான். மண் பொம்மைகள் செய்வதில்தான் பண்டிதனுக்கு எவ்வளவு ஆர்வம்! எவ்வளவு கனவுகள்! மண்பொம்மைகள் நிறைந்த ஒரு கிராமத்தையே அதைப் பெரிய சுற்றுலா மையமாக்கி உலகம் முழுவதற்கும் தன் கலையை பறைசாற்ற வேண்டுமென்று விரும்பினான். வந்தோர் போவோர் பார்ப்போர் அனைவரிடமும் இதைப்பற்றியே பேசிக் கொண்டிருந்ததால் எல்லோருமே அவனைப் பொம்மைப் பண்டிதன் என அழைக்க ஆரம்பித்துவிட்டனர்.

மூன்று வாரங்களுக்குமுன் பண்டிதன் காய்த்ரியைச் செய்ய ஆரம்பித்தான். கோயிலின் பின்புறம் செம்மண், சுண்ணாம்பு, களிமண்,

தண்ணீர், விறகுக் கட்டைகள் ஆகியவற்றைக் கொண்டுபோய் விட்டு ஆரம்பித்தவன் இப்பொழுது தான் முடித்தான். குலைப்பட்டினி, குடல் பந்தாய் உள்ச்சுருண்டு உயிரின் முடிச்சுக்களை மெல்ல அவிழ்த்தது. நரம்புகள் வெட்டிவெட்டி இழுத்தன. ரூபத்துக்கும் அரூபத்துக்கும் உள்ள வித்தியாசம் மறந்து போனது. நினைவுடனும் நினைவற்றும் இருந்த அவன், பெண்மையை மண்ணில் குழைத்துக் குழைத்துப் பூசினான். மனப்பிரதேசத்தில் வார்த்தைகளேயில்லாத நிலையில் நிர்வாணமாய் நின்ற அப்பெண்ணின் சிலையை வெறித்தபடி நின்றான். காலம் உருவத்தினுள் சுருண்டு மடங்கி உட்கார்ந்து உருவத்தையும் காலத்தையும் வென்று நிற்குமோ? ஆத்மாவை ரத்தத்தில் கரைத்து உடலினுள் புகுத்தும் வித்தை எங்ஙனம்? சீறும் சக்தியை ஜடத்தினில் வெளிக்கொணருதல் எங்ஙனம்? பித்தனாய் உழைத்த பண்டிதன் இடையின் வழவழப்பை அதிகப்படுத்தி பிருஷ்டங்களை இன்னும் செழுமைப்படுத்தி கழுத்தின் வளைவை சரிப்படுத்தி கண்களில் ஆழத்தை உண்டாக்கி காதுமடலை மென்மையாக்கி நாபியில் பூனை ரோமங்களைப் படரவிட்டு வாயில் தோன்றிய முதல் பெயரை 'காயத்ரீ' என உச்சரித்தான். அணைத்திருந்த இடுப்பினில் பரவியது வெப்பம். உயிரின் ஜ்வாலை தசைகளை இறுக்கிப் பிணைத்தது. உயிரோட்டத்தில் மின்னியது பொன்னிற உடல். அவ்வழகி இடை ஒசிய வலக்கொங்கை வலத்தோளை மேலுயர்த்தி, இடக்கையை நாடியில் வைத்து த்ருபங்க நிலையில் மெல்லக் கேட்டாள் 'என்ன'வென்று. என்ன என்ன என்ன என எதிரொலித்தன மரங்கள். என்ன என்ன என்னவென அதிர்ந்து போயிற்று மனம். கனவோ?

'சூரன் பொம்மை என்ன ஆயிற்று?' தர்மகர்த்தாவின் கரகரத்த குரல்.

'பெண்ணே காயத்ரி!' என்னை விட்டுப் போய்விடாதே. வந்து விட்டான் தர்மகர்த்தாப் பயல். என்னைக் காப்பாற்று தயவுசெய்து காப்பாற்று. கெஞ்சிக் கேட்டுக் கொள்கிறேன் பெண்ணே. கந்தர்வ லோகத்துக்குக் கூட்டிக்கொண்டுபோ. நான் மண்பொம்மைகள் செய்து பணம் சம்பாதிப்பேன். சூரன் பொம்மை செய்து பிழைப்பு நடத்த மாட்டேன். கொஞ்சம் காது கொடுத்துக் கேளேன் என் மாடப்புறாவே! இதிலிருந்து நான் தப்பித்துப் போய்விட வேண்டும். இங்கு இட்லிப் பானைக்குள் கிடந்து வேகுவது போல இருக்கிறது.'

'சூரன் பொம்மை என்ன ஆச்சு?'

'இதோ பார். அவன் கிட்ட வருவதற்குள் சொல்லி விடுகிறேன். என்னை எல்லோரும் சக்கையாய் ஏமாற்றுகிறார்கள். இந்தக் கிராமத்தில் ஒருவனோடகூட என்னால் பேசமுடிவதில்லை. என் சக மனிதன் கொடூர வார்த்தைகள் பேசுபவனாகவும் வஞ்சகனாகவும் இருக்கிறான். நீதான் ஏதாவது வழிசொல்ல வேண்டும். எனக்கு பொம்மை செய்வதைத்

தவிர ஏதும் தெரியாது முட்டாள்தான் நான். மனிதனிடம் மனிதனைத் தவிர வேறெதையும் என்னால் காண முடிவதில்லை. அவனோ என் உபயோகத்தைத் தராசாக்கி என்னை நிறுக்கிறான். பசிக்கவேறு செய்கிறது காயத்ரீ! நீதான் எனக்கு சோறுபோட வேண்டும். புகழைப் பெற்றுத்தர வேண்டும். சகமனிதத் தோழமையை என்னுள் வளர்க்க வேண்டும் என் பிரார்த்தனையாக எடுத்துக்கொள்; என்னைக் காப்பாற்று.'

'சூரன் பொம்மை என்னடா ஆச்சு?'

'ஏன் பேச மறுக்கிறாய் பெண்ணே. சற்று முன் உன் தேன் குரலைக் கேட்டேனே. உன் இடுப்பின் சூட்டை உணர்ந்தேனே. பேசு. மௌனம் சாதிக்காதே தேவடியாப் பெண்ணே. பேசித் தொலை. மாப்பு மன்னிப்பு, உன்னிடம் நான்தான் வளைந்துபோக வேண்டும். என் கண்ணல்லவா. பேசு. என் சோகக் கதையைச் சொல்லவா உனக்கு?'

'சூரன் பொம்மை என்னடா ஆச்சு?'

எதிர்காலத்தில் பண்டிதனுக்கு வரப்போகும் அழிவை யூகித்த எனக்கு நிகழ்காலத்தில் கேட்கும் குரல்களை இனம்பிரிக்க முடியவில்லை. பல குரல்களையும் அப்படியே பதிவு செய்கிறேன். இனம் காண்பதும் பிரிப்பதும் உங்கள் பொறுப்பு.

'குழந்தைகளுக்கு மரப்பாச்சிப் பொம்மைகள் செய்யத்தான் நான் ஆரம்பித்தேன். கிராமத்தின் கோடியிலுள்ள வீட்டில் இருக்கிறாரே வங்கிக் கணக்கர் அவர்கள் வீட்டில் ஆரம்பித்து கோயில் குருக்கள் தர்மகர்த்தா எல்லார் வீட்டிலேயும் மரப்பாச்சிகள்தான். என் தாத்தன் தகப்பன் காலத்தில். மரம் என்ன அழகான பொருள்! குழந்தை தரையையும், மேஜையையும், மணலையும் இயற்கையையும் பார்த்துத் தொட்டுப் பழகி உணர்வது போலவே மரப்பாச்சியையும் உணரும்; மனிதனையும் பிற்காலத்தில் உணரும் இல்லையா? மரத்தைத் தொட்டுப்பார். எவ்வளவு தூரம் சூழலுடன் இணைந்து குளிர்ந்தோ வெதுவெதுப்பாகவோ இருக்கிறது? மரப்பாச்சியின் மூக்கு, வாய், கால்கள் குழந்தையின் பிஞ்சுக்கைகளை உறுத்துமா? உறுத்தவே உறுத்தாது. குழந்தைக்குப் போய் பிளாஸ்டிக் பொம்மைகளையும் தகர பொம்மைகளையும் கொடுக்கலாமா?'

'எதற்காக இதையெல்லாம் சொல்லி அறுக்கிறாய் முட்டாள்?'

'யார்? யார் பேசியது? காயத்ரீ நீயா? இல்லையே. என்னவென்று கேட்டபின்பு நீ ஏதும் பேசவில்லையே. யாரங்கே எவன்டா அவன் என்னை முட்டாளென்று சொன்னவன்? பிளாஸ்டிக் பொம்மையைக் கூவிக் கூவி விற்போரே சொல்லுங்கள்; இப்போது யார்யா முட்டாள்?'

'சூரன் பொம்மை என்னடா ஆச்சு?'

'முட்டாள்னு சொன்னவனை வாடா வெளியில்னா மிரட்டுகிறான்

பார்! கவர்ச்சிக்கு மயங்குகிற சோதாப் பயல்கள். தொந்திப் பயல்கள். இவர்கள் கதை எனக்குத் தெரியாதாக்கும்? அன்னைக்கு என்ன நடந்தது தெரியுமா காயத்ரீ? போன கொலுவுக்கு ஹஹ்ஹா ஹாஹா – எனக்குச் சிரிப்பு சிரிப்பாய் வருகிறது போ. போன கொலுவுக்கு வீட்டில் ஏராளமா பொம்மை வாங்கினாங்களா, காசு தரவே இல்ல போ. நானும் பொறுத்துப் பொறுத்துப் பார்த்தேன். அப்புறம் நேரா அந்த மாமிக் கிட்டய கேட்றலாம்னு போனேன். அந்த மாமி என்ன தெரியுமா செய்தா? 'அட கிறுக்குப் பண்டிதா, இந்த பொம்மைகளெல்லாம் லட்சம் பொன் பெறுமேடா' நாப்பது பொம்மைக்கு வெறும் பத்து ரூபாய் கேக்கிறியேடா. உனக்கு ஏதேனும் அறிவிருக்கா'ன்னு பேசிட்டே போனா. அப்புறம் 'பகவான் உன்னைப் பத்து ரூபாய்தான் கேட்கணும்னு வச்சிருக்கான்னா என்னை ஒரு ரூபாய் கூட தரமுடியாத நிலைமைல்லன்னா வச்சிருக்கான்'னுட்டு தூக்க முடியாத இடுப்பைத் தூக்கிக் கொண்டு உள்ள போனா. உள்ள போயி ஐம்பது மருந்துக் குப்பிகளைக் கொண்டு வந்தா. ஞாபகம் வச்சிக்கோ; ஐம்பது மருந்துக் குப்பிகள். அவளுடைய காப்பிப்பொடி நிற இடுப்பில் ஏழு சதைமடிப்பு இருந்துச்சு. சரியா ஏழு மடிப்பு. 'அடே பண்டிதா நீ பத்து ரூபாதான கேட்ட? இதக் கொண்டு போயி பழைய பேப்பர்காரன்ட்ட கொடு. பாட்டிலுக்கு ஐம்பது பைசா தருவான். இருபத்தி அஞ்சு ரூபா உனக்குக் கிடைக்கும். ஆனாலும் உனக்கு அதிர்ஷ்டம்தான் போ. வேற யாருகிட்டயாவது இவ்வளவு ரூபா பார்த்திருப்பியா'ன்னா. நான் அது சரிதாம்மா. உனக்கு ஐம்பது குப்பி மருந்து சாப்டுற அளவுக்கு என்ன தாயி உடம்புக்கு'ன்னேன். 'அட ஒண்ணுமில்ல போ'ன்னுட்டு விருட்னு உள்ளே போயிட்டா. ஒரு சாக்குப் பையைத் தேடிப் பிடிச்சி எல்லாக் குப்பியையும் எடுத்துப் போட்டுட்டு பழைய பேப்பர்காரன் சாம்பசிவத்துக்காக மூணுநாள் காத்திருந்தேன். வந்தவன் என்ன சொன்னான் தெரியுமா' குப்பி அஞ்சு பைசாக்குத்தான் எடுப்பேன் பண்டிதா. இந்த மருந்துக் குப்பிதான் ஊரு உலகம் பூராவும் கிடைக்குதே'ன்னான். 'இது என்னடா சாம்பசிவம் மருந்து'ன்னேன். 'மக்குப்பயலே இது தெரியாதா என்ன? வாய்வுக் கோளாறுக்கான மருந்துப்பா. உழைக்கிறவனுக்கு வாய்வுக்கோளாறு வராது. இந்தக் காலத்தில எவன் உழைக்கிறான்'னான். 'இடம் விட்டு விட்டு இடம் நகர்ந்து எவன்யா உன்னையும் என்னையும் போல வேலை செய்றான்? வாய்வுக் கோளாறு இந்தக் காலத்தின் நோயப்பா' அப்படின்னுகிட்டே கண்ணைச் சிமிட்டினான். இவன்களுக்கெல்லாம் கவர்ச்சி ஆட்டக்காரி ஜெகன்மோகினிதான் பெரிய அழகி. அவளுக்கு இடுப்பு அகலம் என்ன தெரியுமா? மூணுமுழம். சரியான ஆறடி ஆண்மகன் கையால அளந்தா மூணுமுழம்.

'சூரன் பொம்மை எங்கேடா? சூரன் பொம்மை எங்கேடா?'

'கடைசில சாம்பசிவம் ரெண்டரை ரூபா கொடுத்தான். நேரா சாராயக்கடைக்குப் போனேன். ஒரு லிட்டர் சாராயம் நாலு மிளகாய் பஜ்ஜீ. பசிக்கிற வயிற்றுல எரியற சாராயத்த ஊத்தினா... பார்க்கிற பக்கமெல்லாம் பிணவண்டியா தெரியுது. பிணவண்டி நிறைய மரப்பாச்சி பொம்மைகளா போட்டு ஒரு கருந்தடியன் தள்ளிக்கிட்டு ஓடி வரான். நான் களிமண்ணைக் குழைச்சு சுவர் ஒண்ணைக் கட்டிக்கிட்டே இருக்கேன். கட்டக் கட்ட ஒவ்வொரு வண்டியா உடைச்சுக்கிட்டு ஓடி வருது. என் கைவிரல் நகமெல்லாம் பிய்ந்து பிய்ந்து போகுது. ஏழுமாதம் வேலையில்லாமல் இருந்தேன். பகலெல்லாம் சாராயக்கடை வாசலில் பிச்சை. ராத்திரியில் பிணவண்டிகளைத் தடுத்தல். இப்படியே கழிந்தது. ஏழு மாதம்னா சொன்னேன்? ஏழு வருசங்களாகக்கூட இருக்கலாம். கடைசியில் சாம்பசிவம் ஒருநாள் வந்து என்னை இழுத்துக்கொண்டு போனான். இந்த தர்மகர்த்தாப் பயல் இருக்கிறானே, அவன் வயலில் பெருச்சாளிகளைக் கொல்ல வேண்டும். அறுவடை காலங்களில் இரவு காவல் காக்க வேண்டும். தினமும் ஒரு வேளை சோறுபோட்டு விடுவார்கள். கையில் விறகுக் கட்டையுடன் பொந்து பொந்தாய் அலைவேன். பெருச்சாளி படுசுட்டி, கொல்வது மிகவும் கஷ்டமான வேல. விறகுக்கட்டையைத் தலைக்குமேல் உயர்த்திப் பிடித்துக்கொண்டு சகதிக்குள் ஓடவேண்டும். தர்மகர்த்தா சாராயக்கடை ஏலம் எடுத்தவுடன் பெருச்சாளிகளைக் கொல்வதைப்பற்றிய கவலையை விட்டுவிட்டான். நான் மட்டும் ஏன் பெருச்சாளிகளைத் துரத்திக்கொண்டிருக்க வேண்டு மென்று தெரியவில்லை. ஒருநாள் திடீரென்று தர்மகர்த்தாப் பயல் வயக்காட்டுக்கு வந்தான். ஒரு பொந்தைக் கண்டுபிடித்தான். உள்ளே பார்த்தால் வதவதவென்று செம்மண் நிறத்தில் ஏராளமாய் எலிக் குஞ்சுகள். 'கொளுத்து அவற்றை' என்றான். நான் சாமி! கருணை காட்டுங்கள். இவையெல்லாம் இன்றுதான் பிறந்திருக்கும் போல. ஓடி ஒளியும் பெருச்சாளியை விரட்டிக் கொல்லலாம். அதற்கு தப்பிப் பதற்கு வாய்ப்பு இருக்கு. குஞ்சுகளைக் கொல்ல வேண்டாம். என்ன நடக்கிறதுன்னு தெரியறதுக்கு முன்னாலேயே செத்துப் போயிடும். அருள்கூர்ந்து விட்டுவிடுங்கள்' என்றெல்லாம் அரற்றினேன். அவன் 'நீ வைக்காவிட்டால் நான் வைக்கிறேன்'னு தீ வைத்துப் பொசுக்கி விட்டான். அப்புறம் 'சுத்தத் தமிழில் தான் பேசுவீகளோ துரை'ன்னான். 'பேசிப்பழக ஆளில்லாததால் பேச்சுத் தமிழ் மறந்துபோச்சு சாமி'ன்னேன். அன்றைக்கு அந்த வேலையை விட்டுவிட்டேன்.

'சூரன் பொம்மை என்னடா ஆச்சு? சூரன் பொம்மை என்னடா ஆச்சு? சூரன் பொம்மை என்னடா ஆச்சு?'

'காயத்ரீ! இதையெல்லாம் மீறி இவ்வளவு நாட்கள் எதற்காக உயிர் வாழ்கிறேன் தெரியுமா! உனக்காகத்தான். உயிருள்ள கலையை உலகுக்குக் காண்பிக்கிறேன் பார் என உழைத்தேன் இவ்வளவு நாளும்.

சாம்பசிவன் பயல் தர்மகர்த்தாவிடம் கெஞ்சிக் கூத்தாடி கோவிலில் வேலை வாங்கிக் கொடுத்தான். தினமும் புளிசாத உருண்டை கொடுத்து விடுவார்கள். மணியடித்துக் கூட்டி மெழுக வேண்டும். தர்மகர்த்தா சம்சாரம் கூப்பிட்டால் போய்ப் பாத்திரம் தேய்த்துக் கொடுக்க வேண்டும். இரண்டு வருடம் பேய்பிடித்தவன்போல இருந்தேன் பிணவண்டிகள் வரும்போதெல்லாம், எலிக்குஞ்சுகள் அலறும்போதெல்லாம் சாராயக்கடை வாசலில் ஓடிப்போய் நின்றேன். உன் உருவத்தை நினைவில் தேக்கி உயிரை மயிரிழையில் கட்டி நிறுத்தியிருக்கிறேன்.'

'சூரன் பொம்மை என்னடா ஆச்சு? சூரன் பொம்மை என்னடா ஆச்சு?'

'காயத்ரீ காயத்ரீ என் ஜென்ம சாபல்யம் இன்றுதான் நடந்தது. என்னைப்பற்றி உலகுக்குச் சொல்வாயா? மேளம் தட்டும் கிழவன் இறந்ததிலிருந்து ஏழு முருகன் கோவில்களுக்கு சூரன் பொம்மை செய்வதுதான் என் தொழில். என் உயிரையெல்லாம் கொடுத்துச் செய்வேன் நான், அந்தக் கோர உருவத்தை. மறுநாளே சிரச்சேதம் செய்துவிடுவார்கள். சம்ஹாரம் முடிந்தவுடன் உடலைச் சின்னாபின்னப் படுத்திவிடுவார்கள். எனக்கு இதிலிருந்து விடுதலை வேண்டும். உன்னையொத்த, உழைப்பாளியின் அழகிகளை உருவாக்கிவிட்டே னென்றால் உலகமே நம் காலடியில் விழுந்து விடும்; உழைப்பின் பெருமையை உணர்ந்துவிடும். கண்ணே! அந்த மந்திர வாயிலின் திறவுகோல் உன்னிடம்தான் உள்ளது. என் நோய்களிலிருந்தெல்லாம் விடுதலை! என் நன தோழர்களுக்கும் விடுதலை.'

'சூரன் பொம்மை என்னடா ஆச்சு? சூரன் பொம்மை என்னடா ஆச்சு? சூரன் பொம்மை என்னடா ஆச்சு?'

'நோயாளிகளுக்கெல்லாம் ஏனிந்தக் கவலை?'

'பிச்சைக்காரர்களுக்கெல்லாம் ஏன் இந்தக் கவலை?'

'இழுத்து மூடிக்கொண்டு தூங்குவதுதானே?'

'காயத்ரியின் திண்மையான தசைநார்கள் தொய்வடைய எவ்வளவு நாட்களாகும்?'

'இவன் பேசாமல் வாயை மூடிக்கொண்டு இருக்க வேண்டியதுதானே. முட்டாள்! புலம்பல்மாணிக்கம்.

'எனக்கு இதையெல்லாம் அப்பட்டமாய்ச் சொல்ல விருப்பமில்லை.'

'ஐயகோ அங்கிருந்து வரும் குரல்கள் என்னை வதைக்கின்றனவே. அதோ வந்துவிட்டான் தர்மகர்த்தா. என்னை வேறுலகுக்குக் கொண்டு போ காயத்ரீ. சூரன் பொம்மை தான் நிஜமா? பதில் சொல்.'

'சூரன் பொம்மை என்னடா ஆச்சு?'

மெல்லத் திரும்பிய காயத்ரி தேனினும் இனிய குரலில் சொன்னாள்: ‘என்னைப் போஷிக்க உனக்கு வக்கில்லை; தர்மகர்த்தாவுடன் செல்கிறேன் நான்.’

கலகலவென சிரித்து எள்ளி நகையாடின மரங்கள்; ஈதென்ன காரியமென திகைத்துப் போயிற்று ஞானம்; இது இவ்விதம் எவ்விதம் ஆனதென பேதலித்தது மனம்.